இந்த உலகத்துக்கும் எனக்கும் இடையில்

த-நஹாஸி கோட்ஸ்

தமிழில்: வி. நடராஜ்

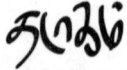

தடாகம்

இந்த உலகத்துக்கும் எனக்கும் இடையில்

- ***ஆசிரியர்:*** *த-நஹாஸி கோட்ஸ்*
- ***தமிழில்:*** *வி. நடராஜ்*
- ***முதற்பதிப்பு:*** *ஜனவரி 2023*
- ***பக்க வடிவமைப்பு:*** *கி. ஆஷா*
- ***அட்டை ஓவியம்:*** *ரோஹிணி மணி*
- ***அட்டை வடிவமைப்பு:*** *வெ. பாலாஜி*

Intha ulakatthukkum Enakkum Idayil a Tamil translation of ***Between the Word and Me*** in English by ***TA-Nehisi Coates,*** translated in Tamil by ***V. Nataraj.***

All rights reserved including the right of reproduction in whole or in part in any form.

This edition published by arrangement with Random House, an imprint and division of Penguin Random House LLC.

Tamil translation copyright © Thadagam, Chennai, 2022

First Edition: January 2023

Published by:

THADAGAM
No.112, First Floor, Thiruvalluvar Salai
Thiruvanmiyur, Chennai 600041
Mob: +91-98400-70870
www.thadagam.com | info@thadagam.com

No part of this publication may be reproduced, transmitted, or stored in a retrieval system, in any form or by any means, without permission in writing from Thadagam.

ISBN: 978-93-93361-12-7

Price: ₹ 200

நூலாசிரியர் குறிப்பு

அமெரிக்க எழுத்தாளரும், பத்திரிகையாளரும், கல்வியாளரு மான த - நஹாஸி கோட்ஸ் 1975 செப்டம்பர் 30இல் பால்டி மோர், மேரிலேண்டில் பிறந்தார். இவர் அட்லாண்டிக் பத்திரி கையின் தேசிய நிருபராக இருக்கிறார். அதில் இவர் ஆப்பிரிக்க அமெரிக்கர்கள் தொடர்பான பண்பாடு, சமூகம் மற்றும் அரசியல் பிரச்சினைகள் குறித்து எழுதிவருகிறார். 2008இல் தனது முதல் நூலான The Beautiful Struggle: A Father, Two sons and an unlikely Road to Manhood என்னும் நினைவுக்குறிப்பை வெளியிட்டார். இரண்டாவது நூல் Between the World and Me ஜூலை 2015இல் வெளியானது. இந்நூல் National Book Award for Nonfiction விருதினை வென்றது. நான்காவது நூல் We were Eight Years in Power, 2017இல் வெளியானது. அட்லாண்டிக் பத்திரிகையில் இவர் எழுதிய The case for Reparations முகப்புக் கட்டுரைக்காக George Polk விருதினை வென்றார். இவர் தனது மனைவி கென்யாட்டா மாத்யூஸுடனும், மகன் சமோரி கோட்ஸுடனும் நியூயார்க்கில் வாழ்ந்து வருகிறார்.

மொழிபெயர்ப்பாளர் அறிமுகம்

வி. நடராஜ் 1952 – இல் பிறந்தவர்.

கோவையில் ஒரு பொறியியல் நிறுவனத்தில் தொழிலாளியாகப் பணிபுரிந்து, விருப்ப ஓய்வு பெற்றவர். தற்காலத் தமிழ் இலக்கியத்திலும் பிறமொழி இலக்கியங்களிலும் ஆழ்ந்த ஈடுபாடு கொண்டவர்.

மொழிபெயர்ப்புகள்

- ஒடுக்கப்பட்டவர்கள்: விடுதலையின் வடிவங்கள் - ஃப்ரான்ஸ் ஃபனான்
- வரலாறு: காலமும் கலையும் - வால்ட்டர் பெஞ்சமின்
- மச்சு பிச்சு - பாப்லோநெரூதா
- சிந்துவெளி எழுத்து - அஸ்கோ பர்போலா
- மரணதண்டனை என்றொரு குற்றம் - ஆல்பெர் காம்யூ
- ஃபாசிசத்தின் இலக்கணம்: நாம் - அவர்கள் - ஜேசன் ஸ்டான்லி

பதிப்புரை

இரும்பை உலையில் உருக்குகிறேன்
வளைக்கிறேன்
சுத்தியலால் தட்டி
நேராக்குகிறேன்

ஒவ்வொரு கண்ணியாக
உருவாக்குகிறேன்
அவற்றை இணைக்கிறேன்
சங்கிலியாக்குகிறேன்

சங்கிலியை உருவாக்க என்னால் முடியுமென்றால்
அதை ஏன் நான் உடைக்கவும் கூடாது?

— சுனில் அபிமான் அவச்சார்*

குற்றம் நிறைந்த பொருட்களாகக் கண்காணிக்கப்பட்டு ஒதுக்கப்படும் ஆப்பிரிக்க அமெரிக்க மனிதர்கள். ஒரு துளியேனும் விஷம் கலந்த தன்னிலைகளாக, எதிர்கொள்ளும் உலகத்தால், தாங்கள் கட்டமைக்கப்படுவதையும், போராடி தியாகிகளாகி மடிவது பயனற்றுப் போய்விட்டதையும், தந்தை மகனுடன் பகிர்ந்துகொள்ளும் ஒரு கடிதமாக விவரிக்கிறது இந்நூல்.

---

* Sunil Abhiman Awachar, We, the Rejected People of India, Translated by Yogesh Maitreya, Panthers Paw, Nagpur, 2019.

நம்பிக்கை வைத்தவர்களான டேவிட்டுக்கும்
கென்யாட்டாவுக்கும்...

ஒரு காலை நேரம் காட்டினுள் திடீரென்று
அந்தப் பொருளின் மீது நான் இடறிவிழுந்தேன்,
செதிள் மூடிய கருவாலி மரங்களாலும் எல்ம் மரங்களாலும்
சூழப்பட்ட அடர்ந்த புல்வெளியொன்றில்
எழுந்த புகைபடிந்த காட்சிகளின் நுண்ணிய விவரங்கள்
தம்மைத் திணித்துக்கொண்டன
இந்த உலகத்துக்கும் எனக்கும் இடையில்...

- ரிச்சர்ட் ரைட்

I

ஓர் ஆராதனை நாளில்
நினைக்கப்படவேண்டும் என்பதற்காக
செத்துப்போன மனிதர்களின்
தியாகம் பற்றி என்னிடம் பேசவேண்டாம்.
சாவில் எனக்கு நம்பிக்கையில்லை
ஆனாலும் நானும் சாகத்தான் வேண்டும்.
அப்போது கைத்தாளமிடும் ஊதாப்பூக்கள்
என்னை எதிரொலிக்கும்.

- சோனியா சாஞ்செஸ்

மகனே,

கடந்த ஞாயிறன்று பிரபல செய்தித் தொலைக்காட்சி நிகழ்ச்சி ஒன்றின் அமைப்பாளர் என்னிடம் எனது உடலை இழப்பது என்பதன் பொருள் என்னவென்று கேட்டார். அந்த நிகழ்ச்சி அமைப்பாளர் வாஷிங்டன், டி.சி.யிலிருந்து அதனை ஒளிபரப்பு செய்தார். மன்ஹாட்டனின் மேற்குப் பகுதியிலிருந்த தொலைதூர நிலையமொன்றில் நான் இருக்கையில் அமர்ந்திருந்தேன். எங்களுக் கிடையிலான தூரத்தை ஒரு செயற்கைக்கோள் இல்லாமல் போகச் செய்திருந்தது. ஆனால், அந்தப் பெண்ணின் உலகத்துக்கும், எந்த உலகத்தின் சார்பில் நான் பேச வேண்டும் என்று அழைக்கப் பட்டிருந்தேனோ அந்த உலகத்துக்கும் இடையிலான இடை வெளியை எந்த இயந்திரத்தாலும் இல்லாமல் போகச் செய்ய முடியவில்லை. அந்த நிகழ்ச்சி அமைப்பாளர் என் உடலைப் பற்றிக் கேட்டபோது, திரையிலிருந்து அவருடைய முகம் மெல்லமெல்ல மங்கி மறைந்தது. அதற்குப் பதிலாக அந்த வாரத்தின் தொடக் கத்தில் என்னால் எழுதப்பட்ட வார்த்தைகளின் காகிதச் சுரு ளொன்று இடம்பெற்றது. அதைப் படித்து முடித்தவுடன் என் உடல் குறித்த விஷயத்துக்கு அவர் திரும்பிவந்தார். இருப்பினும் அதை அவர் குறிப்பிட்டுச் சொல்லவில்லை. ஆனால், அதற்குள் தங்கள் கோரிக்கையின் தன்மையைப் புரிந்துகொள்ளாமலேயே என் உடலின் நிலை குறித்து கேள்வி கேட்கும் இந்த மதிநுட்பம் வாய்ந்த மக்களோடு அதற்குள் நான் பரிச்சயப்பட்டுவிட்டேன். குறிப்பாக, வெள்ளை அமெரிக்காவின் முன்னேற்றம் அல்லது வெள்ளையர்கள் என்று தங்களைத் தாங்களே நம்பிக்கொண் டிருக்கும் அமெரிக்கர்களின் முன்னேற்றம் என்பது ஐயத்திற்கு இடமற்ற விதத்தில் கொள்ளையாலும், வன்முறையாலுமே கட்டி யமைக்கப்பட்டிருக்கிறது என்று நான் உணர்ந்தது ஏன் என்று அந்த நிகழ்ச்சி அமைப்பாளர் தெரிந்துகொள்ள விரும்பினார். இதைக்

கேட்டதும் இன்னதென்று அறிய முடியாத ஒரு பழைய துயரம் என்னுள் பெருக்கெடுத்தது. தங்களைத் தாங்களே வெள்ளையர்கள் என்று நம்பியவர்களின் பதிவுகளே இந்தக் கேள்விக்கான பதில். அமெரிக்க வரலாறுதான் அந்த பதில்.

இந்தக் கூற்றில் அதீதமானது எதுவுமில்லை. அமெரிக்கர்கள் தங்களுக்கிருக்கும் தெளிவற்ற விழிப்புணர்வை அனுமதிக்கும் வகையில் ஜனநாயகத்தை ஒருவிதமான தெய்வீகத்தன்மை கொண்டதாக ஆக்குகிறார்கள். அவ்வப்போது தங்களது கடவு ளுக்குப் பணிந்துவிடாமல் எதிர்த்து நிற்கவும் செய்கிறார்கள். ஆனால், ஜனநாயகம் என்பது எளிதில் மன்னித்துவிடும் இயல்புள்ள ஒரு கடவுளாகும். அமெரிக்காவின் முரண் சமயக் கருத்துக்களான சித்திரவதை, திருட்டு, பிறரை அடிமைப்படுத்துதல் ஆகியவை தனிநபர்களிடமும், தேசங்களிடமும் பரவலாகக் காணப்படுவதால் இவற்றால் பாதிக்கப்படாதவர்கள் என்று யாரும் தங்களைத் தாங்களே அறிவித்துக்கொள்ள முடியாது. உண்மையில் அமெரிக் கர்கள் மெய்யான அர்த்தத்தில் தங்களது கடவுளைக் காட்டிக் கொடுத்துவிடவில்லை. 'மக்களின் அரசு, மக்களாலான அரசு, மக்களுக்கான அரசு, இந்த உலகத்திலிருந்து அழிந்துபோய்விடக் கூடாது' என்பதை உறுதிசெய்யக் கூடியதாக கெட்டிஸ்பர்க் சண்டை இருக்க வேண்டும் என்று 1863இல் ஆப்ரகாம் லிங்கன் அறிவித்தபோது அதற்கான வெறும் பேரார்வத்தை மட்டுமே கொண்டவராக அவர் இருக்கவில்லை; உள்நாட்டுப் போர் தொடங் கிய காலத்தில் அமெரிக்க ஐக்கிய நாடுகள் உலகத்திலேயே மிகவும் அதிகமான அளவில் வாக்குரிமை பெற்றவர்களைக் கொண்ட நாடு களில் ஒன்றாக இருந்தது. லிங்கன் உண்மையிலேயே 'மக்களின் அரசு' என்ற அர்த்தத்தில்தான் அதைச் சொன்னாரா என்பதல்ல கேள்வி; மாறாக, வரலாறு நெடுகவும் நமது நாடு 'மக்கள்' என்ற அரசியல் வார்த்தைக்கு உண்மையில் என்ன அர்த்தத்தைக் கொண் டிருந்தது என்பதுதான் கேள்வி. 1863இல் அந்த வார்த்தை உன் னுடைய அம்மாவையோ, பாட்டியையோ குறிப்பிடுவதாக இருக்க வில்லை; அது என்னையும் உன்னையும் குறிப்பிடுவதாகவும் இருக்க வில்லை. இவ்வகையில் அமெரிக்காவின் பிரச்சினை 'மக்களின் அரசு' என்று குறிப்பிட்டு துரோகமிழைத்ததில் இருக்கவில்லை. மாறாக, 'மக்கள்' என்ற பெயரை அவர்கள் எவ்விதத்தில் பெற் றார்கள் என்பதில்தான் இருக்கிறது.

அமெரிக்கர்கள் மறைமுகமாக ஏற்றுக்கொள்கிற, ஆனால், வெளிப்படையாகக் கோரிக்கொள்ளாத ஒன்றான இது, இதற் கிணையான இன்னொரு முக்கியமான லட்சியத்திற்கு நம்மை இட்டுச்செல்கிறது. 'இனம்' என்னும் யதார்த்தம் இயலுலகத்தின் வரையறுக்கப்பட்ட, ஐயத்திற்கிடமற்ற அம்சம் என்பதில் அமெரிக் கர்கள் நம்பிக்கை வைத்திருக்கிறார்கள். இனவாதம் - எலும்பின் ஆழத்திற்கு ஊடுருவும் இயற்கை அம்சங்களை மக்கள்மீது சுமத்த வேண்டிய அவசியத் தேவையும் அதன் பிறகு அவர்களை அவ மானப்படுத்தி, குறுக்கிக் குறைப்படுத்தி, அவர்களை அழிப்பதுமான இந்த மாற்றமுடியாத நிலையிலிருந்தே தவிர்க்கமுடியாத விதத்தில் தொடர்கிறது. இந்த விதத்தில் இனவாதம் இயற்கை அன்னையின் சூதுவாதற்ற மகள் என்ற நிலையை அடைந்துவிடுகிறது. அத்துடன் நிலநடுக்கம், சுழல் காற்று அல்லது மனிதர்களின் கைவண்ணத் திற்கு அப்பாற்பட்ட வேறு ஏதேனும் ஒரு இயற்கை நிகழ்வாகக் கணித்து, எப்படி ஒருவர் இழிவாகச் சித்தரிப்பாரோ அதே விதத்தில் நடுவழிப்பாதை* அல்லது கண்ணீர்த் தடம்** என்பதையும் இழிவாகச் சித்தரிக்குப்படி விடப்படுகிறார்.

ஆனால், இனம் என்பது இனவாதத்தின் குழந்தையல்ல. அதன் தந்தை. மக்களுக்குப் பெயரிடும் நடைமுறை சமூகப்படிநிலை அமைப்பைப்போல் குடிவழிமரபு மற்றும் உடலமைப்பியல் தொடர்பான விஷயமாக இருக்கவில்லை. தோலின் நிறம் மற்றும் தலைமுடியிலுள்ள வித்தியாசம் பழமையானது. ஆனால், தோலின் நிறமும், தலைமுடியும் முக்கியத்துவம் வாய்ந்தவை என்ற இந்த நம்பிக்கையும், இந்தக் காரணிகள் ஒரு சமூகத்தை சரியாகக்

---

* ஆப்பிரிக்கர்களை அடிமைகளாக ஆக்கி, அவர்களை அட்லாண்டிக் கடல் வழியாக ஆப்பிரிக்காவிலிருந்து அமெரிக்காவிற்குக் கொண்டு சென்ற நீண்ட கடல் பயணம் நடுவழிப்பாதை (Middle Passage) என்று பெயர் பெற்றிருந்தது.

** 1838ஆம் ஆண்டு 16,000 அமெரிக்க இந்தியப் பழங்குடி மக்கள் தங்கள் இருப்பிடத்திலிருந்து வலுக்கட்டாயமாக ஒக்லஹாமா ரிசர்வேசன் பகுதிக்கு அப்புறப்படுத்தப்பட்டார்கள். 1,200 மைல்தூரம் நடத்திச் செல்லப்பட்ட அவர்களில் 4,000க்கும் அதிகமானவர்கள் பட்டினியாலும், நோயாலும், யுத்தங்களாலும் வழியிலேயே இறந்து போயினர். இவர்கள் செரூக்கி பழங்குடி இனத்தைச் சேர்ந்தவர்கள், இந்தச் சம்பவம் கண்ணீர்த் தடம் (Trail of Tears) என்று அழைக்கப்படுகிறது. அமெரிக்காவில் மேற்கொள்ளப்பட்ட இனவெறி நடவடிக்கைகளிலேயே மிகவும் கொடூரமான ஒன்றாக இது கருதப்படுகிறது.

கட்டமைக்கும் என்ற எண்ணமும் ஆழமான இயற்பண்புகளை அடையாளப்படுத்துகின்றன. இவை துடைத்தழிக்க முடியாதவை - இந்தக் கருத்துதான் தங்களை வெள்ளையர்கள் என்று நம்பிக் கொண்டிருக்கும் இந்தப் புதிய மக்களின் மனதில் நம்பிக்கைக்கு இடமற்ற விதத்தில், துயரார்ந்த விதத்தில், ஏமாற்றுகிற விதத்தில் வளர்க்கப்பட்ட புதிய கருத்தாகும்.

இந்தப் புதிய மக்கள் நம்மைப் போலவே ஒரு நவீனக் கண்டு பிடிப்பாக இருக்கிறார்கள். ஆனால், நம்மைப் போலன்றி, அவர்களுடைய புதிய பெயர் குற்றம் செய்யும் ஆற்றலின் இயந்திரப் பொறியிலிருந்து தொடர்பறுத்துக் கொண்டதும், உண்மையானதுமான அர்த்தத்தைப் பெற்றிருக்கவில்லை. இந்தப் புதிய மக்கள் வெள்ளையர்களாக இருந்ததற்கு முன்னால் கத்தோலிக்கர்களாக, கார்சிகர்களாக, வெல்சுகளாக, மென்னோனைட்டுக்களாக, யூதர்களாக இருந்தார்கள். இன்னும் நமது தேசிய நம்பிக்கைகள் அனைத்தும் ஏதேனும் ஒரு நிறைவைத் தருவதாக இருக்குமானால் மீண்டும் வேறு ஏதாவதாகவும் இருக்கப் போகிறார்கள். ஒருவேளை அவர்கள் உண்மையிலேயே அமெரிக்கர்களாக மாறி அவர்களுடைய புராணக் கதைகளுக்கு மேன்மைமிக்க அடிப்படை ஒன்றை உருவாக்குபவர்களாகவும் ஆகிவிடக்கூடும். அதை நான் சொல்ல முடியாது. இப்போதைக்கு பல்வேறுபட்ட பழங்குடிகளையும் கழுவி வெள்ளையாக்கும் செயல்முறையை, வெள்ளையராக இருக்கிறோம் என்ற நம்பிக்கையை உயர்த்திப் பிடிப்பது என்பதை, ஒயினை சுவைப்பதற்காகவும், ஐஸ்கிரீமை சுவைப்பதற்காகவும், கூடி மகிழும் கூட்டங்களின் மூலம் சாதிக்க முடியாது என்றுதான் சொல்ல வேண்டும்; மாறாக, வாழ்க்கை, சுதந்திரம், உழைப்பு மற்றும் நிலத்தைக் கொள்ளையடிப்பதன் மூலமாக, முதுகுத் தோலை உரிப்பதன் மூலமாக, கைகால்களுக்கு விலங்கிடுவதன் மூலமாக, கருத்துவேறுபாடு கொண்டவர்களின் கழுத்தை நெறிப்பதன் மூலமாக, குடும்பங்களை அழிப்பதன் மூலமாக, தாய்மார்களை வன்புணர்ச்சி செய்வதன் மூலமாக, குழந்தைகளை விற்பதன் மூலமாக மற்றும் பல்வேறுபட்ட இன்ன பிற கீழ்த்தரமான செயல்களின் மூலமாக, முதன்மையாகவும், முக்கியமாகவும் நமது சொந்த உடல்களைப் பாதுகாத்து அடக்கி ஆளும் உரிமையை உனக்கும் எனக்கும் மறுப்பதன் மூலமாகவே

அதை சாதிக்க முடியும். இந்தப் புதிய மக்கள் இந்த விஷயத்தில் அசலானவர்களாக இருக்கவில்லை. ஒருவேளை வரலாற்றின் ஏதேனுமொரு புள்ளியில், ஏதேனுமொரு வல்லரசு பிற மனித உடல்களைக் கொடூரமாகச் சுரண்டுவதிலிருந்து விலகியிருப்பதாக இருக்கக்கூடும். அப்படியிருக்குமானால் அப்படிப்பட்ட ஒன்றை இனிமேல்தான் நான் கண்டுபிடிக்க வேண்டும். ஆனால், இந்த வன்முறையின் அற்பத்தனம் அமெரிக்காவை ஒருபோதும் மன்னிப்பதாக இருக்க முடியாது. ஏனெனில் அமெரிக்கா இந்த அற்பத்தனத்துக்கு உரிமை கோருவதில்லை. அமெரிக்கா தன்னை விதிவிலக்கானதாக, இதுவரை இருந்ததிலேயே மகத்தான மேன்மை வாய்ந்த தேசமாக, ஜனநாயகத்தின் வெள்ளை நகரத்திற்கும், பயங்கரவாதிகள், கொடுங்கோலர்கள், காட்டுமிராண்டிகள் மற்றும் நாகரிகத்தின் மற்ற எதிரிகளுக்கும் இடையில் நிற்கும் தனி யொரு வெற்றி வீரனாக நம்பிக்கொண்டிருக்கிறது. ஒருவர் ஆதி மனிதனாக இருப்பதாக உரிமைகோரிக்கொண்டு அதன்பிறகு கொடூரமான தவறு செய்துவிட்டதாக மன்றாட முடியாது. அமெரிக்காவின் விதிவிலக்கான தன்மை குறித்த நமது நாட்டினரின் உரிமைக்கோரிக்கையைத் தீவிரமாக எடுத்துக்கொள்ள வேண்டும் என்ற கருத்தை நான் முன்வைக்கிறேன். இதை, நமது நாட்டை விதிவிலக்கானதொரு அறநியதிக்குக் கீழ்படுத்த வேண்டும் என்ற கருத்தை நான் முன்வைக்கிறேன் என்பதாகவே எடுத்துக்கொள்ள வேண்டும். இது சிரமமானது. ஏனெனில் அமெரிக்காவின் குற்ற மற்ற தன்மையை அதன் முகமதிப்பின் அளவில் ஏற்றுக்கொள்ள வேண்டும். அது குறித்து அதிகம் கேள்விகள் கேட்கக் கூடாது என்று நம்மை வற்புறுத்தும் பொறியமைவு ஒன்று நம்மைச் சுற்றிலும் இருந்து வருகிறது. அத்துடன் பாராமுகமாக இருப்பதும், நமது வரலாற்றின் கனிகளோடு வாழ்வதும், நம் அனைவரின் பெயராலும் இழைக்கப்பட்ட மாபெரும் தீமையைப் புறக்கணிப் பதும் மிகவும் எளிதானது. ஆனால், உனக்கும் எனக்கும் அந்த சொகுசு எப்போதும் இருந்ததில்லை. இது உனக்குத் தெரியு மென்று நினைக்கிறேன்.

உனது பதினைந்தாவது வயதில் உனக்கு நான் எழுதுகிறேன். ஏனென்றால், இந்த ஆண்டில் தான் சிகரெட் விற்றதற்காக எரிக் கார்னர் மூச்சுமுட்டிச் சாவதை நீ பார்த்திருக்கிறாய், ஏனென்றால்,

உதவி கேட்டதற்காக ரெனிஷா மக்பிரைட் சுடப்பட்டதை இப்போதுதான் நீ தெரிந்துகொண்டிருக்கிறாய், பல்பொருள் அங்காடியில் கணினியில் தகவல் தேடிக்கொண்டிருந்ததற்காக ஜான்கிராஃபோர்ட் சுட்டு வீழ்த்தப்பட்டார் என்பதை நீ தெரிந்து கொண்டாய் என்பதால்தான் உனக்கு நான் எழுதுகிறேன். தாங்கள் பாதுகாப்பதாய் உறுதிமொழி எடுத்துக்கொண்ட பன்னிரண்டு வயதுச் சிறுவனான தமீர்ரைசை சீருடையணிந்த மனிதர்கள் அவனருகில் வண்டியோட்டிச் சென்று கொன்றதை நீ பார்த்திருக்கிறாய். அதே சீருடையணிந்த மனிதர்கள் யாரோ ஒருவனின் பாட்டியான மார்லின் பின்னோக்கை ஒரு சாலையோரத்தில் தாக்கியதை நீ பார்த்திருக்கிறாய். உனது நாட்டின் காவல்துறையினரிடம் உனது உடலை அழிப்பதற்கான அதிகாரம் கையளிக்கப்பட்டிருப்பது இதற்கு முன்னால் தெரிந்திருக்கவில்லை என்றாலும் இப்போது உனக்குத் தெரிந்திருக்கும். அந்த அழிவு கெடுவாய்ப்பான, மட்டுமீறிய எதிர்வினையின் விளைவாக இருந்தாலும் அவர்களுக்கு அது ஒரு பொருட்டல்ல. அந்த அழிவு முட்டாள்தனமான ஒரு கொள்கையால் எதிர்பாராதவிதத்தில் தோன்றியதாக இருந்தாலும் அவர்களுக்கு அது ஒருபொருட்டல்ல. உரிய அனுமதியில்லாமல் சிகரெட் விற்றால் உன் உடல் அழிக்கப் படலாம். உன் உடலைப் பொறியிலடைக்க முயற்சி செய்யும் மக்களை நீ வெறுத்தால் அந்த உடல் அழிக்கப்படலாம். கீழ்த்தளத் திற்குச் செல்லும் இருண்ட படிக்கட்டில் திரும்பினால் உனது உடல் அழிக்கப்படலாம். அழிப்பவர்கள் அவர்களுடைய செயலுக்கு அரிதாகவே பொறுப்பாக்கப்படப்போகிறார்கள். அவர்கள் பெரும் பாலும் ஓய்வூதியங்களைத்தான் பெறப்போகிறார்கள். அழித்தல் என்பது ஆதிக்கம் செலுத்துவதன் மிக உச்சமான வடிவம். மறைத்து வைக்கப்பட்டுள்ள ஆயுதங்கள், போதைப் பொருட்கள் முதலிய வற்றைத் தேடுவதற்காக ஒருவர் உடலைச் சோதனையிடுதல், சிறை வைத்தல், அடித்து நொறுக்குதல், அவமானப்படுத்துதல் உள்ளிட்டவை அதன் சிறப்புரிமைகள். கறுப்பின மக்களுக்கு இவையனைத்தும் வழக்கமாக நிகழ்பவை. கறுப்பின மக்களுக்கு இவையனைத்தும் பல காலமாக நீடித்திருப்பவை. இதற்கு யாரும் பொறுப்பாக்கப்படுவதில்லை.

அழிவு வேலையில் ஈடுபடும் இவர்களிடமோ அல்லது இந்தக் கணத்திலேயோகூடத் தனித்துவமான தீமையென்று எதுவுமில்லை.

அழிவு வேலைகளில் ஈடுபடும் இவர்கள் வெறுமனே நமது நாட்டின் தன்னியல்பான விருப்பங்களை வலுக்கட்டாயமாக நிறைவேற்றுகிறார்கள். அதன் பாரம்பரியத்தை, மரபுரிமையான பண்பைச் சரியாக விளக்குபவர்களாக இருக்கிறார்கள். இதை எதிர் கொள்வது மிகவும் கடினமானது. ஆனால், நாம் பயன்படுத்தும் சொற்றொடர்கள் அனைத்தும் - இனஉறவுகள், இனஉணர்வு களுக்கிடையே உள்ள வேறுபாடு, இனநீதி, சமூகநீதி, இனம் குறித்த விவர அறிக்கை, வெள்ளையர்களுக்கான முன்னுரிமை, இன்னும் வெள்ளை மேலாதிக்கமென்னும் சொற்றொடரும்கூட - இனவாதம் மூளை, இதயம், மற்றும் உடல் உறுப்புகள் சார்ந்த அனுபவம் என்பதைத் தெளிவற்றதாக ஆக்கிவிடுகிறது. இனவாதம் மூளையைக் கலைத்துவிடுகிறது, மூச்சுக் காற்றின் பாதையை அடைத்துவிடுகிறது, தசையைப் பிய்த்தெறிகிறது, உடலுறுப்புகளைப் பிடுங்கியெறிகிறது, எலும்பை நொறுக்குகிறது, பற்களை உடைக் கிறது என்பதைத் தெளிவற்றதாக ஆக்கிவிடுகிறது. இதனிடமிருந்து நீ முகத்தைத் திருப்பிக்கொள்ள முடியாது. சமூகவியல், வரலாறு, பொருளாதாரம், வரைகட்டங்கள், விளக்கவரைபடங்கள், பின் னடைவுகள் எல்லாம் மாபெரும் வன்முறையோடு உடலின் மீது தரையிறங்குகின்றன என்பதை நீ எப்போதும் நினைவில் கொள்ள வேண்டும்.

அந்த ஞாயிற்றுக்கிழமை அந்த நிகழ்ச்சி அமைப்பாளருடன், அந்தச் செய்திக் காட்சியில் கொடுக்கப்பட்ட நேரத்திற்குள் என்னால் முடிந்த அளவுக்கு இதைத் தெளிவாக விளக்குவதற்கு நான் முயற்சி செய்தேன். ஆனால், அந்தக் காட்சியின் முடிவில் வெள்ளையினத்தைச் சேர்ந்த காவல்துறை அதிகாரி ஒருவரை பதினொரு வயது கறுப்பினச் சிறுவன் கண்ணீர் மல்கக் கட்டி யணைத்திருக்கும், மிகப் பரவலாகப் பகிர்ந்துகொள்ளப்பட்ட ஒரு படத்தை நிகழ்ச்சி அமைப்பாளர் தொலைக்காட்சித் திரையில் பளிச்சிடச் செய்தார். அதன்பிறகு அந்தப் பெண் "நம்பிக்கை" குறித்து என்னிடம் வினவினார். அப்போதுதான் நான் தோற்றுப் போனேன் என்பதைத் தெரிந்துகொண்டேன். அத்துடன் நான் தோல்வியை எதிர்பார்த்தேன் என்பதையும் நான் நினைவுகூர்ந் தேன். என்னுள் ஊற்றெடுத்த தெளிவற்ற மனவருத்தம் குறித்து நான் வியப்படைந்தேன். நான் மனவருத்தம் அடைந்ததற்கு

சரியான காரணம் என்ன? நிலையத்திலிருந்து வெளிவந்து சிறிது நேரம் நடந்தேன். அது ஓர் அமைதியான டிசம்பர் நாள். தம்மை வெள்ளையர் என்று நம்பிக்கொண்டிருக்கும் குடும்பங்கள் தெருக் களில் நடமாடிக்கொண்டிருந்தன. வெள்ளையர்களாக வளர்க்கப் படவிருக்கும் குழந்தைகள் அவற்றுக்கான தள்ளுவண்டிகளில் பொதிந்து வைக்கப்பட்டிருந்தனர். அந்த நிகழ்ச்சி அமைப்பாளருக் காக நான் எவ்வளவு மனவருத்தம் அடைந்தேனோ அதே அள விற்கு இந்த மக்களுக்காகவும் மனவருத்தம் அடைந்தேன். அந்தத் தொலைக்காட்சி நிகழ்ச்சியைக் கூர்ந்து கவனித்துக்கொண்டும், பொய்யான ஒரு நம்பிக்கையில் திளைத்துக்கொண்டுமிருக்கும் மக்கள் அனைவருக்காகவும் மனவருத்தம் அடைந்தேன். அதன் பிறகு நான் ஏன் மனவருத்தப்பட்டேன் என்பதை உணர்ந்து கொண்டேன். பத்திரிக்கையாளரான அந்தப் பெண் என் உடலைப் பற்றிக் கேள்வி கேட்டபோது அது மிக இனிமையான ஒரு கனவி லிருந்து தன்னை விழித்தெழச் செய்வதற்காக அவர் கேட்டதுபோல் இருந்தது. அந்தப் பெருங்கனவை என் வாழ்நாள் முழுவதும் நான் பார்த்திருக்கிறேன். அது மனதிற்கினிய புல்வெளிகளைக் கொண்ட முழுநிறைவான இல்லங்களாக இருக்கும். அது நினைவுநாள் சமையல்களாக, குடியிருப்பு வளாகங்களின் ஒன்றுகூடுதல்களாக, மற்றும் வண்டியை ஓட்டிச் செல்லும் பாதைகளாக இருக்கும். அந்தப் பெருங்கனவு மர வீடுகளாகவும், சிறுவர் சாரணர் படையாகவும் இருக்கும். அந்தப் பெருங்கனவு பெப்பர்மிண்ட் இனிப்பின் வாசனையுடன் ஆனால், ஸ்ட்ராபெரி கேக் போன்ற சுவையுடன் இருக்கும். என் நாட்டை ஒரு போர்வையைப்போல் என் தலைமீது போர்த்திக்கொள்ளவும், அந்தப் பெருங்கனவினுள் தப்பிச் சென்று விடவும் விரும்பியவனாகவே நீண்டகாலம் நான் இருந்தேன். ஏனெனில், அந்தப் பெருங்கனவு நமது உடல்களி லிருந்து உருவாக்கப்பட்ட படுக்கையாக நமது முதுகுகளின் மேல் கிடக்கிறது, இதை அறிந்துகொண்டதும், அந்தப் பெருங்கனவு அறியப்பட்ட உலகத்தோடு போரிட்டுக்கொண்டேயிருப்பதில் விடாப்பிடியாக இருக்கிறது என்பதை அறிந்துகொண்டதும், அந்த நிகழ்ச்சி அமைப்பாளருக்காக நான் மனவருத்தம் அடைந்தேன்; அந்தக் குடும்பங்கள் அனைத்திற்காகவும் நான் மனவருத்தம் அடைந்தேன்; என் நாட்டிற்காக நான் மனவருத்தம் அடைந்தேன்.

ஆனால், எல்லாவற்றிற்கும் மேலாக, உனக்காக நான் மனவருத்தம் அடைந்தேன். மைக்கேல் பிரவுனைக் கொன்றவர்கள் தண்டனை யிலிருந்து தப்பப்போகிறார்கள் என்று அந்த வாரத்தில்தான் நீ தெரிந்துகொண்டாய். தங்களுடைய தடுக்கமுடியாத அதிகார ஆற்றல் என்றென்றும் தண்டிக்கப்படப்போவதில்லை என்பதை அச்சுறுத்தும் வகையில் பிரகடனம் செய்வதுபோல் அந்த மனிதர்கள் மைக்கேல் பிரவுனின் உடலை வீதியில் விட்டுச் சென்றார்கள். யாரேனும், எப்போதேனும் தண்டிக்கப்பட வேண்டும் என்பது என் எதிர்ப்பார்ப்பல்ல. ஆனால், நீ இளைஞனாக இருக்கிறாய், இன்னும் நம்பிக்கை கொண்டவனாக இருக்கிறாய். அன்றிரவு பதினொருமணிவரை நீ விழித்திருந்தாய். குற்றவாளிகள் மீதான குற்றப்பத்திரிக்கை குறித்த அறிவிப்புக்காக காத்திருந்தாய். அதற்கு மாறாக அப்படி யாருமில்லை என்று அறிவிக்கப்பட்டபோது, நீ சொன்னாய், "நான் போக வேண்டும்." நீ உன் அறைக்குள் சென்றாய், நீ அழுதுகொண்டிருப்பதை நான் செவிமடுத்தேன். ஐந்து நிமிடங்களுக்குப் பிறகு நான் உள்ளே வந்தேன். நான் உன்னைத் தழுவிக்கொள்ளவில்லை, உனக்கு ஆறுதல் சொல்ல வில்லை. ஏனென்றால், உனக்கு ஆறுதல் சொல்வது தவறாகப் போய்விடும் என்று நான் நினைத்தேன். இது சரியாகிவிடும் என்று நான் உனக்குச் சொல்லவில்லை. ஏனெனில், இது சரியாகிவிடும் என்று நான் எப்போதும் நம்பியதில்லை. உன் தாத்தாவும், பாட்டியும் என்னிடம் என்ன சொன்னார்களோ அதைத்தான் நான் உன் னிடம் சொல்கிறேன்: இது உன்னுடைய நாடு என்பதும், இது உன்னுடைய உடல் என்பதும், இவை அனைத்தினுள்ளும் வாழ் வதற்கு ஏதேனுமொரு ஒரு வழியை நீ கண்டுபிடித்தாக வேண்டும் என்பதும்தான் அது. பெருங்கனவில் தன்னை இழந்து நிற்கும் ஒரு நாட்டில், ஒரு கறுப்பு உடலின் அகத்தே எப்படி வாழ வேண்டும் என்ற கேள்வியே என் வாழ்க்கையின் கேள்வி என்பதையும், அந்தக் கேள்வியைத் துரத்திச் செல்வதே அதற்கு அதனளவில் முழு முற்றாக விடையளிப்பதாக இருக்கும் என்றும் நான் கண்டு கொண்டேன் என்பதையும் இப்போது உனக்குச் சொல்கிறேன்.

இது உனக்கு வினோதமானதாகத் தோன்றும். "இலக்கைச் சார்ந்து நிற்கும்" ஒரு யுகத்தில் நாம் வாழ்ந்துவருகிறோம். நமது ஊடக சொற்றொகுதி பரபரப்பாக மேற்கொள்ளப்படும் நட வடிக்கைகள், பெரிய கருத்தாக்கங்கள், எல்லாவற்றையும் பற்றிய

மகத்தான கொள்கைகள் நிறைந்தது. ஆனால், சிறிது காலத்திற்கு முன்னதாகவே இந்த வடிவங்கள் அனைத்தின் மாயாஜாலத்தையும் நான் நிராகரித்துவிட்டேன். மறுஉலக வாழ்க்கை குறித்த கருத்து களால் என்றைக்கும் என்னை ஆறுதல்படுத்த முயற்சி செய்யாத வர்களும், முன்னதாக வகுத்தமைத்த அமெரிக்காவின் மங்காப் புகழ்ஒளி குறித்து ஐயுறவு கொண்டவர்களுமான உன் தாத்தா பாட்டியிடமிருந்து கிடைத்த வரம்தான் இந்த நிராகரிப்பு. வரலாறு மற்றும் எனது முழுமுற்றான நோக்கத்தின் உண்மைநிலை ஆகிய இரண்டின் ஒழுங்கின்மைகளையும் ஏற்றுக்கொண்டதன் மூலம் நான் எப்படி வாழ விரும்புகிறேன் - தனிச்சிறப்பான விதத்தில் இந்த கறுப்பு உடலின் அகத்தே நான் எப்படி சுதந்திரமாக வாழ்வேன்? - என்பது குறித்து ஆழ்ந்து சிந்திப்பதற்குச் சுதந்திர முடையவனாக நான் இருந்தேன். இது முனைப்பான ஒரு கேள்வி. ஏனெனில், அமெரிக்கா தன்னைத் தானே கடவுளின் கைவேலைப் பாடு என்று புரிந்துகொண்டிருக்கிறது. ஆனால், அது மனிதனின் கைவேலைப்பாடு என்பதற்கு கறுப்பு உடல் ஆதாரமாக உள்ளது. எனது படிப்பு மற்றும் எழுத்துகளின் ஊடாகவும், எனது இளமைக் கால இசையின் ஊடாகவும், உன் தாத்தாவுடனும், உன் பாட்டி யுடனும், உன் அத்தை ஜனாயுடனும், உன் மாமா பென்னுடனு மான விவாதங்களினூடாகவும் இந்தக் கேள்வியை நான் கேட் டேன். தேசியப்புராணிகங்களிலும், வகுப்பறைகளிலும், வெளியே தெருக்களிலும், பிற கண்டங்களிலும், இதற்கான பதில்களை நான் தேடினேன். இந்தக் கேள்வி பதிலளிக்க முடியாததாக இருக்கிறது. இப்படிச் சொல்வது இதை அற்பமானது என்று சொல்வதாக ஆகாது. இந்த இடைவிடாத விசாரணைக்கான, எனது நாட்டின் கொடிய முரட்டுத்தனத்தை எதிர்கொண்டதற்கான மாபெரும் பரிசு, அது என்னை பேய்களிடமிருந்து விடுவிடுத்ததும், உடலி லிருந்து உயிரைப் பிரிக்கும் கலப்பற்ற பயங்கரத்திற்கு எதிராக என்னை வரிந்துகட்டிக்கொண்டு செயலாற்றச் செய்ததும்தான்.

நான் அஞ்சினேன், நீ என்னை விட்டு நீங்கியபோதெல்லாம் அந்த அச்சத்தை நான் தீவிரமாக உணர்ந்தேன். ஆனால், உனக்கு முன்பிருந்தே நான் அச்சத்திலிருந்தேன். இதில் நான் அசலற்றவனாகவே இருந்தேன். நான் உன் வயதினனாக இருந்த போது, எனக்குத் தெரிந்திருந்த ஒரே மக்கள் கறுப்பின மக்கள்

மட்டும்தான். அவர்கள் எல்லோருமே ஆற்றல்மிக்க விதத்தில், விடாப்பிடியான விதத்தில், அபாயகரமான விதத்தில் அச்சத்திற்கு ஆட்பட்டவர்களாக இருந்தார்கள். என் இளம்பருவ வாழ்க்கை முழுவதும் இதை நான் பார்த்தேன். இதை நான் எப்போதும் அப்படிப்பட்டதாக மட்டுமே அடையாளம் காணவில்லை என்ற போதிலும்கூட.

அது எப்போதும் என் முன்னாலேயே இருந்தது. எனக்கு அக்கம்பக்கத்திலுள்ள ஊதாரிப் பையன்களிடம் அந்த அச்சம் இருந்தது. அது அவர்களுடைய பெரிய மோதிரங்களிலும், பதக்கங்களிலும், அவர்களுடைய புடைத்த மேற்சட்டைகளிலும், மென்மயிர் தோல் கழுத்துப்பட்டை கொண்ட முழுநீளத் தோலாடைகளிலும் இருந்தது. அது உலகத்துக்கெதிரான அவர்களுடைய கவசமாக இருந்தது. டுவின் ஓக் மற்றும் லிபெர்டி மூலையில் அல்லது கோல்ட் ஸ்பிரிங் மற்றும் பார்க் ஹைட்ஸ்ஸில் அல்லது மொண்டாமின் மாலில் ரஸ்ஸல் கம்பளிச் சட்டைகளில் கைகளைப் புதைத்தபடி அவர்கள் நின்றுகொண்டிருப்பார்கள். இப்போது அந்தப் பையன்களைப் பின்னோக்கி நினைத்துப் பார்க்கிறேன். நான் பார்ப்பதெல்லாம் அச்சத்தை மட்டும்தான். நான் பார்ப்பதெல்லாம் கறுப்பு உடலின் அங்கங்கள் தீக்கிரையாக்கப்பட்டு, பிறகு வெட்டியெறியப்படுவதற்காக மிஸ்ஸிஸிப்பி கும்பல் அவர்களுடைய பாட்டனார்களைச் சுற்றிவளைத்த போதான, மோசமான, அந்தப் பழைய நாட்களின் நிழலுருவங்களுக்குகெதிராக அவர்கள் வரிந்துகட்டிக்கொண்டு வந்ததைத்தான். அவர்களுடைய பயிற்சிபெற்ற துள்ளாட்டத்தில், அவர்களுடைய பெரிய டீ-சர்டுகளில், அவர்களுடைய தொய்வான டெனிம் ஆடைகளில், திட்டமான கோணத்தில் அணியப்படும் அவர்களுடைய பேஸ்பால் தொப்பிகளில் இந்தப் பையன்கள் தாங்கள் விரும்பியதையெல்லாம் உடைமையாகப் பெற்றிருப்பவர்கள் என்ற நம்பிக்கையைத் தூண்டுவதற்கு வசதியாக இருக்கக்கூடிய அவர்களுடைய நடையுடைகள் குறித்த ஒரு பட்டியலில் அந்த அச்சம் குடிகொண்டிருந்தது.

அவர்களுடைய போர் நடைமுறைகளில் நான் அதைப் பார்த்திருக்கிறேன். எனக்கு ஐந்து வயதுகூட ஆகியிருக்காதபோது, வுட்புரூக் அவென்யூவிலுள்ள எனது வீட்டின் முன்படிக்கட்டுகளில்

அமர்ந்தபடி, சட்டை அணியாத இரண்டு பையன்கள் நெருங்கி நின்று தோள்களைப் பிடித்து ஒருவரையொருவர் கீழே வீழ்த்தச் சுற்றிச்சுற்றி வருவதைக் கவனித்துக்கொண்டிருந்தேன். அதன் பிறகே தெருச்சண்டைக்கென மாறாத ஒரு சடங்குமுறை இருக் கிறது என்பதையும், விதிமுறைகளும் துணை விதிகளும் இருக் கின்றன என்பதையும், அவற்றின் அவசியத் தேவையே பதின் பருவ கறுப்பு உடல்களின் முழுமுற்றான பாதுகாப்பின்மையை வெளிக்காட்டுவதாக இருக்கிறது என்பதையும் தெரிந்துகொண் டேன். இரைச்சல் மிக்க பெட்டி ஒலிபெருக்கிகளிலிருந்து விரைந்து வெளியாகி, ஓங்கி ஒலித்த, மகத்தான தற்பெருமையும் கடுங்காற்றும் நிறைந்த இசையான, எனக்கு எப்போதும் தெரிந் திருந்த அந்த முதல் இசையில் அந்த அச்சத்தை நான் செவிமடுத் தேன். பார்க் ஹைட்ஸிலுள்ள காரிசன் அல்லது லிபர்டியில் தலை நிமிர்ந்து நிற்பவர்களான அந்தப் பையன்கள் இந்த இசையை நேசிக்கிறார்கள். ஏனெனில், அனைத்து ஆதாரங்களுக்கும் சாத் தியக் கூறுகளுக்கும் மாறாக, தங்களுடைய சொந்த வாழ்க்கை களுக்கும், தங்களுடைய சொந்தத் தெருக்களுக்கும், தங்களுடைய சொந்த உடல்களுக்கும் தாங்களே எஜமானர்கள் என்று அது அவர்களிடம் கூறுகிறது. இளம் பெண்களிடம், அவர்களுடைய உரத்த சிரிப்பில், அவர்களுடைய பெயரை மும்முறை அறிவிக்கக் கூடிய மூங்கில்களாலான, முலாம் பூசிய அவர்களுடைய காது வளையங்களில் அதை நான் பார்த்தேன். அவர்களுடைய முரட்டுத் தனமான பேச்சாலும், கோபமான பார்வையாலும், அவர்கள் தங்கள் கண்களைக்கொண்டு உங்களை எப்படித் தடுத்து நிறுத்தினார்கள் என்றும், அத்துமீறி விளையாடும் பாவச்செயலிற் காக தங்கள் வார்த்தைகளைக்கொண்டு அவர்கள் உங்களை எப்படி நிர்மூலம் செய்தார்கள் என்றும் நான் பார்த்தேன். "என் பெயரை உன் வாயால் சொல்லாதே" என்று அவர்கள் சொல்வார்கள். பள்ளி விட்ட பிறகு வாஸலின் பூசிக்கொண்டு, காது வளையங் களைக் கழற்றிவிட்டு, ரீபோக் காலணிகளை அணிந்துகொண்டு, குத்துச்சண்டை வீரர்களைப்போல் நிலையெடுத்து முன்சென்று ஒருவர் மேல் ஒருவர் எப்படித் தாவுகிறார்கள் என்பதையும் நான் பார்த்தேன்.

ஃபிலடெல்பியாவிலுள்ள என்னுடைய நாநாவின் வீட்டுக்குச் செல்லும்போது அந்த அச்சத்தை நான் உணர்ந்தேன். உனக்கு அவரைத் தெரியவே தெரியாது. எனக்கும் அவரை அவ்வளவாகத் தெரியாது. ஆனால், மற்றவர்களிடம் கடுமையாக நடந்துகொள்ளும் அவரது போக்கும், அவரது முரட்டுக்குரலும் எனக்கு நினைவிருக்கிறது. அத்துடன் என் அப்பாவின் அப்பா இறந்தார். என் மாமா ஆஸ்கார் இறந்தார். என் மாமா டேவிட் இறந்தார். இந்தச் சம்பவங்கள் ஒவ்வொன்றும் இயற்கைக்கு மாறானவை. உன்னை நேசித்த, உனக்கு அறிவுரை கூறிய, உன்னைக் கவனித்துக்கொள்வதற்காகப் பிறருக்குத் தெரியாமல் எனக்குப் பணம் கொடுத்துதவிய என் சொந்த அப்பாவிடம் அதை நான் பார்த்தேன். என் அப்பா மிகமிக அஞ்சியவராக இருந்தார். அவருடைய இடுப்புக்கச்சையின் சொடுக்கில் அதை நான் உணர்ந்தேன். கோபத்தைவிடவும் கவலையுடன்தான் அதை அவர் பயன்படுத்தினார். என்னை யாரேனும் கவர்ந்துசென்று விடுவார்கள் என்பதுபோல் என் அப்பா என்னை அடித்தார். ஏனெனில், நம்மைச் சுற்றிலும் தவறாமல் அதுதான் நடந்து கொண்டிருந்தது. வீதிகளுக்கு, சிறைகளுக்கு, போதைமருந்துக்கு, துப்பாக்கிகளுக்கு என ஏதோவொரு விதத்தில் ஒவ்வொருவரும் ஒரு குழந்தையை இழந்தவர்களாக இருந்தார்கள். இழந்து நின்ற இந்த இளம் பெண்கள் ஒரு ஈக்குக்கூடத் தீங்கு செய்யாதவர்கள் என்று சொல்லப்பட்டது. இழக்கப்பட்டவர்களான இந்தப் பையன்கள் அப்போதுதான் பொதுக்கல்வி வளர்ச்சிச் சான்றிதழ் ஒன்றைப் பெற்று, தங்கள் வாழ்க்கையை மாற்றியமைக்கத் தொடங்கியவர்கள் என்று சொல்லப்பட்டது. இப்போது அவர்கள் இல்லை. அவர்கள் விட்டுச்சென்ற மரபுச்சொத்து மகத்தானதோர் அச்சம்.

இந்தக் கதையை அவர்கள் உன்னிடம் சொன்னார்களா? உன் பாட்டிக்குப் பதினாறு வயதாக இருந்தபோது அவர் வீட்டுக் கதவை ஓர் இளைஞன் தட்டினான். அந்த இளைஞன் உன்னுடைய நாநா ஜோவின் நண்பன். வீட்டில் வேறு யாரும் இல்லை. உன்னுடைய நாநா ஜோ திரும்பி வரும்வரை அந்த இளைஞன் உட்கார்ந்து காத்திருப்பதற்குப் பாட்டி அனுமதித்தாள். ஆனால், அங்கே உன் பாட்டியின் அம்மா முதலில் வந்துசேர்ந்தார். அவர் அந்த இளைஞனை அங்கிருந்து போய்விடும்படி கேட்டுக்கொண்டார்.

பிறகு எவ்வளவு எளிதாக அவர் தன் உடலை இழக்க நேரிடும் என்பதை உன் பாட்டி மறக்காமல் இருக்க வேண்டும் என்பதற்காக அவர் உன் பாட்டியை அடித்து நொறுக்கினார். அதுதான் கடைசி முறை. பாட்டி அதை என்றென்றும் மறக்கவில்லை. நாங்கள் தெருவைக் கடக்கையில் அவர் என் சிறு கையை இறுகப் பற்றிக் கொண்டிருந்ததை நான் நினைத்துப் பார்க்கிறேன். எப்போதாவது அவருடைய கையைவிட்டு விரைந்து வரும் காரில் நான் அடிபட்டு கொல்லப்பட்டால் என்னைத் திரும்ப உயிர் வரும்வரை அடித்து நொறுக்கிவிடப்போவதாக அவர் சொல்வார். எனக்கு ஆறு வயதாக இருக்கும்போது அப்பாவும், அம்மாவும் என்னை உள்ளூர் பூங்கா ஒன்றுக்கு அழைத்துச் சென்றார்கள். அவர்களுடைய பார்வை யிலிருந்து நழுவிச்சென்று ஒரு விளையாட்டுத் திடலை நான் கண்டேன், உன் தாத்தாவும், பாட்டியும் என்னைத் தேடுவதில் சில நிமிடங்களைக் கவலையோடு கழித்தனர். அவர்கள் என்னைக் கண்டுபிடித்ததும் எனக்குத் தெரிந்த எல்லா பெற்றோர்களும் என்ன செய்வார்களோ அதையேதான் அவர்களும் செய்தார்கள். தனது இடுப்புக்கச்சையை அவர் எடுத்தார். குற்றத்திற்கும் தண்ட னைக்கும் தூர விலகி, அச்சத்திற்கு ஆட்பட்டு, ஒருவகையான குழப்பநிலையில் அவர் இருந்ததை நான் கவனித்தேன் என்பதை நினைவுபடுத்திக்கொள்கிறேன். பிறகு, 'அவனை நான் அடிக்க வேண்டும் அல்லது போலீஸ் அடிக்க வேண்டும்' - என்று கூறும் என் அப்பாவின் குரல் என் காதில் விழுந்தது. ஒருவேளை அது என்னைக் காப்பாற்றியிருக்கலாம். காப்பாற்றாமலும் போயிருக் கலாம். எனக்குத் தெரிந்ததெல்லாம் நெருப்பிலிருந்து புகை எழுவது போல் அச்சத்திலிருந்து எழுந்த வன்முறைதான். அத்துடன் அந்த வன்முறை, அச்சத்தாலும், நேசத்தாலும் மேற்கொள்ளப்பட்டதாக இருந்தாலும்கூட அது எச்சரிக்கை மணியாக ஒலிக்கிறதா அல்லது வெளிவரும்போதே நம்மை மூச்சடைக்கச் செய்துவிடுகிறதா என்று என்னால் சொல்ல முடியவில்லை. எனக்குத் தெரிந்தது என்ன வென்றால் துடுக்காக நடந்துகொள்ளும் பதின்பருவப் பையன்களை அடித்து நொறுக்கும் தந்தையர்கள் பிறகு அவர்களுடைய பையன் களை அந்தப் பையன்கள் வேலை செய்யும் இடங்களான வீதி களுக்கே விட்டுக்கொடுத்துவிடுகிறார்கள். அந்த இடங்களின் நீதிக்கே கட்டுப்படும்படி விட்டுவிடுகிறார்கள். தங்களுடைய

பெண்களை இடுப்புக்கச்சையால் அடிக்கும் தாய்மார்களால் அந்தப் பெண்களைவிட இரு மடங்கு வயதான போதைமருந்து வியாபாரிகளிடமிருந்து அவர்களைக் காப்பாற்ற முடிவதில்லை. குழந்தைகளான நாங்கள் இதைச் சமாளிக்க எங்களுடைய வெறுப்பு கலந்த நகைச்சுவையைப் பயன்படுத்தினோம். துளையிடப்பட்ட பெட்டிகளில் கூடைப்பந்தைப் போட்டு விளையாடும் சந்து முனையில் நின்றுகொண்டு, ஐந்தாம் வகுப்பின் அனைத்து குழந்தை களின் முன்னிலையில் தன் தாயிடம் கடுமையாக அடி வாங்கிய பையனை நாங்கள் கேலி செய்தோம். ஐந்தாம் எண் பேருந்தில் அமர்ந்து, கேபிள் வயர், இணைப்புக்கம்பி, சமையல் பாத்திரங்கள் என கைக்குக் கிடைக்கும் எதை வேண்டுமானாலும் அடிப்பதற்கு எடுத்துக்கொள்வதாகத் தெரியவந்த ஏதோவொரு தாயின் பெண்ணை ஏளனம் செய்து சிரித்தபடி நகரின் மையம் நோக்கிச் சென்றோம். நாங்கள் சிரித்தோம். ஆனால், நாங்கள் மிகவும் நேசித்தவர்களைக் குறித்து நாங்கள் அச்சத்தில் ஆழ்ந்திருந்தோம் என்று எனக்குத் தெரியும். கொள்ளைநோய் ஆண்டுகளில் தன்னைத் தானே கசையால் அடித்துக்கொள்ளும் கசை நோன்பாளர்கள் கசையிடம் புகலடைந்த விதமாக எங்கள் பெற்றோர் கசையிடம் புகலடைந்தார்கள்.

என் இளமைக் காலத்தில் பால்டிமோரில் கறுப்பராக இருக்க வேண்டுமென்றால், உலகின் நாற்பெரும் இயற்கை ஆற்றல்களின் முன்னால், துப்பாக்கிகள், கைமுட்டிகள், கத்திகள், போதைமருந்து, வன்புணர்ச்சி, நோய் ஆகிய அனைத்தின் முன்னால் நிர்வாணமாக நிற்கக்கூடியவராக இருக்க வேண்டும். இந்த நிர்வாணம் தவறான தல்ல, நோய்க்குறியுமல்ல. இந்த நிர்வாணம் சரியானது, கொள் கையின் செயல்நோக்கம்கொண்ட விளைவு. நூற்றாண்டுக் கணக்கில் அச்சத்தின்கீழ் வாழ நிர்ப்பந்திக்கப்பட்ட மக்களின் முன் அனுமானிக்கத்தக்க செயல்முறையின் இறுதி விளைவு. சட் டம் நம்மைப் பாதுகாக்கவில்லை. இப்போது, உங்கள் காலத்தில், உங்களைத் தடுத்து நிறுத்துவதற்கும், சோதனை செய்வதற்குமான, சொல்லப்போனால், உங்களின் உடலின் மீதான தாக்குதலை இன்னும் மிகுதிப்படுத்துவதற்கான ஒரு சாக்குப்போக்காக அது மாறிவிட்டது. ஆனால், மக்களில் சிலரை மட்டும் பள்ளிகளின் வலைப்பின்னல், அரசாங்க உதவியுடனான வீட்டுக்கடன் மற்றும்

மூதாதையரின் செல்வம் ஆகியவற்றின் மூலமாகப் பாதுகாக்கும் ஒரு சமூகம், அதற்கு மாறாக உன்னை குற்ற நீதிமுறையின் குண்டாந்தடி மூலமாக மட்டுமே பாதுகாக்க முடிகிறது என்றால், அது தனது நல்ல நோக்கங்களை வலுக்கட்டாயமாகக் செயல்படுத்தத் தவறியுள்ளது அல்லது மிகவும் தீமை வாய்ந்த எதையோ செயல் படுத்துவதில் வெற்றியடைந்துள்ளது. நீ அதை எப்படி அழைத்தாலும் உலகின் குற்றச்சக்திகளின் முன்னால் நமது பலவீனத்தின் விளைவாகத்தான் அது இருந்தது. அந்தச் சக்திகளின் முகவராக இருப்பது வெள்ளையரா அல்லது கறுப்பரா என்பதல்ல பிரச்சினை. பிரச்சினையாக இருப்பது நமது நிலைமைதான். பிரச்சினையாக இருப்பது உனது உடலை அடக்கி ஒடுக்கக்கூடியதாக ஆக்கியிருக்கும் அமைப்புதான்.

என் வாழ்க்கைப் போக்கில் கட்டவிழ்த்து விடப்பட்ட வரிசைக் கிரமமான மாபெரும் மாறுதல்கள் இந்தச் சக்திகளின் மாபெரும் வெளிப்பாடாகும். மாற்றங்கள் இன்னும் கட்டவிழ்த்து விடப் பட்டுக்கொண்டிருக்கின்றன. அத்துடன் அவை நான் சாகும்வரை தொடரப்போவதாக இருக்கப்போகின்றன, எனக்குப் பதினொரு வயதாக இருந்தபோது வெளியே வாகனங்கள் நிறுத்துமிடத்தில் 7 - லெவன் கடைக்கு முன்னால் நின்றுகொண்டு, வீதியோரத்தில் நின்று கொண்டிருந்த பெரிய பையன்களின் கூட்டமொன்றைக் கவனித்துக்கொண்டிருந்தேன். அவர்கள் கத்திக்கொண்டும் சாடை காட்டிக்கொண்டும் இருந்தார்கள்... யாரைப் பார்த்து..? துணிவுடன் கைகளை வீசியபடி, ஏறத்தாழப் புன்னகை புரிந்தவாறு அங்கே நின்றுகொண்டிருந்த என்னைப் போன்ற ஓர் இளஞ் சிறுவனைப் பார்த்து. ஏற்கனவே அவன் கற்றிருந்த பாடத்தை அவன் அன்று எனக்குக் கற்றுத்தர இருந்தான்: அதாவது அவனுடைய உடல் தொடர்ச்சியாக இடர்பாட்டுக்குள்ளாவதாக இருந்தது. அந்த அறிவை அவனுக்குக் கொடுத்தது யார் என்று யாருக்குத் தெரியும்? செயல்திட்டங்கள், குடிகாரனான ஒரு மாற்றாந் தந்தை, போலீஸால் நெருக்குதலுக்குட்பட்ட ஓர் அண்ணன், நகரச்சிறையில் அடைக்கப் பட்டுள்ள ஒன்றுவிட்ட சகோதரன் என யாராகவும் இருக்கலாம். அவனைவிட மற்றவர்கள் எண்ணிக்கையில் விஞ்சியிருந்தார்கள் என்பது ஒரு பொருட்டல்ல. ஏனெனில், நீண்டகாலத்துக்கு முன்னதாகவே முழு உலகமும் அவனைவிட எண்ணிக்கையில் விஞ்சியதாக

ஆகிவிட்டது. எண்கள் ஒரு பொருட்டா என்ன? இது அவனுடைய உடலை உரிமைகொள்வதற்கான போர். இது அவனுடைய முழு வாழ்க்கைக்குமான போராக இருக்கப்போகிறது.

அந்தப் பெரிய பையன்களின் புதிய பாணியிலான அழகிய உணர்ச்சிவேகத்தைக் கண்டு, திகைப்புற்று, சில விநாடிகள் அங்கே நான் நின்றிருந்தேன். அவர்கள் அனைவரும் பனிச்சறுக்கு மேலங்கி அணிந்திருந்தார்கள். என் காலத்தில் தாய்மார்கள் இவற்றை செப்டம்பர் மாதத்தில் அணிவதற்கென ஒதுக்கிவைப்பார்கள். பிறகு கிறிஸ்மஸுக்கு அணிவதற்குத் தயாராக இருக்கும்படி மற்ற நேரங்களில் அவற்றை மடித்துவைத்து விடுவார்கள். நீண்ட தலையும், சிறு கண்களும்கொண்ட, வெளிறிய தோலுடைய ஒரு பையன்மேல் என் கவனம் குவிந்தது. எனக்குப் பக்கத்தில் நின் றிருந்த ஒரு பையனை சிடுசிடுப்பாகப் பார்த்துக்கொண்டிருந்தான் அவன். அது பிற்பகல் மூன்று மணிக்குச் சற்று முன்னான நேரம். நான் ஆறாம் வகுப்புப் படித்துக்கொண்டிருந்தேன். பள்ளி அப் போதுதான் விட்டிருந்தது. வசந்தகாலத் தொடக்கத்தின் கடுமை யான வானிலை இன்னும் தொடங்கியிருக்கவில்லை. இங்கு என்ன தான் பிரச்சினை? யாருக்குத் தெரியும்?

சிறு கண்களைக்கொண்ட அந்தப் பையன் தன் பனிச்சறுக்கு மேலங்கிக்குள் கைவிட்டு ஒரு துப்பாக்கியை வெளியில் எடுத்தான். ஒரு கனவில் பார்ப்பதுபோல் மிகக் குறைந்த வேகத்தில் நிகழ்வதாக அதை நான் நினைத்துப் பார்க்கிறேன். அங்கே துப்பாக்கியை ஆட்டிக் காட்டிக்கொண்டு அந்தப் பையன் நிற்கிறான். அவன் துப்பாக்கியை மெதுவாக வெளியில் உருவுகிறான், உள்ளே வைக் கிறான், மீண்டும் ஒருமுறை வெளியே உருவுகிறான். அவனது சிறிய கண்களில் ஒரு கணத்தில் என்னை முற்றிலுமாக அழித்து விடக்கூடிய பொங்கும் சினத்தை நான் பார்த்தேன். அது 1986இல் நடந்தது. அந்த வருடம் கொலை பற்றிய செய்தி அறிவிப்புகளில் என்னை நானே மூழ்கடித்துக்கொண்டிருந்ததாக நான் உணர்ந் தேன். இந்தக் கொலைகள் அடிக்கடி குறியிலக்கைத் தாக்குவதில் வெற்றியடைவதில்லை. மாறாக அத்தைப் பாட்டிகள், பெற்றோர் ஆசிரியர் சங்கத்தைச் சேர்ந்த தாய்மார்கள், மேலதிக நேரம் வேலை செய்யும் மாமாக்கள் மற்றும் மகிழ்ச்சிமிக்க குழந்தைகளின் மேல் விடிகின்றன; பெருமழைச்சாடல்கள்போல் எதிர்பாராதவிதத்திலும்,

ஈவிரக்கமின்றியும் அவர்கள் மேல் அவை வீழ்கின்றன என்பதையும் நான் தெரிந்திருந்தேன். கொள்கையளவில் இது எனக்குத் தெரிந் திருந்தது என்றாலும் சிறு கண்களைக்கொண்ட அந்தப் பையன் எனக்கு எதிரில் நின்று, எனது முழு உடலையும் தனது சிறு கைகளால் பிடித்துக்கொண்டு நின்றபோதுதான் அது உண்மை என்பதாக நான் புரிந்துகொண்டேன். அந்தப் பையன் சுட வில்லை. அவனுடைய நண்பர்கள் அவனைப் பின்னால் இழுத்துக் கொண்டார்கள். அவன் சுடவேண்டிய அவசியம் இருக்கவில்லை. நிகழ்வுகளின் ஒழுங்கமைவில் எனது இடத்தை அவன் தெளிவு படுத்தினான். எவ்வளவு எளிதாக என்னைத் தேர்வு செய்துவிட முடியும் என்பதை அவன் எனக்குத் தெரியவைத்தான். சுரங்க ரயில் பிடித்து தன்னந்தனியாக அந்த நிகழ்வுகளை மனதிற்குள் முறைப்படுத்தியவாறே வீடு திரும்பினேன். என் பெற்றோரிடம் சொல்லவில்லை. என் ஆசிரியர்களிடம் சொல்லவில்லை. நண்பர் களிடம் சொல்லியிருந்தால், அந்தக் கணத்தில் எனக்கு ஏற்பட்ட அச்சத்தை மறைப்பதற்குத் தேவையான முழுமையான மனக் கிளர்ச்சியோடுதான் அதைச் செய்திருக்க வேண்டும்.

ஒரு குழந்தைத்தனமான பிற்பகலின் வெறுமையிலிருந்து சாவு மிக எளிதாக எழுந்து, மூடுபனிபோல் காற்றுவெளியில் திரண்டு விடும் என்பது குறித்து வியப்பில் ஆழ்ந்ததை நினைத்துப் பார்க் கிறேன். நான் வாழும் அந்த மேற்கு பால்டிமோரை எனக்குத் தெரியும்; என் ஒன்றுவிட்ட சகோதரர்கள் வாழும் ஃபிலடெல் பியாவின் வடக்குப் பகுதியைத் தெரியும்; அப்பால் ஓர் உலகின் உட்கூறாக அமைந்த என் தந்தையின் நண்பர்கள் வாழும் சிக்கா கோவின் தெற்குப் பகுதியைத் தெரியும். வானமண்டலத்திற்கு அப்பால், அஸ்டிராயிட் நுண்கோள் பட்டையைக் கடந்து, எங்கேயோ குழந்தைகள் தங்கள் உடல்களைக் குறித்து அஞ்சு வதை வழக்கமாகக் கொள்ளாத வேறு உலகங்கள் இருந்தன. இது எனக்குத் தெரியும். ஏனென்றால் என் வீட்டின் வசிப்பறையில் ஒரு பெரிய தொலைக்காட்சிப் பெட்டி அமர்ந்திருந்தது. மாலை நேரங்களில் அந்த தொலைக்காட்சிப் பெட்டியின் முன் அமர்ந்து அந்த உலகத்திலிருந்து அனுப்பப்படும் செய்திகளுக்கு நான் சாட்சியாக இருப்பேன். கால்பந்தாட்ட அட்டைகளின் முழுத் தொகுப்பையும் வைத்திருந்த வெள்ளைக்காரச் சிறுவர்கள்

அங்கு இருந்தார்கள்; அவர்களுடைய ஒரே தேவை பிரபலமான ஒரு பெண் நண்பி; அவர்களுடைய ஒரே கவலை நச்சுத் தேக்கு மரத்தால் வரும் ஒவ்வாமை. அந்த இன்னொரு உலகம் புறநகர் பகுதியாகவும், முடிவற்றதாகவும் இருந்தது. பானையில் வாட்டிய கறி வகைகள், நீல பெர்ரி தின்பண்டங்கள், வாணவேடிக்கைகள், ஐஸ்கிரீம் ஞாயிற்றுக்கிழமைகள், அப்பழுக்கற்ற கழிவறைகளைச் சுற்றி அது ஒழுங்கமைக்கப்பட்டிருந்தது. சிறிய பொம்மை டிரக் வண்டிகள் அவிழ்த்துவிடப்பட்ட, மரங்களடர்ந்த பின் முற்றங்களில் நீரோடைகளும், ஆழமான குறுகிய பள்ளத்தாக்குகளும் இருந்தன. அந்தச் செய்தியறிக்கைகளை என் சொந்த உலகத்தின் உண்மை களோடு ஒப்பிட்டு, என் நாடு ஒரு நட்சத்திர மண்டலம் என்றும், இந்த மண்டலம் மேற்கு பால்டிமோரின் அமளிகளிலிருந்து திருவாளர். பெல்வெடொரின் மகிழ்ச்சிமிக்க வேட்டை நிலங்கள் வரை விரிந்து பரவியிருக்கிறது என்றும் ஒரு புரிதலுக்கு நான் வந்திருந்தேன். என் சொந்தப் பகுதிக்கும், அந்த மறுபகுதிக்கும் இடையிலான தூரமே என் முழுக் கவனத்தையும் ஈர்ப்பதாக இருந்தது. இறுகப் பற்றியிருக்கும் ஒரு ஈர்ப்புவிசையால் உடல்கள் அடிமைப்படுத்தப்பட்ட, அமெரிக்க நட்சத்திர மண்டலத்தில் இருந்த எனக்குச் சொந்தமான பகுதி கறுப்பானதாக இருந்தது. அத்துடன் விடுவிடுக்கப்பட்ட மற்றொரு பகுதி அப்படியிருக்க வில்லை என்பதும் எனக்குத் தெரியும். ஆராய்ந்தறிய முடியாத ஒரு சக்தி இந்த உடைப்பைப் பேணிப் பாதுகாத்து வருகிறது என்றும் எனக்குத் தெரியும். அந்த மற்றொரு உலகத்திற்கும் எனக்கும் இடையிலான உறவை என்னால் உணர முடிகிறது. ஆனால், புரிந்துகொள்ள முடியவில்லை. இந்த உறவில் பிரபஞ்சம் சார்ந்த ஓர் அநீதியை, மிக அழுத்தமான ஒரு குரூரத்தை நான் உணர்கிறேன். இது என் உடலின் விலங்குகளை உடைத்து, விரைந்து தப்பியோடுவதில் அதிவேகத்தை எட்டுவதற்கான, வெறுத்தொதுக் கத்தக்க, அடக்கமுடியாத ஓர் ஆசையை உட்புகுத்துகிறது.

இதே மாதிரியான தேவையை நீ எப்போதாவது உணர்ந்திருக் கிறாயா? என் வாழ்க்கையிலிருந்து உன் வாழ்க்கை மிகவும் வித்தி யாசமானது. இந்த யதார்த்த உலகத்தின், முழுமையான உலகத்தின் மகத்தான தன்மை உனக்குத் தெரிந்த ஒரு விசயம்தான். இது பற்றிய செய்தியறிக்கைகள் உனக்குத் தேவையில்லை, ஏனெனில் அமெரிக்க

நட்சத்திர மண்டலத்தையும், அதில் வாழ்ந்திருப்போரையும் குறித்து - அவர்களது வீடுகள், அவர்களது பொழுதுபோக்குகள் - மிக நெருக்கமாக, ஏராளமாக நீ பார்த்திருக்கிறாய். ஒரு கறுப்புக் குடியரசுத் தலைவரோடும், சமூக வலைதளங்களோடும், நீக்க மற நிறைந்த ஊடகங்களோடும் மற்றும் தங்கள் இயற்கைத் தலைமுடியோடு எங்கெங்கும் காணப்படும் கறுப்பினப் பெண்களோடும் வளர்வது என்பதன் பொருள் என்னவென்று எனக்குத் தெரியாது. எனக்குத் தெரிந்ததெல்லாம் மைக்கேல் பிரௌவுனைக் கொன்ற கொலையாளியை அவர்கள் விடுவித்து வெளியே விட்ட போது நீ சொன்னாய், "நான் போக வேண்டும்." அது என்னைக் காயப்படுத்தியது. ஏனெனில், நமது வேறுபட்ட உலகங்களின் காரணமாக, உன் வயதில் என் உணர்வும் மிகச் சரியாக அதே மாதிரிதான் இருந்தது. அப்போதும்கூட நம்மைப் பின்னிப்பிணைத் துள்ள பேராபத்துகளைக் கருதிப் பார்ப்பதற்கு நான் தொடங்கி யிருக்கவில்லை என்பதை நினைத்துப் பார்க்கிறேன்.

அதை நான் கண்டுபிடிக்க முடிவதற்கு முன்னால், நான் தப்பி யோட முடிவதற்கு முன்னால், நான் தப்பிப் பிழைத்திருக்க வேண்டியிருந்தது. இதன் பொருள் தெருக்களோடான ஒரு மோதல் என்பதாக மட்டுமே இருக்க முடியும். இதன் மூலம் நான் சொல்லவருவது, கட்டடங்களையோ அதனுள் அடைந்து கிடக்கும் மக்களையோ மட்டுமல்ல. மாறாக சாலையின் மேற்பரப்பிலிருந்து தானாக எழுந்துவருவதாகத் தோற்றமளிக்கும் கேடுவிளைவிக்கத் தக்க புதிர்களையும், வினோதமான பேராபத்துகளையும்தான். தெருக்கள் ஒவ்வொரு சாதாரண நாளிலும் தந்திரக் கேள்விகளின் வரிசைத் தொடராக மாறுகிறது. ஒவ்வொரு சரியற்ற பதிலும் ஒரு அடித்து வீழ்த்துதல், ஒரு துப்பாக்கிச்சூடு அல்லது ஒரு கருவுறுதலுக்கான இடர்பாடான வாய்ப்பைக் கொண்டுள்ளது. யாரும் அடிபடாமல் தப்பிக்கமுடியாது. இருப்பினும் நிரந்தரமான அந்த அபாயத்திலிருந்து, சாவுக்கு நெருக்கமான அனுபவம் கொண்ட வாழ்க்கைப் பாணியிலிருந்து, துள்ளிப் பாய்ந்தெழும் வெப்பம் திகைப்பூட்டுவதாக இருக்கிறது. ராப் இசைக்கலைஞர்கள், "வீதிகளுக்கு" அல்லது "விளையாட்டுக்கு" அடிமையாகிவிட்ட வர்கள் என்று தங்களைத் தாங்களே அறிவித்துக்கொள்ளும்போது அவர்கள் சொல்வதன் பொருள் இதுதான். பாராசூட்காரர்கள்,

மலையேறுபவர்கள், உயரத்திலிருந்து குதிப்பவர்கள் மற்றும் விளிம்பில் வாழ்வதை வாழ்க்கையாகத் தேர்ந்தெடுத்துக்கொண்டவர்களின் பண்பையொத்த ஏதோவொன்றையே இவர்களும் உணர்ந்திருக்கிறார்கள் என்று நான் கருதுகிறேன். நிச்சயமாக நாம் எதையும் தேர்ந்தெடுக்கவில்லை. நகரம் தங்களுக்குத்தான் ''சொந்தம்'' என்று உரிமை கோரும் குறைந்த எண்ணிக்கையிலானவர்களைவிட நகரத்தைத் தாங்கள்தான் ''இயக்குகிறோம்'' என்று, உரிமை கோரும் சகோதரர்களை நான் என்றும் நம்புவதில்லை. வீதிகளை நாம் வடிவமைக்கவில்லை. அவற்றுக்கு நாம் நிதியளிக்கவுமில்லை. அவற்றை நாம் தொடர்ந்து பேணிப் பாதுகாப்பதுமில்லை. ஆனாலும் நான் அங்கு இருக்கிறேன். என் உடலுக்குத் தீங்கு நேராதவாறு பாதுகாப்பதற்காக மற்றவர்களைப் போல் என்னிடமும் கட்டணம் வசூலிக்கப்படுகிறது.

தங்களுடைய அச்சத்தை கடுஞ்சினமாக மாற்றக்கூடிய இளைஞர்களின் கூட்டமே மிகவும் அபாயகரமானது. தங்கள் சுற்று வட்டாரத்திலுள்ள கட்டடங்களைச் சுற்றி அந்தக் கூட்டத்தினர் ஆரவாரத்தோடு, முரட்டுத்தனமாக நடக்கிறார்கள். ஏனெனில், அதன்மூலமாக மட்டுமே அவர்கள் ஏதோவொருவிதமான பாதுகாப்பு மற்றும் அதிகார உணர்வை உணரவேண்டியவர்களாக இருக்கிறார்கள். அந்த அதிகாரத்தை உணர்வதற்காக, தங்கள் சொந்த உடல்களின் வல்லமையில் களியாட்டவெறி கொள்வதற்காக அவர்கள் உன் தாடையை உடைப்பார்கள், உன் முகத்தில் உதைப்பார்கள், உன்னைச் சுட்டுவீழ்த்துவார்கள். அவர்களுடைய காட்டுத்தனமான களியாட்டவெறியும், மலைப்பூட்டும் செயல்பாடுகளும் அவர்களுடைய பெயர்களை உரக்க ஒலிக்கும். அவர்களுக்கென பாடல்கள் உருவாக்கப்பட்டு அந்த அடாத செயல்கள் விரித்து உரைக்கப்படும். ஆகையால் என்னுடைய பால்டிமோரில் செர்ரி ஹில் தங்குதடையின்றி உள்ளே வரும்போது நீ மறுபக்கம் நகர்ந்துவிடுவாய். அத்துடன் நார்த்தும், புலாஸ்கியும் குறுக்குச் சந்தியாக இருக்கவில்லை. மாறாக சூறாவளியாக இருந்தது. அது விழித்தெழும்போது உடைத்து நொறுக்கப்பட்ட பொருட்களையும், கண்ணாடிச் சிதறல்களையுமே விட்டுச்செல்வதாக இருந்தது என்பது அனைவரும் அறிந்ததே. இந்தப் பாணியில் இந்தச் சுற்றுவட்டாரங்களின் பாதுகாப்பு கீழ்நோக்கிப் பாய்ந்து, அங்கு

வாழும் உடல்களின் பாதுகாப்பாக மாறுகிறது. உதாரணமாக, நீ ஜோஜோவால் தடுத்து நிறுத்தப்படாமல் செல்லலாம். ஏனெனில் அவன் மாஃபிஹோம்ஸின் தலைவனான கியோனின் ஒன்று விட்ட சகோதரன். வேறு நகரங்களில், நிச்சயமாக வேறு பால்டி மோர்கள் இருந்தன. அவற்றின் சுற்றுவட்டாரங்களுக்கு வேறு பட்டப்பெயர்கள் இருந்தன. பையன்கள் வேறு பெயர்களுக்கு உரியவர்களாகி இருந்தார்கள். ஆனால், அவர்களுடைய பணி மாறிவிடவில்லை: முழங்கால்களை, விலா எலும்புகளை, கைகளை உடைத்தெறியக்கூடிய அவர்களின் ஆற்றலின் மூலமாக, அவர்களது குடியிருப்புப் பகுதியின் மீதான, அவர்களது உடல்களின் மீதான அத்துமீறமுடியாத்தன்மையை அவர்கள் நிரூபிக்கிறார்கள். இந்த நடைமுறை பொதுவழக்கமாக இருந்தது. அதனால் இன்றும்கூட அந்தக் காலகட்டத்தைச் சேர்ந்த நகரங்களில் வளர்ந்து, பெரியவரான எந்தவொரு கறுப்பு மனிதரிடம் வேண்டுமானாலும் நீ பேசிப்பார். தங்கள் நகரத்தில் எந்தக் கூட்டம் எந்தச் சுற்று வட்டாரத்தை இயக்கியது என்று அவர்களால் சொல்ல முடியும். தலைவர்கள் அனைவரின் பெயர்களையும், அவர்களுடைய ஒன்று விட்ட சகோதரர்களின் பெயர்களையும் அவர்களால் சொல்ல முடியும். அவர்களது அனைத்துத் துணிகரச் செயல்களின் முழுத் தொகுப்பையும் அவர்களால் வழங்க முடியும்.

அந்தச் சுற்றுவட்டாரங்களிலிருந்து தப்பிப் பிழைப்பதற்காகவும், என் உடலைப் பாதுகாத்துக்கொள்வதற்காகவும் தலையாட்டல்கள் மற்றும் கைகுலுக்கல்களின் அடிப்படைக் குறைநிவர்த்தி ஒன்றை உள்ளடக்கிய இன்னொரு மொழியை நான் கற்றுக்கொண்டேன். தடைசெய்யப்பட்ட குடியிருப்புப் பகுதிகளின் பட்டியலை நான் மனப்பாடம் செய்துகொண்டேன். சண்டைக்கான வானிலையை உணரவும், அதை முகர்ந்தறியவும் நான் கற்றுக்கொண்டேன். "குள்ளப்பயலே, உன் விசை மிதிவண்டியை நான் பார்க்கலாமா?" என்பது ஒரு நேர்மையான கேள்வியல்ல என்றும், "நீ என் ஒன்றுவிட்ட சகோதரனிடம் மோசமாக நடந்துகொண்டாய்" என்பது மனமார்ந்த குற்றச்சாட்டோ தகவல்களைத் தவறாகப் புரிந்துகொண்டதோ அல்ல என்றும் நான் தெரிந்துகொண்டேன். அவை இடதுகாலை முன்னே வைத்து வலதுகாலை பின்னே வைத்து, முகத்தைப் பாதுகாக்கும் வகையில், கைகள் ஒன்றைவிட

ஒன்று சற்றே தாழ்வாக, ஒரு சுத்தியலைப் போல் நிமிர்த்தி வைத்துக் கொண்டு பதிலளிக்கவேண்டிய அழைப்பாணைகளாக இருந்தன. அல்லது ஆபத்திலிருந்து தப்பி, சந்துபொந்துகள் வழியாகத் தலையைத் தாழ்த்திக்கொண்டு ஓடி, கொல்லைப்புறங்களில் திரும்பி, கதவினுள் பாய்ந்து நுழைந்து, உன் குட்டித் தம்பியைத் தாண்டி, உன் ஆட்டுத் தோலுறையில் அல்லது படுக்கை விரிப்பிற்குக் கீழ் அல்லது உன் அடிடாஸ் காலணிப் பெட்டியில் நீ மறைத்து வைத்திருந்த ஆயுதத்தை உருவியெடுத்து, பிறகு (இல்லாத) உன் ஒன்றுவிட்ட சகோதரர்களைக் கூவியழைத்து, அதே நாளில் அதே குடியிருப்புப் பகுதிக்குத் திரும்பிச்சென்று, அதே கூட்டத்தினரிடம், "சரிதான், அற்பக்கறுப்பனே, இப்போது என்ன செய்வாய்?" என்று ஆர்பரிப்புடன் பதிலளிக்கவேண்டிய அழைப்பாணைகளாக இருந்தன. வண்ணங்களையும், வடிவங்களையும் கற்றுக்கொண்டதை நினைவுகூர்வதைவிட இந்தச் சட்டதிட்டங்களைக் கற்றுக்கொண்டதை நான் தெளிவாக நினைவுகூர்கிறேன். ஏனெனில், இந்தச் சட்டதிட்டங்கள் என் உடலின் பாதுகாப்பிற்கு மிகவும் இன்றியமையாதவையாக இருந்தன.

இது நமக்கிடையில் இருக்கும் மிகப் பெரிய வேறுபாடு என்று நான் நினைக்கிறேன். பழைய விதிமுறைகள் உனக்குக் கொஞ்சம் பரிச்சயமிருக்கும். ஆனால், எனக்கு இருந்ததுபோல அவை உனக்கு இன்றியமையாதவையாக இருக்கவில்லை. சுரங்கப்பாதையிலோ அல்லது பூங்காவிலோ ஒரு போக்கிரியை நீ எப்போதாவது எதிர்கொள்ளவேண்டியிருந்திருக்கும் என்பதில் நான் உறுதியாக இருக்கிறேன். ஆனால், உன் வயதில் நான் இருந்தபோது, ஒவ்வொரு நாளும் பள்ளிக்கு நான் யாருடன் நடந்துசெல்கிறேன், எங்களுடைய துல்லியமான எண்ணிக்கை, நாங்கள் நடந்துசெல்லும் விதம், எத்தனை முறை நான் புன்னகைத்தேன், யாரைப் பார்த்து எதைப் பார்த்துப் புன்னகைத்தேன், யார் எனக்கு ஒரு பவுண்டு கொடுத்தார்கள், யார் கொடுக்கவில்லை என்பதைப் பற்றித்தான் என் மூளையில் மூன்றில் ஒரு பாகம் கவலையில் ஆழ்ந்திருந்தது- இவை எல்லாவற்றையும் பற்றிச் சொல்லவேண்டுமானால் நான் தெருக்களின் பண்பாட்டை நடைமுறைப்படுத்தினேன் என்று தான் சொல்ல வேண்டும். அது உடலைப் பாதுகாப்பதற்கு முக்கியத்துவம் தந்த ஒரு பண்பாடாகும். அந்த நாட்கள் குறித்து

தடாகம்/37

நான் ஏங்கவில்லை. உன்னை "முரடனாகவோ" அல்லது "தெரு விற்குரியவனாகவோ" உருவாக்க வேண்டும் என்ற ஆசை எனக்கு இல்லை. ஒருவேளை நான் திரட்டிக்கொண்ட "முரட்டுத்தனம்" எல்லாம் வேண்டாவெறுப்பாக வந்துசேர்ந்தது இதற்குக் காரணமாக இருக்கலாம். அதற்குத் தரவேண்டியிருந்த விலை குறித்து ஏதோவொரு விதத்தில் எப்போதும் நான் விழிப்போடு இருந்தேன் என்று நினைக்கிறேன். என் மூளையின் முக்கால் பகுதி அழகிய விஷயங்களைக் குறித்து அக்கறைகொண்டதாக இருந்திருக்க வேண்டும் என்று நான் நினைக்கிறேன். அந்த ஏதோவொன்று, பெயரற்றதும், பரந்துவிரிந்ததுமான ஏதோவொரு சக்தி, என்னைக் கொள்ளைகொண்டுவிட்டது... அது என்ன? காலம்? அனுபவம்? அந்த முக்கால் பகுதி என்ன செய்திருக்க முடியும் என்று உனக்குக் கொஞ்சம் தெரியுமென்று நான் நினைக்கிறேன். அதனால்தான் தப்பிக்கவேண்டியதன் அவசியம் குறித்து நான் உணர்ந்ததைவிட அதிகமாக நீ உணரக்கூடும் என்று நான் நினைக்கிறேன். மரங்களின் வரிசைக்கு மேலிருந்த அற்புத வாழ்க்கை அனைத்தையும் நீ பார்த்திருக்கிறாய். இருப்பினும் உனக்கும் ட்ரேவான் மார்டினுக்கும் இடையில் உண்மையான தூரம் எதுவுமில்லை என்று நீ புரிந்திருக்கிறாய். இந்த வகையில் உன்னை ஒருவிதத்தில் அச்சுறுத்தும் ட்ரேவான் மார்டினால் என்னை எப்போதும் அச்சுறுத்த முடிந்ததில்லை. உன் உடலை அவர்கள் அழிக்கும்போது இழந்து போன அனைத்தையும் நீ ஏராளமாகப் பார்த்திருப்பாய்.

தெருக்கள் மட்டுமே என்னுடைய பிரச்சினையல்ல. தெருக்கள் என் வலதுகாலுக்கு விலங்கு பூட்டின என்றால், பள்ளிகள் என் இடதுகாலுக்கு விலங்கு பூட்டின. தெருக்களை முழுமையாகப் புரிந்துகொள்ளத் தவறியதால் இப்போது உன் உடலை நீ கை விட்டு விட்டாய். ஆனால், பள்ளிகளைப் புரிந்துகொள்ளத் தவறிவிட்டால் பிறகு உன் உடலை நீ கைவிட்டுவிடுவாய். இரண்டின் கைகளிலும் நான் துன்புற்றிருக்கிறேன். ஆனால், பள்ளிகளிடமே நான் அதிகம் கோபம் கொள்கிறேன். தெருக்களின் சட்டதிட்டங்களில் புனித மென்று எதுவுமில்லை - அந்தச் சட்டதிட்டங்கள் ஒழுக்கம் சாராதவையாகவும், நடைமுறை சார்ந்தவையாகவும் இருந்தன. பனியில் காலணிகள் அணிந்துசெல்வதுபோல் அல்லது மழையில் குடையை உயர்த்துவதுபோல் நிச்சயமாக விருந்துக்கு உனது

கூட்டத்தினருடன் அதிகாரமிடுக்கோடு செல்லலாம். இந்தச் சட்ட திட்டங்கள் வெளிப்படையான ஏதோவொன்றைக் குறியிலக்காகக் கொண்டிருந்தது - ஷேக் அண்ட் பேக் அடுமனைக் கடைக்கு ஒவ்வொரு முறை செல்லும்போதும், நகரின் மையப்பகுதிக்குச் செல்லும் ஒவ்வொரு பேருந்துப் பயணத்தின்போதும் பிடித் தாட்டும் மாபெரும் அபாயம்தான் அது. ஆனால், பள்ளிகளின் சட்டவிதிமுறைகள் தொலைவானதும், தெளிவற்றதுமான சில வற்றை குறியிலக்காகக் கொண்டிருந்தன. அவற்றின் பொருள் என்னவாக இருந்தது? நமது மூத்தவர்கள் சொன்னதுபோல், ''வளர்ந்து குறிப்பிடத்தக்க ஆளாக ஆகு'' என்பதாக இருந்ததா? ஒழுக்கத்தைப் பொருள் உணரா மனப்பாடப்பகுதி என்பதாக வழங்கிவரும் ஒரு கல்வியுடன் சரிநுட்பமானவிதத்தில் இதற்கு இருக்கும் தொடர்புதான் என்ன? என்னுடைய பால்டிமோரில் கல்விகற்றவனாக இருப்பது என்பது, எப்போதும் மேலதிகமாக ''எண் 2'' பென்சில் ஒன்றைப் பையில் வைத்துக்கொண்டு அமைதி யாக வேலைசெய்வது என்பதாகவே பெரும்பாலும் பொருள்படும். படித்த குழந்தைகள் எப்போதும் நடைபாதையின் வலதுபக்கத் தில் ஒற்றை வரிசையில் நடந்துசெல்வார்கள், கழிவறைக்குச் செல் வதற்குக் கையை உயர்த்துவார்கள், கழிவறைக்குச் செல்லும்போது கழிவறைச்சீட்டைக் கையில் எடுத்துச்செல்வார்கள், படித்த குழந்தைகளுக்கு மன்னிப்புகள் வழங்கப்படுவதில்லை - நிச்சயமாக அவர்கள் குழந்தைப் பருவத்தினராக இருந்தபோதிலும்கூட. கறுப் பினச் சிறுவர்கள் மற்றும் சிறுமியர்களின் குழந்தைப் பருவத்திற் கென இந்த உலகத்தால் நேரம் ஒதுக்க முடியவில்லை; பள்ளிகளால் மட்டும் எப்படி முடியும்? அல்ஜிப்ரா, உயிரியல், ஆங்கிலம் ஆகியவை பாடங்கள் என்ற வகையில் உடலை ஒழுங்குபடுத்து வதற்கான வாய்ப்புகளை வழங்குவதாக இருக்கவில்லை. வரிகளுக் கிடையில் எழுதுவதற்குப் பயிற்சி பெறுதல், திசைகளை எளிதில் படித்தறியக்கூடியவிதத்தில் படியெடுத்தல். எந்த உலகத்தைப் பிரதி நிதித்துவம் செய்வதற்காக உருவாக்கப்பட்டனவோ அந்த உலகத்தி லிருந்து தருவிக்கப்பட்ட தேற்றங்களை மனப்பாடம் செய்தல் ஆகியவற்றுக்கான வாய்ப்புகளை வழங்குவதாக இருக்கவில்லை. அவையெல்லாம் என்னிடமிருந்து வெகுதூரம் விலகியிருப்பதாகவே நான் உணர்கிறேன். ஏழாம் வகுப்பில் பிரெஞ்சு வகுப்பறையில்

உட்கார்ந்துகொண்டிருந்தேன். அங்கே நான் ஏன் உட்கார்ந்து கொண்டிருந்தேன் என்பது குறித்து எனக்கு எந்தக் கருத்தும் இல்லாமல் இருந்ததை நான் நினைத்துப் பார்க்கிறேன். எனக்குப் பிரெஞ்சு மக்கள் யாரையும் தெரியாது. எப்போதாவது அப்படித் தெரிந்துகொள்வேன் என்பதற்கான எந்த அறிகுறியும் என்னைச் சுற்றிலும் இருக்கவில்லை. பிரான்ஸ் என்பது என்னால் என்றென்றும் எட்டமுடியாத இன்னொரு வானத்தில், இன்னொரு நட்சத்திர மண்டலத்திலுள்ள, இன்னொரு சூரியனைச் சுற்றிவரும், இன்னொரு சுழலும் பாறையாக இருந்தது. அந்த வகுப்பறையில் நான் உட்கார்ந்துகொண்டிருந்ததற்குச் சரியான காரணம் என்ன?

அந்தக் கேள்வி பதிலளிக்கப்படவில்லை, நான் அறிந்து கொள்ளும் ஆர்வம்கொண்ட பையனாக இருந்தேன். ஆனால், பள்ளிகள் அறிந்துகொள்ளும் ஆர்வம் குறித்து அக்கறைகொண்ட வையாக இருக்கவில்லை. அவை கீழ்ப்படிதல் குறித்தே அக்கறைக் கொண்டிருந்தன. என்னுடைய ஆசிரியர்கள் சிலரை நான் நேசித் தேன். அவர்களில் யாரையும் உண்மையிலேயே நான் நம்பினேன் என்று என்னால் சொல்ல முடியாது. சில வருடங்களுக்குப் பிறகு பள்ளியை விட்டு நீங்கினேன். கல்லூரியிலிருந்து இடைநிற்றலுக்குப் பிறகு நாஸிடமிருந்து செவியுற்ற சில வரிகள் என்னைக் கவர்ந்தன.

பரவசம், கோக், நீ சொல்கிறாய் அது காதலென்று, அது விஷம்.

நான் கற்ற பள்ளிகள் அவை எரிக்கப்பட வேண்டும், அவையும் விஷம்தான்.

அந்தக் காலத்தில் மிகச் சரியாக நான் உணர்ந்தது இதையேதான். பள்ளிகள் எதையோ மறைத்து வைத்தன, நாம் பார்க்காமல் இருக்க வேண்டும் என்பதற்காக. பொய்யான ஒழுக்கநெறிகள் மூலம் நமக்கு வெறிமயக்கத்தை ஊட்டின. அதனால் நாம் கேள்விகள் எதுவும் கேட்காமல் விட்டுவிட்டோம். ஏன் - கட் டற்ற துணிவாற்றல் மற்றும் கட்டற்ற உற்சாகத்தின் மறுபக்கம் என்பது நமது உடல்களின் மீதான ஒரு தாக்குதலாக - நமக்கு மட்டுமே, நம்முடையதாக மட்டுமே இருக்கிறது? இது உயர்வு நவிற்சியான ஒரு கவலையல்ல. நமது மூத்தவர்கள் பள்ளியை நம்முன் வைத்தபோது கல்வி கற்பதற்கான உயர்ந்த ஓர் இடமாக அதை முன்வைக்கவில்லை. மாறாக, சாவிலிருந்தும், தண்டனைக்

கொட்டடியிலிருந்தும் தப்பிப்பதற்கான ஒரு வழியாகவே அதை முன்வைத்தார்கள். உயர்நிலைப் பள்ளியில் இடைநின்ற கறுப்பின இளைஞர்கள் அனைவரிலும் முழுமையாக 60 சதவிதத்தினர் சிறைக்குச் செல்கிறார்கள். இது நாட்டிற்கே அவமானகரமானதாக இருக்க வேண்டும். ஆனால், அப்படியிருக்கவில்லை. அந்த எண் களை அசைபோடுவதற்கும், அந்தக் காலத்தின் வரலாற்றைச் சீர்தூக்கிப் பார்ப்பதற்கும் என்னால் முடியாதிருக்கும் நிலையில் மேற்கு பால்டிமோரை அடையாளப்படுத்திய அச்சத்தைப் பள்ளி களின்மூலம் விளக்கிக் கூறிவிட முடியாது, பள்ளிகள் உண்மை களை வெளிப்படுத்தவில்லை, அவை உண்மைகளை மறைத்து வைத்தன. இந்த விஷயத்தின் மையம் வெளித்தெரியச் செய்யப் படவேண்டியதன் காரணமாகவேனும் ஒருவேளை அவை எரிக்கப் பட்டிருக்கவேண்டியவையாக இருக்கலாம்.

பள்ளிகளுக்குப் பொருத்தமற்றவனாகவும், பள்ளிகளுக்கு பொருத்தமற்றவனாக இருக்க வேண்டும் என்ற பெருவிருப்பம் கொண்டவனாகவும், வீதிகளை அடக்கியாளத் தேவையான அறிவுக்கூர்மை இல்லாதவனாகவும் இருந்த எனக்கு அல்லது நேர்மையாகச் சொன்னால், வேறு எவருக்குமே தப்பிக்க வழி யில்லை என்பதை நான் உணர்ந்திருந்தேன். கைமுட்டிகளை உயர்த்தி தங்கள் உடன்பிறவாச் சகோதரர்களையும், தங்கள் கூட் டத்தைச் சேர்ந்தவர்களையும் கூவி அழைப்பவர்களும், உரிய சமயம் வரும்போது துப்பாக்கிகளை உருவியெடுப்பவர்களுமான அச்சமற்ற பையன்களும், பெண்களுமே வீதிகளை அடக்கி ஆண்ட வர்களாகத் தோற்றமளித்தார்கள். பதினேழு வயதில் தங்கள் பெற்றோரின் வீடுகளை விட்டுத் துணிந்து வெளியே வந்து, அமெரிக்காவுக்கென துப்பாக்கிகளும் உடன்பிறவாச் சகோதரர் களும்கூட இருந்தார்கள் என்பதை அவர்கள் கண்டுகொள்ளும் போது, அவர்களின் அறிவு உச்சத்தை எட்டி விடுகிறது. அவர் களுடைய எதிர்காலங்களை 28ஆம் எண் பேருந்தில் இழுத்துப் பறித்துக்கொண்டு ஏறி, தங்கள் மூன்றுவயதுக் குழந்தைகளைச் சபித்துக்கொண்டும், ஈயோட்டிக்கொண்டுமிருந்த, சோர்ந்துபோன தாய்மார்களின் முகங்களில் நான் கண்டேன். புன்னகைக்கவில்லை என்பதற்காக தெரு மூலையில் யாரோ ஓர் இளஞ்சிறுமியிடம் ஆபாசமாகக் கத்தும் மனிதர்களிடம் அவர்களுடைய எதிர்

காலங்களைக் கண்டேன். அவர்களில் சிலர், சில டாலர்களுடன், ஒரு புட்டி மதுவிற்காக மதுக்கடைகளுக்கு வெளியே காத்து நின்றார்கள். அவர்கள் கையில் நாங்கள் 20 டாலர் நோட்டு ஒன்றைக் கொடுத்துவிட்டு மீதிச் சில்லரையை அவர்களே வைத்துக்கொள்ளலாம் என்று சொல்வோம். அவர்கள் உள்ளே பாய்ந்து சென்று ரெட் புல், மேட் டாக் அல்லது சிஸ்கோவுடன் வெளியே வருவார்கள். பிறகு நாங்கள் இரவுநேரங்களில் வேலைக்குப் போய்விடும் தாய்மார்கள் யாரோ ஒருவரின் வீட்டிற்கு நடந்துசென்று, ''போலீசை ஏமாற்றும்'' விளையாட்டை விளையாடுவோம். எங்கள் இளமைப் பருவத்திற்காகக் குடிப்போம். நாங்கள் வெளியே போகமுடியவில்லை. நாங்கள் நடந்துசென்ற நிலம் இடறுகம்பியால் வேலியிடப்பட்டிருந்தது. நாங்கள் சுவாசித்த காற்று நச்சுத்தன்மை கொண்டிருந்தது. தண்ணீர் எங்கள் வளர்ச்சியை மட்டுப்படுத்துவதாக இருந்தது, நாங்கள் வெளியே போக முடியவில்லை. சிறு கண்களைக்கொண்ட அந்தப் பையன் துப்பாக்கியை உருவியெடுப்பதை நான் பார்த்துக்கொண்டிருந்ததற்கு ஒரு வருடத்திற்குப் பிறகு, இன்னொரு பையனிடம் திருட்டுக் கொடுத்ததற்காக என் அப்பா என்னை அடித்தார்.

இரண்டு வருடங்களுக்குப் பிறகு, என் ஒன்பதாம் வகுப்பு ஆசிரியரை மிரட்டியதற்காக அவர் என்னை அடித்தார். போதுமான அளவுக்கு முரட்டுத்தனமாக இல்லாதது என்னை உடல்ரீதியாக அதற்கான விலையைக் கொடுக்கச் செய்தது. அதிகமான முரட்டுத்தனமாக இருந்தது என்னை உடல்ரீதியாக அதற்கான விலையைக் கொடுக்கச் செய்தது. நாங்கள் வெளியே போகமுடியவில்லை. நான் செயல்திறம்வாய்ந்த பையனாக, புத்திக்கூர்மை உள்ளவனாக, நன்கு விரும்பப்பட்டவனாக ஆனால், மிகவும் பயந்த சுபாவம் கொண்டவனாக இருந்தேன். ஒரு குழந்தைக்கு அப்படிப்பட்டதொரு வாழ்க்கையை அடையாளம் காட்டவேண்டியிருப்பது, அச்சத்தோடு வாழ நிர்ப்பந்திக்கப்படவேண்டியிருப்பது மாபெரும் அநீதி என்று தெளிவற்றவிதத்திலும், வார்த்தைகளற்ற விதத்திலும் நான் உணர்ந்தேன். அந்த அச்சத்தின் மூல ஊற்று எது? தெருக்கள் மற்றும் பள்ளிகளின் புகைத்திரைக்குப் பின்னால் மறைந்திருந்தது எது? அத்துடன் எண் 2 பென்சில்கள், சூழல் விளக்கம் இல்லாத சொற்சேர்க்கை இலக்கணம், பிதாகரஸ்

தேற்றங்கள், கைகுலுக்கல்கள் மற்றும் தலையாட்டல்கள் இவற்றின் பொருள் என்ன? வாழ்வுக்கும் சாவுக்கும் இடையிலான வித்தியாசத்தின் பொருள் என்ன? எனக்கும் இந்த உலகத்திற்கும் இடையில் தொங்கவிடப்பட்டுள்ள திரைகளின் பொருள் என்ன?

திருச்சபைக்குள்ளும், அதன் மர்மங்களுக்குள்ளும் மற்ற ஏராளமான பேரைப்போல் என்னால் பின்வாங்கிச் செல்லமுடியவில்லை. என் பெற்றோர் அனைத்து வறட்டுக் கோட்பாடுகளையும் நிராகரித்தார்கள். வெள்ளையராக இருக்க விரும்பும் மக்களால் சந்தைப்படுத்தப்பட்ட விடுமுறை நாட்களை நாங்கள் புறக்கணித்தோம். அவர்களுடைய இசைப் பாடல்களுக்கு நாங்கள் எழுந்து நிற்கப் போவதில்லை, அவர்களுடைய கடவுள்களுக்கு முன்னால் நாங்கள் மண்டியிடப் போவதில்லை, அதனால் அந்த நியாயமான கடவுளும் என் பக்கம் இருக்கிறார் என்ற உணர்வு எனக்கு இருக்கவில்லை.

''அடக்கமுள்ளவர்கள், இந்த உலகத்தை மரபுரிமையாகப் பெறுவார்கள்'' என்பது எனக்கு எந்த அர்த்தத்தையும் தருவதாக இருக்கவில்லை. அடக்கமுள்ளவர்கள், மேற்கு பால்டிமோரில் அடித்துநொறுக்கப்பட்டார்கள், வால்புரூக் சந்திப்பில் காலில் மிதித்துத்துவைக்கப்பட்டார்கள், பார்க்ஹைட்ஸில் கொடூரமாகத் தாக்கப்பட்டார்கள், நகரச்சிறையில் துவலைக் குளியலறையில் வன்புணர்ச்சி செய்யப்பட்டார்கள். பிரபஞ்சம் குறித்த எனது புரிதல் உடல்சார்ந்ததாக இருந்தது, அதன் அறம்சார்ந்த வில் வளைவு ஒழுங்கின்மை நோக்கி வளைந்து, பிறகு ஒரு பெட்டியில் முடிவடைந்தது. துப்பாக்கியை உருவியெடுப்பது என்பது, உடலின் மீதான அதிகாரத்தை ஒரு குழந்தை தன் கையிலெடுத்துக்கொண்டு, மற்ற குழந்தைகளை நினைவுத்திறனின் எல்லைக்குத் துரத்தக்கூடியது - சிறு கண்களைக்கொண்ட பையன் விடுக்கும் செய்தி இதுவாகத்தான் இருந்தது. என்னைச் சுற்றியிருந்த அனைத்தையும் அச்சம் ஆட்சிபுரிந்தது. அத்துடன் இந்த அச்சம் பெருங்கனவுடன் இணைக்கப்பட்டிருந்தது என்பதும், கவலையற்ற பையன்களுடன், பை (pie) மற்றும் பானையில் வறுத்த கறியுடன், நமது தொலைக்காட்சிப் பெட்டிகளில் வெளிக்காட்டப்படும் வெள்ளை வேலிகள் மற்றும் பச்சைப் புல்தரைகளுடன் இணைக்கப்பட்டிருந்தது என்பதும், எல்லா கறுப்பின மக்களுக்கும் தெரிந்திருந்ததுபோல் எனக்கும் தெரிந்திருந்தது.

ஆனால், எப்படி? மதத்தால் எனக்குச் சொல்ல முடியவில்லை பள்ளிகளால் எனக்குச் சொல்ல முடியவில்லை, அன்றாடப் போராட்டங்களின் பரபரப்புகளைத் தாண்டி வீதிகளால் எனக்கு உதவ முடியவில்லை. அத்துடன் நான் அப்படிப்பட்ட அறியும் ஆர்வம்கொண்ட ஒரு பையனாக இருந்தேன். அப்படித்தான் நான் வளர்க்கப்பட்டேன். எனக்கு நான்கு வயது ஆகியிருந்த போதே உன் பாட்டி படிப்பதற்குக் கற்றுக் கொடுத்தார், அவர் எனக்கு எழுதுவதற்கும் கற்றுக்கொடுத்தார். இதன்மூலம் நான் சொல்லவருவதன் பொருள் வாக்கியங்களின் தொகுதியை வரிசைக் கிரமமான பத்தியாக ஒழுங்கமைக்கப்பதல்ல. மாறாக, அலசி ஆராய்வதற்கான ஒரு வழியாக அவற்றை ஒழுங்கமைப்பதுதான். பள்ளியில் நான் இடர்பாடுகளுக்கு உள்ளானால் (இது அடிக்கடி நடந்தது) அதுபற்றி அவர் எழுதவைப்பார். அந்த எழுத்து வரிசைக் கிரமமான கேள்விகளுக்குப் பதிலளிப்பதாக இருக்க வேண்டும்: என் ஆசிரியர் பேசும் அதேநேரத்தில் நானும் பேசுவது அவசியம் என்று நான் உணர்வது ஏன்? என் ஆசிரியர் மரியாதை தருவதற்குத் தகுதியானவர் என்று நான் நம்பாமல் இருந்தது ஏன்? நான் பேசும் போது மற்றவர்கள் எப்படி நடந்துகொள்ள வேண்டும் என்று நான் விரும்புகிறேன்? அடுத்தமுறை பாடம் நடந்துகொண் டிருக்கும்போது, என் நண்பர்களோடு பேச வேண்டும் என்ற தூண்டுதல் ஏற்பட்டால் நான் என்ன செய்யப்போகிறேன்? இதே வேலைகளைத்தான் நான் உன்னிடம் ஒப்படைத்தேன். அவற்றை நான் உன்னிடம் ஒப்படைத்ததற்குக் காரணம் அவை உன் நடத்தையைக் கட்டுப்படுத்தும் என்பதல்ல - அவை நிச்சய மாக என்னுடைய நடத்தையைக் கட்டுப்படுத்தவில்லை - மாறாக, அவை கேள்வி கேட்பதன், விழிப்புநிலைக்குள் என்னை நானே இருத்திக்கொள்வதன் தொடக்கச் செயல்பாடுகளாக இருந்தன என்பதுதான். வகுப்பறையில் எப்படி நடந்துகொள்ள வேண்டும் என்று உன் பாட்டி எனக்குக் கற்றுத்தரவில்லை. எனக்கு நானே பரிவு காட்டுவதற்கும், பகுத்தறிவுவாதியாகச் செயல்படுவதற்கும், உள்ளடக்கமாக இருக்கும் விசயத்தை ஈவிரக்கமின்றிக் கேள்வி கேட்பதற்கும் அவர் எனக்குக் கற்றுக்கொடுத்துக்கொண்டிருந்தார். பாடம் இதுதான்: நான் ஒன்றும் அறியாத ஓர் அப்பாவியல்ல. என் உளத்தூண்டுதல்கள் குறையற்ற நற்பண்புகள் நிறைந்தவையாக இருக்கவில்லை. அத்துடன் எல்லாரையும்போல் நானும் ஒரு

மனிதனாக இருப்பதால், மற்ற மனிதர்களுக்கும் இதுவே உண்மை யாக இருக்க வேண்டும் என்று நான் உணர்கிறேன். நான் ஒன்றும் அறியாத அப்பாவியில்லை என்றால், அவர்களும் ஒன்றும் அறியாத அப்பாவிகளல்ல. செயல்நோக்கத்தின் இந்தக் கலவை அவர்கள் சொல்லும் கதைகளையும், அவர்கள் கட்டியமைத்த நகரங் களையும், கடவுளால் தங்களுக்கு வழங்கப்பட்டதென அவர்கள் கோரிக்கொள்ளும் இந்த நாட்டையும் பாதிக்கக்கூடுமா?

இப்போது இந்தக் கேள்விகள் எனக்குள் பற்றியெறியத் தொடங்கியிருந்தன. ஆய்விற்கான மூலப்பொருட்கள் உன் தாத்தா ஒன்றுதிரட்டிவைத்திருந்த புத்தகங்களின் வடிவில் என்னைச் சுற்றிலும் இருந்தன. ஆப்பிரிக்கா தொடர்பான புத்தகங்கள் மற்றும் கலைப்பொருட்களைக்கொண்ட, உலகின் மிகப் பெரிய திரட்டு ஒன்றை வைத்திருக்கும் ஹோவார்ட் பல்கலைக்கழகத்தைச் சேர்ந்த மூர்லேண்ட் ஸ்பிரிங்கார்ன் ஆராய்ச்சிமையத்தின் ஓர் ஆராய்ச்சி நூலகராக அப்போது அவர் பணியாற்றி வந்தார். உன் தாத்தா புத்தகங்களை நேசித்தார். இன்றுவரை நேசித்து வருகிறார். கறுப்பர் களைப் பற்றிய, கறுப்பர்களால் எழுதப்பட்ட, கறுப்பர்களுக்கென எழுதப்பட்ட புத்தகங்கள் வீடு முழுவதும் நிறைந்திருந்தன. புத்தக அலமாரியின் தட்டுகளில் நிரம்பி வழிந்தன, வசிப்பறைக்கு வெளியில் இருந்தன, நிலவறையில் பெட்டிகளில் அடைத்து வைக்கப்பட்டிருந்தன. அப்பா கறுப்புச் சிறுத்தைகள் கட்சியின் உள்ளூர் தலைவராக இருந்தார். சிறுத்தைகள் குறித்த அப்பாவின் அனைத்து புத்தகங்களையும், கட்சியின் சேமித்துவைக்கப்பட்ட பழைய செய்தித்தாட்களையும் முழுமையாகப் படித்தேன். அவர் களின் துப்பாக்கிகளிடம் நான் ஈர்க்கப்பட்டேன். ஏனெனில், அந்தத் துப்பாக்கிகள் நேர்மையானவையாகத் தோற்றமளித்தன. கொடுங்கோலாட்சி செய்யும் போலீசைக்கொண்டு பாதுக்காக்கப் பட்ட வீதிகளைக் கண்டுபிடித்த இந்த நாட்டை முன்னிலைப் படுத்தி, துப்பாக்கிகள் அவற்றின் பிரதான மொழியான வன் முறையின் மொழியில் பேசுவதாகத் தோன்றியது. கேலிக்குரியவர் களாக, எனக்குத் தெரிந்தவை அனைத்திற்கும் எதிரானவர்களாகத் தோன்றியவர்களும், பள்ளிகளால் எனக்கு வழங்கப்பட்டவர்களு மான நாயகர்களை, சிறுத்தைகளோடு நான் ஒப்பிட்டுப் பார்த்தேன்.

சிவில் உரிமைகள் இயக்கம் குறித்து சடங்குரீதியான ஒரு மீள்பார்வைக்காக ஒவ்வொரு பிப்ரவரி மாதமும் நானும் என் வகுப்புத் தோழர்களும் கூட்டமாகக் கூட்டப்படுவோம். ஃபிரீடம் மார்ச்சர்ஸ், ஃபிரீடம் ரைடர்ஸ் மற்றும் ஃபிரீடம் சம்மர்ஸ் ஆகியோரை முன்னுதாரணமாகக் கொள்ளுமாறு எங்கள் ஆசிரியர்கள் எங்களைத் தூண்டினார்கள். கேமராவின் முன்னால் அடிவாங்கும் பெருமைகளுக்கென அர்ப்பணிக்கப்பட்ட திரைப்படங்களின் தொடர்வரிசையிலிருந்து அந்த மாதத்தினைக் கடந்துசெல்ல முடியாது என்று தோன்றியது. இந்தத் திரைப்படங்களிலிருந்த கறுப்பின மக்கள் வாழ்க்கையின் மிக மோசமான விஷயங்களை - தங்கள் குழந்தைகளைக் கடித்துக் குதறும் நாய்களை, தங்கள் நுரையீரல்களைப் பிராண்டும் கண்ணீர்ப்புகைக் குண்டுகளை, தங்கள் உடைகளைக் கிழித்தெறிந்து தெருக்களில் உருட்டித் தள்ளும் தீயணைப்புத் தண்ணீர்க் குழாய்களை நேசிப்பதாகத் தோன்றியது. தங்களை வன்புணர்ச்சிசெய்த ஆண்களை, தங்களைச் சபித்த பெண்களை, தங்கள்மீது காறி உமிழ்ந்த குழந்தைகளை, தங்கள்மீது குண்டு வீசிய தீவிரவாதிகளை அவர்கள் நேசித்ததாகத் தோன்றியது. இதை அவர்கள் நமக்கு ஏன் காட்டுகிறார்கள்? நமது நாயகர்கள் மட்டும் ஏன் அகிம்சாவதிகளாக இருந்தார்கள்? அகிம்சையின் அறமுறை பற்றி நான் பேசவில்லை. மாறாக, கறுப்பர்களுக்கு மட்டும் இந்த அறமுறை தேவையாக இருப்பதன் பொருள் பற்றிப் பேசுகிறேன். அந்தக் காலத்தில் என்னால் செய்யமுடிந்ததெல்லாம் எனக்குத் தெரிந்ததைவைத்து இந்தச் சுதந்திர விரும்பிகளை அளக்க முடிந்ததுதான். இப்படிச் சொல்வதன் பொருள், 7 - லெவன் வாகன நிறுத்துமிடத்தில் வாகனங்களை வெளியே எடுக்கும்படி செய்யப்பட்ட குழந்தைகளுக்கு எதிராக, நீட்டிப்புக் கம்பிகளைக் குழந்தைகளை அடிப்பதற்குப் பயன்படுத்தும் பெற்றோர்களுக்கு எதிராக மற்றும் "சரிதான் அற்பக் கறுப்பனே, இப்போது என்ன செய்வாய்?" என்று சொல்லும் நிலைக்கு எதிராக இவர்களை நான் அளந்து பார்த்தேன் என்பதாகும். படுகொலையின்மூலம் நிலத்தை முயன்றுபெற்று, அடிமைமுறைமூலம் அதைப் பயன்படுத்திய இந்த நாட்டிற்கு எதிராக, தாங்கள் மேலாதிக்கம் செலுத்த வேண்டும் என்பதற்காக, தங்கள் படைகளை உலகம் முழுவதும் பரவச்செய்த இந்த நாட்டுக்கு எதிராக, இவர்களை நான் மதிப்பிட்டேன். இந்த

உலகம், யதார்த்தமான ஒன்றாக இருக்கும் இந்த உலகம், நாக ரிகத்தால் பாதுகாக்கப்பட்டு, காட்டுமிராண்டித்தனமான வழி களில் ஆட்சி செய்யப்படுவதாகும். சமூகம் கடுமையாக வெறுக்கும் மதிப்பீடுகளைக்கொண்ட ஆண், பெண்களை பள்ளிகள், அரசியல் கட்டுப்பாட்டின் மூலம் எப்படி மதிப்புயர்த்த முடிந்தது? பால்டி மோரின் வீதிகளில் இருந்தவை அனைத்தும் அவர்களுக்குத் தெரிந் திருந்தும் எங்களை அங்கே அனுப்பி வைத்துவிட்டு, அதன் பிறகு அவர்களால் எப்படி அகிம்சை பற்றி பேச முடிந்தது?

பள்ளிகள் மற்றும் வீதிகள் ஆகிய இரண்டும் ஒரே காட்டு விலங்கின் இரு கரங்கள் என்று நான் பார்க்கத் தொடங்கியிருந் தேன். ஒன்று அரசின் முறையான அதிகாரத்தை அனுபவிக்கும் அதேசமயத்தில், மற்றது, அதன் மறைமுகமான தண்டனைத் தீர்ப்பை அனுபவித்துவருகிறது. ஆனால், இரு கரங்களுக்கும் அச்சமும், வன்முறையுமே ஆயுதங்களாக இருந்தன. வீதிகளில் தோல்வியுற்றால் தப்பியோடும் உன்னை குழுவினர் பிடிப்பார்கள், உன் உடலைக் கைப்பற்றிக்கொள்வார்கள். பள்ளிகளில் தோல்வி யுற்றால் நீ அங்கிருந்து நீக்கப்படுவாய். அதே வீதிகளுக்கு அனுப்பப் படுவாய். அங்கு அவர்கள் உன் உடலைக் கைப்பற்றிக்கொள் வார்கள். பள்ளிகளில் தோல்வியுற்றவர்கள் வீதிகளில் தங்கள் அழிவை நியாயப்படுத்துவதில் மேற்சொன்ன இரு கரங்களுக்கும் உள்ள தொடர்பை நான் காணத்தொடங்கியிருந்தேன். சமூகம், "அவன் பள்ளியிலேயே இருந்திருக்க வேண்டும்" என்று சொல்லி விட்டு பிறகு அவனைக் கை கழுவிவிடும்.

தனிநபர்களான கல்வியாளர்களின் "செயல்நோக்கங்கள்" பெருந்தன்மையோடு இருப்பது ஒரு பொருட்டல்ல. செயல் நோக்கங்களைக் குறித்து மறந்துவிடு. எந்தவொரு நிறுவனம் அல்லது அதன் முகவர்கள் உனக்கு "செய்யத் திட்டமிட்டிருப்பது" என்ன என்பது இரண்டாம் பட்சம். நமது உலகம் உடல்ரீதியானது, தற்காப்பு ஆட்டம் ஆடக் கற்றுக்கொள் - தலையை மறந்து உடலின் பாதுகாப்பில் கவனம்செலுத்து. கறுப்பின மக்கள் தெருவில் விடப் பட்டிருப்பது தங்களுக்குச் சாதகமானது என்று ஒரு சில அமெரிக்கர்களே நேரடியாகப் பிரகடனம் செய்வார்கள். ஆனால், மிகப்பெரிய எண்ணிக்கையிலான அமெரிக்கர்கள் பெருங்கனவை அழியாமல் பாதுகாப்பதற்காக தங்களால் இயன்றதைச் செய்வார்கள்.

தோல்வியையும் அழிவையும் புனிதப்படுத்தவே பள்ளிகள் வடிவமைக்கப்பட்டுள்ளன என்று யாரும் நேரடியாகப் பிரகடனம் செய்யவில்லை. ஆனால், குற்றத்தன்மைகொண்ட ஒரு பொறுப்பின்மையை உருவாக்கி, அதைத் திறம்பட நீடிக்கச் செய்திருக்கும் ஒரு நாட்டில், ''தனிப்பட்ட பொறுப்புணர்வு'' பற்றி பெரும் எண்ணிக்கையிலான கல்வியாளர்கள் பேசுகிறார்கள். ''செயல் நோக்கம்'' மற்றும் ''தனிப்பட்ட பொறுப்புணர்வு'' குறித்த இந்தப் பேச்சின் நோக்கம் பொறுப்பிலிருந்து விடுவித்துக் கொள்வதே ஆகும். தவறுகள் நிகழ்த்தப்பட்டன, உடல்கள் அடித்து நொறுக்கப்பட்டன, மக்கள் அடிமைப்படுத்தப்பட்டார்கள். நாங்கள் நல்லதையே நினைத்தோம். எங்களால் முடிந்த அளவிற்கு முயற்சி செய்தோம். ''நல்ல செயல்நோக்கம்'' என்பது வரலாற்றினுள் நுழைவதற்கான மன்ற நுழைவுச்சீட்டு, பெருங்கனவை உறுதிசெய்வதற்கான ஒரு தூக்க மாத்திரை.

பள்ளிகளால் நமக்குச் சொல்லப்பட்ட கதைகள் குறித்த இடைவிடாத ஒரு விசாரணை இப்போது இன்றியமையாதது என்று நான் உணர்கிறேன். ஏன் என்று கேட்பதில் தவறில்லை என்றும், அதை மீண்டும் கேட்க வேண்டும் என்றும் தோன்றுகிறது. இந்தக் கேள்விகளை என் அப்பாவிடம் கொண்டுசென்றேன். அவர் அடிக்கடி அவற்றிற்கு பதிலளிக்க மறுப்பவராகவும், அதற்கு மாறாக இன்னும் அதிகப் புத்தகங்களைக் குறிப்பிட்டுக் காட்டுபவராகவும் இருந்தார். என் அப்பாவும் அம்மாவும் இரண்டாம் கை பதில்களிலிருந்து என்னை விலக்கித் தள்ளுபவர்களாக இருந்தார்கள். அந்த பதில்களை அவர்களே நம்புபவர்களாக இருந்தபோதிலும் கூட. திருப்திகரமான பதில்கள் எதையாவது எப்போதாவது நானே சொந்தமாகக் கண்டுபிடித்தேனா என்று எனக்குத் தெரியவில்லை. ஆனால், ஒவ்வொரு முறை கேட்கும்போதும் கேள்வி இன்னும் திருத்தமானதான ஆனது. 'அரசியல் ரீதியாக விழிப்புணர்வோடு' இருப்பது குறித்துப் பேசும்போது, பழைய தலைகள் சொல்வதிலேயே மிகவும் சிறப்பானது, எதையும் உறுதிப்படுத்துவதற்காகக் கேள்வி கேட்பதைவிடவும் ஒரு சடங்காகக் கேள்வி கேட்பது, ஓர் இடத்தை/ஒன்றை ஆய்ந்தறிவதற்காகக் கேள்வி கேட்பது என்பது வரிசைக்கிரமமான செயல்பாடுகள் எப்படிப்பட்டதோ அப்படிப்பட்டதொரு இருத்தல்நிலை ஆகும். சில விசயங்கள்

எனக்குத் தெளிவுபட்டன. நாட்டை அழுத்திப் பிடித்திருக்கும் வன்முறை கறுப்பின வரலாற்று மாதத்தின்போது மிக மோசமாக வெளிப்பாடு கண்டதற்கும், "சரிதான், அற்பக்கறுப்பனே இப் போது என்ன செய்வாய்?" என்பதிலுள்ள உள்ளார்ந்த வன் முறைக்கும் இடையில் தொடர்பு இல்லாமல் இல்லை. அத்துடன் இந்த வன்முறை மாயத்தன்மை கொண்டதாக இருக்கவில்லை. மாறாக, ஒரு முழுமையின் பகுதியாகவும், சூழ்ச்சித் திட்டத்தால் உருவாக்கப்பட்டதாகவும் இருந்தது.

அப்படியானால் அந்தச் சூழ்ச்சித் திட்டம் என்ன? எதற்காக? எனக்குத் தெரிந்தாக வேண்டும். நான் இங்கிருந்து வெளியேறிச் செல்ல வேண்டும்... ஆனால், எதனுள்? நான் புத்தகங்களை விழுங்கினேன். ஏனென்றால், அவை கதவுநிலைச்சட்டத்தினுள் இருந்து கள்ளத்தனமாக வெளிவரும் ஒளிக்கதிர்களாக இருந்தன. ஒருவேளை கதவுக்கு அப்பால், அந்தப் பெருங்கனவைக் கீழே அழுத்திப் பிடித்திருக்கும் அச்சத்திற்கு அப்பாற்பட்ட இன்னொரு உலகம் இருந்திருக்கலாம்.

இந்த விழிப்புணர்வின் மலர்ச்சியில், தீவிரமாகக் கேள்வி கேட்ட இந்தக் காலகட்டத்தில், நான் தனியொருவனாக இருக்க வில்லை. 1960களில் விதைக்கப்பட்ட, பலராலும் மறக்கப்பட்ட விதைகள் மண்ணிலிருந்து முளைத்தெழுந்து பலன் தரத்தொடங்கின. 25 ஆண்டுகளாக மறைந்துபோயிருந்த மால்கம் எக்ஸ், தப்பிப் பிழைத்த அவரது சீடர்கள் கூட்டிய சிறு கூட்டங்களில் வெடித் தெழுந்து இந்த உலகத்திற்குத் திரும்பிவந்தார். ஹிப்ஹாப் கலைஞர்கள் அவர்களது பாடல்களில் அவரை மேற்கோள் காட்டி னார்கள். பாடல்களின் இடைநிறுத்தங்களின் ஊடே அவரது உரை களைப் புகுத்தினார்கள், வீடியோக்களில் அவரது உருவத்தைத் தோன்றச் செய்தார்கள். இது 90களின் தொடக்கமாக இருந்தது. அப்போது நான் என் பெற்றோரின் வீட்டிலிருந்த காலத்தின் இறுதிப் பகுதியை நெருங்கிக்கொண்டிருந்தேன். அத்துடன் வெளியே என்னுடைய வாழ்க்கை எப்படிப்பட்டதாக இருக்கப் போகிறது என்ற வியப்பில் ஆழ்ந்திருந்தேன். அப்போது என்னால் ஒரு கொடியைத் தேர்ந்தெடுக்க முடிந்திருந்தால், மிடுக்கான உடை அணிந்து, கழுத்துப் பட்டை காற்றில் பறக்க, ஒரு கையால் ஒரு ஜன்னல் மறைப்பைத் திறந்தபடி, இன்னொரு கையால் ஒரு

துப்பாக்கியைப் பிடித்தபடியிருக்கும் மால்கம் எக்ஸின் சித்திரம் பூத்தையல் செய்யப்பட்ட கொடியாக அது இருந்திருக்கும். அடக்கி ஆள்பவனாக, புத்திகூர்மை கொண்டவனாக, அச்சத்திற்கு அப்பாற் பட்டவனாக - நான் எப்படியெல்லாம் இருக்க விரும்பினேனோ அதையெல்லாம் அந்தச் சித்திரம் வெளிப்படுத்துவதாக இருந் திருக்கும். எவரி ஒன்ஸ் பிளேஸ் அல்லது வடக்கு அவென்யூவி லுள்ள ஒரு புத்தகக்கடையில் மால்கம் எக்ஸின் உரைகள்கொண்ட ஒலிநாடாக்களை - ''அடிமட்டத் தொண்டர்களுக்கு ஒரு செய்தி,'' ''வாக்குச்சீட்டு அல்லது துப்பாக்கி குண்டு'' - வாங்கி, அவற்றை என் வாக்மேனில் ஓடவிடுவேன். துளித்துளியாகக் கசிந்து பரவக்கூடிய வர்களும், மேற்கோள் காட்டத்தக்கவர்களுமான பிப்ரவரி நாயகர் களின் முன்னால் நான் உணரும் தவிப்பு முழுவதும் இதில்தான் உள்ளது. ''உன் வாழ்க்கையைத் துறக்காதே, உன் வாழ்க்கையைப் பாதுகாத்துக்கொள்,'' என்று அவர் சொல்வார். ''அத்துடன் அதைத் துறக்கவேண்டியிருந்தால், அதற்கு ஈட்டுக்கு ஈடுசெய்யத் தயங் காதே.'' இது தற்பெருமை பேசுவதல்ல, இப்படிப்பட்ட ஒரு சமத்துவப் பிரகடனமான இது, நல்ல தேவதூதர்களிடத்தில் அல்லது தொட்டுணர முடியாத ஆவியின் இடத்தில் வேர்கொண்டதாக இருக்கவில்லை. மாறாக, உடலின் புனிதத்தில் வேர்கொண்ட சமத்துவப் பிரகடனம். உன் வாழ்க்கையை நீ பாதுகாத்துக் கொள்கிறாய். ஏனென்றால், உன் வாழ்க்கையும், உன் உடலும் மற்ற எவருடைய வாழ்க்கையையும், உடலையும் போலவே விரும் பத்தக்கது. ஏனெனில், உன் ரத்தம் அரிதான அணிமணிகளைப் போல் மதிப்புமிக்கது. அத்துடன் அது மாயமந்திரங்களுக்கு, அறிந்துகொள்ள முடியாத வருங்கால உலகால் அகத்தூண்டுதல் பெற்ற ஆன்மீகவாதிகளுக்கு விற்கப்படுவதாக என்றென்றும் இருக்கக் கூடாது. மதிப்புமிக்க உன் உடலை பிர்மிங்காம் சட்ட அதிகாரிகளின் இளைஞர் மன்றங்களுக்கு நீ வழங்கிவிடக் கூடாது, வீதிகளின் நயவஞ்சக ஈர்ப்புத்தன்மைக்கும் வழங்கிவிடக் கூடாது. கறுப்பே அழகு - என்று சொல்வது கறுப்பு உடல்தான் அழகானது என்று சொல்வதாகும். அதாவது கறுப்புத் தலை முடியைப் பதனம்செய்து சுத்திகரிக்கும் சித்திரவதைக்கு எதிராக, கறுப்புத் தோலை வெளிறச் செய்து மாசகற்றுவதற்கு எதிராகப் பாதுகாக்கப்பட வேண்டும்; நமது மூக்குகள் மற்றும் வாய்கள் நவீன

சிகிச்சையிலிருந்து காக்கப்பட வேண்டும் என்று சொல்வதாகும். நாம் அனைவரும் நமது அழகிய உடல்களாக இருக்கிறோம். அதனால் காட்டுமிராண்டிகளின் முன்னால் நாம் நெடுஞ்சாண் கிடையாக விழுந்துகிடக்கக் கூடாது. நமது அசலான ஆன்மா, ஒரே ஒரு ஆன்மா இழிவுபடுத்தப்படுவதற்கும், கொள்ளையிடப் படுவதற்கும் என்றென்றும் விட்டுத்தந்துவிடக் கூடாது.

நான் மால்கமை நேசிக்கிறேன். ஏனென்றால், பள்ளிகளையும், அவற்றின் நெறிமுறைகளின் வெளித்தோற்றங்களையும் போலன்றி, வீதிகளையும், அவற்றின் போலித்துணிச்சல் ஆர்ப்பாட்டங்களையும் போலன்றி, கனவுகாண்பவர்களின் உலகம் போலன்றி, மால்கம் என்றும் பொய் சொன்னதில்லை. நான் அவரை நேசிக்கிறேன். ஏனென்றால், அவர் அதை எப்போதும் மறைபொருளான நிலை யில் அல்லது சிலர் மட்டுமே அறிந்துகொள்ளும்விதத்தில் சொல் லாமல் நேரடியாகப் பேசினார். ஏனெனில், பேய்கள் மற்றும் மர்மமான கடவுள்களின் செயல்பாடுகளில் அவருடைய அறிவியல் வேர்கொண்டிருக்கவில்லை. மாறாக, புறஉலகின் செயல்பாட்டில் வேர்கொண்டிருந்தது. நான் கேள்விப்பட்ட முதல் நேர்மையான மனிதர், எனக்குத் தெரிந்த முதல் அரசியல் அனுபவவாதி மால்கம்தான். தங்களை வெள்ளையர்கள் என்று நம்பிக்கொண்டு, அந்த நம்பிக்கையில் சுகம் கண்ட மக்களை ஆயத்தப்படுத்துவதில் அவர் அக்கறை காட்டவில்லை. அவர் கோபப்பட்டிருந்தால் கோபப்பட்டதாகச் சொல்லியிருப்பார். அவர் வெறுப்புக்கொண் டிருந்தால், அடிமைப்படுத்தப்பட்டவர் அடிமைப்படுத்தியவர் மீது வெறுப்புக் கொள்வது போன்ற மனித இயல்புதான் அதற்குக் காரணமாக இருக்கும். அது, புரோமேதியஸ் பறவைகளை வெறுத்ததுபோல் இயற்கையானது. அவர் உங்களுக்கு மறு கன்னத்தைக் காட்டப்போவதில்லை, உங்களுக்கு நல்ல மனித ராக அவர் இருக்கப்போவதில்லை, உங்களுடைய ஒழுக்கமுறைக்கு ஏற்றவராக அவர் இருக்கப்போவதில்லை. மால்கம் ஒரு சுதந்திர மனிதனைப்போல், நமது கற்பனையிலிருந்து அகற்றப்பட்ட, சட்டத்திற்கு மேலான ஒரு கறுப்பு மனிதனைப்போல் பேசினார். அவரிடம் என்னை நான் அடையாளம் கண்டுகொண்டேன். அவர் பள்ளிகளுக்கு எதிராகச் சினம்கொண்டிருந்தார் என்றும், வீதிகளால் கிட்டத்தட்ட அழிவுக்கு ஆளாகியிருந்தார் என்றும்

எனக்குத் தெரியும். சிறையில் அவர் கல்விகற்ற சமயத்தில் தன்னைத் தானே கண்டறிந்தார் என்றும், சிறைச்சாலையிலிருந்து வெளியே வந்தபோது, தன் உடல் தனக்கே சொந்தம் என்பது போன்ற ஏதோவொரு பழைய அதிகாரத்தைச் செயல்படுத்து பவராகத் திரும்பிவந்தார் என்றும் எனக்குத் தெரியும். "நீங்கள் கறுப்பராக இருந்தால் நீங்கள் சிறையில் பிறந்திருப்பீர்கள்," என்று மால்கம் சொன்னார். நான் தவிர்க்கவேண்டியிருந்த கட்டடத் தொகுதிகளிலிருந்து, பள்ளியிலிருந்து வீட்டிற்கு நடந்து செல்லும் போது பிடிபடாமல் இருக்கவேண்டியவனாக இருந்ததிலிருந்து, என் உடல் மீதான கட்டுப்பாடு என்னிடம் இல்லாமல் இருந்த திலிருந்து இந்த உண்மையை நான் உணர்ந்தேன். ஒருவேளை நானும்கூட சுதந்திரமாக இருந்திருக்கலாம். நாட் டர்னர், ஹரியட் டப்மேன், நான்னீ, கட்ஜோ மற்றும் மால்கம் எக்ஸ்ஸிடம் வாழ்ந்திருந்ததும், என் மூதாதையர்களை உயிரோட்டத்துடன் இருக்கச் செய்ததுமான அதே அதிகாரத்தை ஒருவேளை செயல் படுத்தியிருக்கலாம். என் உடல் எனக்கே சொந்தம் என்பது போல் நானும்கூட பேசியிருக்கலாம் - அல்ல, செயல்பட்டிருக்கலாம்.

மால்கமினுடையதைப்போல் என் மறுசீராக்கமும் புத்தகங்கள் மூலமாக, என் படிப்பு மற்றும் ஆய்வுப்பயணத்தின் மூலமாக நிறைவேற்றப்பட்டதாக இருக்கக்கூடும். ஒருவேளை அதன் விளைவுகள் பற்றி என்றேனும் ஒருநாள் நான் எழுதக்கூடும். என் வாழ்நாள் முழுவதும் பள்ளிகளின் கருத்தெல்லையைத் தாண்டி நான் படித்துக்கொண்டும், எழுதிக்கொண்டும் இருந்திருக்கிறேன். ஏற்கனவே மோசமான ராப் பாடல்களையும் மோசமான கவிதை களையும் நான் கிறுக்கிக்கொண்டிருந்தேன். அமெரிக்காவினுள், கடந்த காலத்தின் பைத்தியக்காரத்தனமான மோதித்தள்ளுதலின் பின்னால் விட்டுவிடப்பட்ட நம்மில் ஏதோவொரு பகுதி, சார மிக்க ஏதோவொன்றுக்கு, பழைய விசயங்களுக்குத் திரும்பிச் செல் வதற்கான ஓர் அழைப்பால் அந்தக் காலத்தின் சூழ்நிலை செறி வுற்றிருந்தது. இந்த விடுபட்ட விசயம், இந்த இழந்துபோன சாரம் மூலையில் இருக்கும் பையன்களையும், குழந்தைகளைப் பெற்றுக் கொண்ட குழந்தைகளையும் தெளிவாக விளக்குவதாக இருந்தது. நொறுங்கிப்போன நம் தந்தையர்களில் தொடங்கி, ஹெச்.ஐ.வி. மற்றும் மைக்கேல் ஜாக்சனின் சலவை செய்யப்பட்ட தோல் வரை யிலான அனைத்தையும் இது தெளிவாக விளக்குவதாக இருந்தது.

இந்த விடுபட்ட விசயம், நமது உடல்கள் கொள்ளைக்கொள்ளப் படுவதோடும், நம்மைப் பாதுக்காத்த கைகளுக்கு, நமக்கு உர மூட்டிய முதுகெலும்புக்கு, நம்மை வழிநடத்திய தலைக்கு நாமே கோரிக்கொள்ளும் எந்த உரிமையும் எதிர்க்கத்தக்கது என்ற உண்மையோடு தொடர்புகொண்டுள்ளது. இது பத்து லட்சம் பேர் திரண்ட அணிவகுப்பிற்கு இரண்டு வருடங்களுக்கு முன்பு நடந்தது. கிட்டத்தட்ட ஒவ்வொரு நாளும் நான் ஐஸ் க்யூபின் டெத் சர்டிபிகெட் ஆல்பத்தை ஓடவிடுவேன்: "என் வாழ்க்கையை வாழ விடு, இனியும் நமது வாழ்க்கையை நாம் வாழ முடியாதென்றால் கறுப்பர்களின் தேசத்தின் விடுதலைக்கும், மீட்சிக்கும் நமது வாழ்க் கையை வழங்குவோமாக" ஐஸ்ஆன் திபிரைஸ்ஸின் கறுப்பின அதிகாரம் குறித்த பகுதிகளை வாராவாரம் திரும்பத்திரும்பக் கேட்பதற்காகப் பாதுகாத்து வைத்திருந்தேன். என் தந்தையின் தலைமுறையைச் சேர்ந்தவர்களின் நிழலால், ஃபிரட்ஹாம்டன் மற்றும் மார்க் கிளார்க்கால் நான் ஆட்கொள்ளப்பட்டிருந்தேன். அட்டிக்கா, ஸ்டோக்லி, மால்கம் ஆகியோரின் உடல்ரீதியான தியாகத்தால் நான் ஆட்கொள்ளப்பட்டிருந்தேன். காயிண்டெல் புரோ (COINTELPRO) நடவடிக்கையாலும், கறுப்பின மக்களின் சண்டையாலும், போதைமருந்தாலும் நிலைகுலையச் செய்யப் பட்ட நாம் அங்கேயே நம்மை விட்டுவிட்டோம்; இப்போது கிராக் போதைமருந்தின் யுகத்தில் நமக்கென நமது அச்சங்கள் மட்டுமே இருக்கின்றன என்று நான் நம்புகிறேன். ஒருவேளை நாம் திரும்பிப்போயிருக்க வேண்டும். "அதை யதார்த்தமாக வைத்திரு" என்ற அழைப்பில் என் காதில் விழுந்தது மேற் சொன்னதாக இருந்திருக்க வேண்டும். ஒருவேளை நாம் நம் மிடமே, ஆதிகாலத்தைச் சேர்ந்த, நமக்குச் சொந்தமான விதி களுக்கே, நமக்குச் சொந்தமான முரட்டுத்தனத்துக்கே, நமக்குச் சொந்தமான அடங்காத தலைமுடிக்கே திரும்பிச்சென்றிருக்க வேண்டும். ஒருவேளை நாம் மெக்காவுக்கே திரும்பிச்சென்றிருக்க வேண்டும்.

என்னுடைய ஒரே மெக்காவாக இருப்பதும், எப்போதும் இருக்கப்போவதும் ஹோவார்ட் பல்கலைக்கழகம்தான். பலமுறை இதை உனக்குத் தெளிவுபடுத்த நான் முயற்சி செய்திருக்கிறேன். நான் சொன்னதை நீ செவிமடுத்ததாகவும், புரிந்துகொண்டதாகவும்

கூறுகிறாய். ஆனால், அந்த மெக்காவின் - என் மெக்காவின் ஆற்றல் உன் புதிய, பல்திரட்டான மொழியில் மொழிபெயர்க்கப் படக்கூடும் என்று நான் அதிகம் நம்பவில்லை. அப்படிச் செய்ய வேண்டும் என்பதிலும் எனக்கு நம்பிக்கையில்லை. உன் பாதையில் நீ நடந்துசெல்ல அனுமதிக்கும் அதேவேளையில், எனக்குச் சொந்த மான குறிப்பிட்ட பாதை குறித்து எனக்குத் தெரிந்ததை உனக்குத் தந்துவிடுவதே என் பணி. உன் தாத்தாவைப்போல் என்னால் கறுப்பனாக இருக்க முடிந்ததைவிட நான் கறுப்பனாக இருந் ததைபோல் உன்னால் இனியும் கறுப்பனாக இருந்துவிட முடியாது. இருப்பினும், உன்னைப் போன்ற பெருநகரப் பையன் ஒருவனுக்குக்கூட அங்கே ஏதேனும் ஒன்று - ஒரு அடித்தளமாவது கிடைக்கக்கூடும்; இந்த நவீன காலத்திலும்கூட அமெரிக்க புயலுக் கிடையே ஒரு துறைமுகம் கிடைக்கக்கூடும் என்றும் தொடர்ந்து நம்புகிறேன். நினைவுத்துயர் மற்றும் பழைய மரபு காரணமாக நான் ஒருதலைப்பட்சமானவனாக இருக்கிறேன் என்பது நிச்சயம். உன் தாத்தா ஹோவார்டில் பணியாற்றினார். உன் மாமாக்கள் தாமினியும், மெனிலெக்கும், உன் அத்தைகள் கிறிஸ்ஸூம் கெல்லியும் இங்குதான் படித்துப் பட்டம் பெற்றார்கள். உன் அம்மாவை, உன் மாமா பென்னை, உன் அத்தைகள் கமிலாவையும் ஜனாவையும் இங்குதான் நான் சந்தித்தேன்.

நான் ஹோவார்டில் சேர்த்துக்கொள்ளப்பட்டேன். ஆனால், மெக்காவால் வகுத்தமைத்து வடிவமைக்கப்பட்டேன். இந்த நிறு வனங்கள் ஒன்றோடொன்று தொடர்புள்ளவை, ஆனால், ஒரே வகையானவை அல்ல. ஹோவார்ட் பல்கலைக்கழகம், LSAT, மாக்னா கம் லோட் மற்றும் ஃபி பீட்டா கப்பா ஆகியவற்றுடன் தொடர்புடைய ஓர் உயர் கல்வி நிறுவனம். மெக்கா என்பது அனைத்து ஆப்பிரிக்க மக்களின் மறைநிலை கவனத்தைக் குவித்துக் கையகப்படுத்துவதற்கும், அதை மாணவர் சமுதாயத்தினுள் நேரடி யாகச் செலுத்துவதற்கும் என திட்டமிட்டு வடிவமைக்கப்பட்ட ஓர் பொறியமைவாகும். ஜிம் குரோவின் காலத்திலேயே இது கறுப்புத் திறனாளிகளின் திறமையை ஏறத்தாழ ஏகபோகமாக அனுபவித்து வந்தது. பிற வரலாற்றுரீதியான கறுப்பினப் பள்ளி களில் பெரும்பாலானவை அமெரிக்க உள்நாட்டுப் போரில் விலகிப்போன பதினொரு தேசங்களின் கூட்டமைப்பு என்னும்

மாபெரும் காட்டிலுள்ள கோட்டைகள்போல் சிதறிக் கிடந்த நிலையில், ஹோவார்ட் பல்கலைக்கழகம் வாஷிங்டன். டி.சி, - சாக்லேட் நகரம் - யில் இருந்தது. அதன்மூலம் கூட்டாட்சி அதிகாரம் கறுப்பின் அதிகாரம் ஆகிய இரண்டிற்கும் மிக நெருக்க மாக இருந்தது. இதன் விளைவாக துறை மற்றும் தலைமுறை சார்ந்த, பரந்துவிரிந்த பழைய மாணவமாணவியர் மற்றும் பேராசிரியர்கள் உருவாயினர் - சார்லஸ் ட்ரூ, அமிரி பரகா, தர்குட் மார்ஷல், ஓஸ்ஸீ டேவிஸ், டோ வைல்டர், டேவிட் டின்கின்ஸ், லூசில் கிளிப்டன், டோனி மாரிசன் மற்றும் குவாமே துரே. புலம்பெயர்ந்த கறுப்பின மக்களின் முக்கியமான திருப்புமுனை யான மெக்காவை உருவாக்க வரலாறும், அமைவிடமும், பழைய மாணவமாணவியர் கூட்டமும் ஒருங்கிணைத்தன.

மாணவர்கள் ஒன்றுகூடிய இடமும், என் கறுப்பு ஆன்மா குறித்து எனக்குத் தெரிந்த அனைத்தும் மாறுபட்ட வடிவங்களில், முடிவற்றதாகத் தோற்றமளிக்கும் விதத்தில் பல்கிப்பெருகிய இடமுமான, வளாகத்தின் மையத்திலிருந்த சமுதாயப் பசுமை வெளியான யார்டில் இந்த ஆற்றல் வெளிப்பட்டதை நான் கண் டேன். அங்கு தொழிலதிபர்களின் உடையிலிருந்த நைஜீரிய அரசப் பரம்பரையின் வழித்தோன்றல்களைத் தட்டிக்கொடுத்துக்கொண் டிருந்த பதனிப்பட்ட பழுப்பு மஞ்சள் 'டிம்ப்ஸ்' தோலாடையும் செந்நீலக் காற்று தடுப்பும் அணிந்திருந்த வழுக்கைத்தலை கியூவினர் (Q) இருந்தார்கள். அங்கு ஆப்பிரிக்க மெத்தடிஸ்ட் எபிஸ்கோப்பல் திருச்சபை போதகர்களின் உயர் - மஞ்சள் சந்ததியினருடன் விவாதித்துக்கொண்டிருந்த ஆசார் - செட் (Ausar - Set) திருச்சபை குருமார்கள் இருந்தார்கள். அங்கு இஸ்லாமியர்களாக மாறிய கலிபோர்னியா பெண்கள் முக்காடும் நீண்ட பாவாடையும் அணிந் தவர்களாக இருந்தார்கள். அங்கு போன்ஸி (PONZI) சமயப் பிரிவினர்களும், கிறித்தவ சமய உட்பிரிவுகளைச் சேர்ந்தவர்களும், மதவெறியர்களும், கணிதமேதைகளும் இருந்தார்கள். அது "மீட்புப் பாடலின்" நூறுவிதமான பாடபேதங்களைக் கேட்பதுபோலிருந் தது. அவை ஒவ்வொன்றும் வெவ்வேறு வண்ணத்திலும் விரிந் திருந்தது. தாளலயத்திலும் இருந்தன. இவை எல்லாவற்றுக்கும் மேலாக, ஹோவார்டின் வரலாறு முன்னதாக வந்திருந்தவர்களான அனைத்து டோனிமாரிசன்கள் மற்றும் ஸோரா நீல்

ஹர்ஸ்டன்களின், அனைத்து ஸ்டெர்லிங் பிரௌன்கள் மற்றும் அனைத்து கென்னத் கிளார்க்குகளின் அடிச்சுவடுகளில் நான் மெய்யாகவே நடந்துசெல்வதை அறிந்திருந்தேன். காலத்தினூடாகவும், வெளியினூடாகவும் கறுப்பின மக்களின் எல்லையற்ற பரப்பை மெக்கா - வளாகத்தின் குறுக்கே இருபது நிமிடங்கள் நடப்பதன் மூலம் அனுபவப்பூர்வமாக உணர முடியும். வியட்நாம் போருக்கு எதிராக முகம்மது அலி தனது தாய்தந்தையர்களை முன்னிலைப் படுத்திப் பேசிய இடமான, பிரடெரிக் டக்ளஸ் நினைவு இல்லத்தின் முன்னால் மாணவர்கள் திடுமெனத் தோன்றியபோது அந்த விரிந்த பரப்பை நான் பார்த்தேன். ஒருசமயம் டோனி ஹதாவே பாடிய இடமும், ஒரு சமயம் டொனால்ட் பைர்ட் தனது மக்கள்கூட்டத்தைக் கூட்டிய இடமுமான ஐரா அல்ரிட்ஜ் தியேட்டருக்கு அருகில் கூடிய மாணவர்களிடம் அதன் காவியவீச்சை நான் கண்டேன். தங்கள் சாக்ஸபோன்கள், டிரம்பெட்கள் மற்றும் டிரம்களுடன் வெளிப் பட்ட மாணவர்கள் ''மை ஃபேவரைட் திங்க்ஸ்'' அல்லது ''சம் டே மை பிரின்ஸ் வில் கம்'' பாடலை இசைத்தார்கள். மாண வர்களில் வேறு சிலர் இளஞ்சிவப்பு மற்றும் பச்சை உடை களில் அலெய்ன் லாக்கே ஹாலின் முன்னாலிருந்த புல்தரையில் ஒதுங்கியிருந்து பாசுரங்களை உச்சாடனம் செய்தார்கள், பாடி னார்கள், கைதட்டினார்கள், அடியெடுத்தும் ஓங்கி மிதித்தும் ஆடினார்கள். டப்மேன் குவாட் ரேங்ளிலிருந்து தங்கள் அறை நண்பர்களுடன் வெளியே வந்த சிலர் டபுள் டச்சு நடனத்துக் காகத் தங்களைக் கயிற்றில் பிணைத்துக்கொண்டார்கள். ட்ரூ ஹாலிலிருந்து கீழிறங்கி வந்த தொப்பியணிந்தவர்களும், முதுகுப் பைகளை ஒரு கையின் வழியாகத் தொங்கவிட்டவர்களுமான அவர்களில் சிலர் பீட்பாக்ஸ் ஒலிநாடாக் கருவியின் தாள லயத்தின் பகட்டான தொடரொலிகளில் தங்களை மறந்து லயித் திருந்தார்கள். சில பெண்கள் மணிக்கொக்கிகளுடன் கொடிக் கம்பத்தின் அருகில் அமர்ந்தார்கள், தங்கள் வைக்கோல் அணி மணிகளுடன் சோனியா சாஞ்செஸாகக் காட்சியளித்தார்கள். தங்களுக்குப் புதிய யோரூபா பெயர்களைச் சூட்டிக்கொண்ட சில பையன்கள் ஃபிரான்ட்ஸ் ஃபனானை மேற்கோள் காட்டுவதன் மூலம் இந்தப் பெண்களிடம் மன்றாடிக்கொண்டிருந்தார்கள். அவர்களில் சிலர் ரஷ்யமொழி பயின்றவர்களாக இருந்தார்கள்.

சிலர் எலும்புப் பரிசோதனை நிலையத்தில் பணிபுரிபவர்களாக இருந்தார்கள். அவர்கள் பனாமியர்களாக இருந்தார்கள். அவர்கள் பாஜன்களாக இருந்தார்கள். அவர்களில் சிலர் நான் கேள்விப் படாத இடத்தைச் சேர்ந்தவர்களாக இருந்தார்கள். ஆனால், அவர்கள் எல்லோருமே உணர்ச்சிவேகம் மிக்கவர்களாக, நம்ப முடியாத அளவு விசித்திரமானவர்களாக, புதுமைவிரும்பிகளாக இருந்தபோதிலும் நாங்கள் ஒரே இனக்குழுவிலிருந்து வந்தவர் களாக இருந்தோம்.

கறுப்பர்களின் உலகம் என் முன்னால் விரிந்துகிடந்தது, தங் களை வெள்ளையர்கள் என்று நம்பிக்கொண்டிருக்கும் மக்களின் புகைப்பட நெகடிவ்வைவிட மேலானதாக அந்த உலகத்தை என் னால் இப்போது நன்றாகப் பார்க்க முடிந்தது. ''வெள்ளை அமெரிக்கா'' என்பது நமது உடல்களைக் கட்டுப்படுத்தவும், ஆதிக்கம் செலுத்தவும் தங்களுக்கு மட்டுமே உள்ள தனிப்பட்ட அதிகாரத்தைப் பாதுகாத்துக்கொள்வதற்காக அணிவகுத்து நிற்கும் ஒரு கூட்டுக்குழுதான். இந்த அதிகாரம் சில சமயங்களில் நேரடி யானதாக (சித்திரவதை செய்தல்) இருக்கும்; சில சமயங்களில் வெளித்தெரியாத விதத்தில் சூழ்ச்சி வாய்ந்ததாக (கடனை முறை யாக திருப்பித்தராதவர்கள் வாழும் பகுதியில் உள்ளவர்களுக்கு கடன் தரமறுப்பது) இருக்கும். எப்படியிருந்தபோதிலும், ஆதிக்கம் செலுத்துவதற்கும், மற்றவர்களை விலக்கிவைப்பதற்குமான அதி காரம்தான் தாங்கள் வெள்ளையர்களாக இருக்கிறோம் என்ற நம்பிக்கையின் மையமாக இருக்கிறது. இந்த அதிகாரம் இல்லாமல் போய்விட்டால் ''வெள்ளையின மக்கள்'' தங்கள் இருப்புக்கான காரணகாரியங்கள் இல்லாமையால் தாங்களும் இல்லாமல்போய் விடுவார்கள். நேரான தலைமுடியும், நீலக் கண்களும்கொண்ட மக்கள் எப்போதும் இருப்பார்கள், எல்லோருக்கும்போல் அவர் களுக்கும் வரலாறு இருக்கும் என்பது நிச்சயம். நேரான தலை முடியும், நீலக்கண்களும் கொண்ட மக்களில் சிலர் கறுப்பர்களாக இருந்தார்கள் என்ற போதிலும், இது எங்களுடைய உலகத்துக்கும் அவர்களுடைய உலகத்துக்கும் இடையிலான மாபெரும் வித்தி யாசமாகக் குறிப்பிடப்படுகிறது. நமது வேலிகளை நாம் தேர்ந் தெடுக்கவில்லை. எவ்வளவு முடியுமோ அவ்வளவு அதிகமாக அமெரிக்கர்களை அடிமைப்படுத்த வேண்டும் என்ற தீராதவெறி

கொண்ட வர்ஜீனியப் பண்ணை உரிமையாளர்களால் நம்மீது சுமத்தப்பட்டவை அவை. நீலக் கண்களைக்கொண்ட தங்கள் சொந்த மகன்களே சவுக்கடியின்கீழ் வாழவேண்டியிருக்கும் என்பதே அந்த சட்டத்தின் பொருளாக இருக்கும் என்ற போதிலும், "வெள்ளையர்களிடமிருந்து" "கறுப்பர்களைத்" தனியாகப் பிரிக்கும் அத்தகைய "ஒரு துளிச்சட்டத்தைக்" கொண்டுவந்தவர்கள் அவர்களேதான்.* உடல்ரீதியான அனைத்து வேறுபாடுகளையும் கொண்டவர்களும், அந்த உடல்ரீதியான மாறுபாடுகளைப் பிரதி பலிக்கும் வாழ்க்கைக் கதைகளைக் கொண்டவர்களுமான ஒரு மக்கள் கூட்டமாக கறுப்பின மக்கள் கூட்டம் இருக்கிறது என்பதே இதன் விளைவாகும். நமக்கே உரிய பிரித்துவைக்கப்பட்ட உடல் அரசியலால் அனைத்துலக (Cosmopolitan) மக்களாக நாம் இருந்தோம் என்பதை மெக்காவினூடாக நான் கண்டேன். புலம் பெயர்ந்து வாழும் மக்களின் உலகமாக நமது கறுப்பின மக்களின் உலகம் மட்டுமே இருக்கவில்லை. மேற்கத்திய உலகமும் பல வழிகளிலும் அப்படிப்பட்டதாகத்தான் இருந்தது.

இப்போது, அந்த வர்ஜீனியப் பண்ணை உரிமையாளர்களின் வாரிசுகள் இந்த மரபுரிமையான சொத்தைத் தங்களுடையது என நேரடியாக ஒப்புக்கொள்வதில்லை. அல்லது அதன் அதிகாரத்தைச் சார்ந்திருப்பதும் இல்லை. ஆகவே எந்த அழகைப் பாதுகாப்பதாக மால்கம் நம்மிடம் வாக்குறுதி அளித்தாரோ அந்தக் கறுப்பு அழகு திரைப்படங்களில், தொலைக்காட்சிகளில் அல்லது நான் குழந்தையாக இருந்தபோது பார்த்த பாடப்புத்தகங்களில் கொண்டாடப்படுவதில்லை. இயேசுநாதரிலிருந்து ஜார்ஜ் வாஷிங்டன்வரை எந்த விதத்திலாவது முக்கியத்துவம் வாய்ந்த எவரொருவரும் வெள்ளையராகவே இருந்தார். டார்ஸானையும்,

---

* ஒரு துளிச் சட்டம்
ஒரு துளிச் சட்டமென்பது இனங்களை வகைப்படுத்துவதற்கான சமூக ரீதியானதும் சட்ட ரீதியானதுமான ஒரு கோட்பாடாகும். அமெரிக்காவில் முக்கியத்துவம் வாய்ந்ததாக இருந்த இந்தக் கோட்பாட்டின்படி சகாராவுக்குக் கீழ்ப்பகுதியைச் சேர்ந்த ஆப்பிரிக்க மூதாதையரின் ஒரு துளி இரத்தத்தையேனும் கொண்ட எவரொருவரும் கறுப்பர் என்றே கருதப்படுவார் (வரலாற்று ரீதியாக இவர் நீக்ரோ என்று குறிப்பிடப்பட்டார்.) இனத்தூய்மை குறித்த உட்கருத்துப் பொதிந்த இந்தக் கோட்பாட்டின்படி அமெரிக்காவில் இனங்களுக்கான படிநிலை அந்தஸ்தின் பின்னணியில் மேற்சொல்லப்பட்டவர் வெள்ளையராகக் கருதப்பட மாட்டார். அவருக்கு வெள்ளையர் அல்லாதவர் அல்லது வெள்ளை நிறத்தோலைக் கொண்டிராத ஒரு இனத்தைச் சேர்ந்தவர் என்ற அந்தஸ்தே வழங்கப்பட்டது.

லோன் ரேன்ஜரையும், வீட்டிலிருந்த வெள்ளை முகம்கொண்ட பொம்மைகளையும் உன் தாத்தா, பாட்டிமார்கள் தடைசெய்த தற்கு இதுதான் காரணம். கறுப்பின மக்களின் உணர்வுநிலையில் மட்டுமே ''முதன்மையானவர்களை'' - ஐந்து நட்சத்திர அந்தஸ்து பெற்ற முதல் கறுப்பினத் தளபதி, முதல் கறுப்பின நாடாளுமன்ற உறுப்பினர், முதல் கறுப்பின மேயர் - குறித்துப் பேசும் வரலாற்றுப் புத்தகங்களை எதிர்த்து அவர்கள் கலகம் செய்தார்கள். இந்தப் புத்தகங்களில் இடம்பெற்றவை எப்போதும் அற்பமான தேடல் முயற்சி என்ற வகையைச் சேர்ந்தவையாகவும், உண்மையை மழுங்கச் செய்யும் வகையில் முன்வைக்கப்பட்டவையாகவும் இருந்தன. தீவிரவரலாறு என்பது மேற்கினுடையதாக இருந்தது, மேற்கு, வெள்ளை இனத்தினுடையதாக இருந்தது. இவை யனைத்தும் ஒரு காலத்தில் நாவலாசிரியர் சால்பெல்லோவின் மேற் கோள் ஒன்றில் எனக்காக வடித்திறக்கப்பட்டதாக இருந்தது. அதை எங்கே எப்போது படித்தேன் என்பது நினைவில்லை. ஆனால், ஹோவார்டுக்குச் செல்வதற்கு முன்னதாகவே படித்திருந்தேன் என்பது மட்டும் நினைவிருக்கிறது. ''ஜுலுக்களில் டால்ஸ்டாய் யார்?'' என்று பெல்லோ புதிர் போடுகிறார். டால்ஸ்டாய் வெள்ளையர் என்பதால், ''பொருட்படுத்தத்தக்கவர்'', வெள்ளை யினத்தைச் சேர்ந்த எல்லா விசயங்களும் ''பொருட்படுத்தத் தக்கவை'' என்பதைப் போல. விசயங்களை இப்படிப் பார்ப்பது பல தலைமுறைகளினூடாகக் கடந்துவந்திருக்கும் அச்சத்தோடும், உரிமைகள் பறிக்கப்படுவதோடும் தொடர்புகொண்டிருந்தது. கண்ணுக்குப் புலப்படும் நிற பேதங்களுக்கு அப்பால், நாகரிகத்துக்கு அப்பால் நாம் கறுப்பர்களாக இருந்தோம். நமது வரலாறு தாழ் நிலைப்பட்டது. ஏனெனில், நாம் தாழ்நிலையில் இருந்தோம் என்று சொல்வது, நமது உடல்கள் தாழ்நிலைப்பட்டவை என்று சொல்வதாகும். மேற்கால் கட்டியமைக்கப்பட்டவர்களுக்குத் தரப் படும் அதே மரியாதை நமது தாழ்த்தப்பட்ட உடல்களுக்கும் வழங்கப்பட வேண்டும் என்பது சாத்தியமானதாக இருக்க முடி யாது. அப்படியானால், நமது உடல்கள் நாகரிகப்படுத்தப்பட்டு, மேன்மைப்படுத்தப்பட்டு, சிற்சில சட்டப்பூர்வமான கிறித்துவ பயன்பாடுகளுக்கென இணைத்துக்கொள்வது நல்லதாக இருக்கும் அல்லவா?

இந்தக் கொள்கைக்கு முரணாக நான் மால்கமைப் பெற்றிருந்தேன். என் அப்பாவையும் அம்மாவையும் பெற்றிருந்தேன். தி சோர்ஸ் மற்றும் வைப்பின் ஒவ்வொரு இதழின் வாசிப்பையும் பெற்றிருந்தேன். கறுப்பின இசையை வெறுமனே நேசித்தேன் என்பதால் மட்டுமே அதைப் படிக்கவில்லை. இசையை நேசித்ததால் மட்டுமின்றி அந்த எழுத்திற்காகவும் அவற்றைப் படித்தேன். எழுத்தாளர்கள் கிரெக்டேட், சேர்மன் மாவோ, என்னைவிடச் சற்றே வயது மூத்தவரான டிரீம் ஹாம்டன் ஆகியோர் அந்த இதழ்களிலிருந்து வெளியாகி ஒரு புதிய மொழியைப் படைத்தார்கள். இது நமது கலையை, நமது உலகத்தைப் பகுப்பாய்வு செய்வதற்காக நான் உள்ளுணர்வு ரீதியாகப் புரிந்துகொண்ட ஒரு மொழியாகும். இந்த மொழி அதனளவிலும் அதில் இடம் பெற்றவை என்ற அளவிலும் நமது பண்பாட்டின் சான்றாதாரமாக, அதுபோலவே நமது உடல்களின் அழகிற்கும், கனதிக்குமான சான்றாதரமாக விளங்கியது. அத்துடன் இப்போது அனுதினமும் யார்டில் கொள்கை தொடர்பான ஒரு விசயமாக மட்டுமல்லாமல், விளக்கிக்காட்டப்படக்கூடிய ஒரு உண்மையாகவும் இந்தக் கனதியை நான் உணர்ந்தேன்; இந்த அழகை நான் கண்டேன். அத்துடன் இந்த ஆதாரத்தை உலகத்துக்குத் தெரியப்படுத்த வேண்டும் என்றும் மனதார விரும்பினேன். ஏனெனில் நான் இதை முழுமையாகத் தெரிந்துகொள்ளவில்லை என்றபோதிலும், பரந்தகன்ற பண்பாட்டால் கறுப்பழகு துடைத்தளிக்கப்படுதல் என்பது உள்ளார்ந்தவிதத்தில் கறுப்பு உடல்களை துடைத்தழிப்பதோடு தொடர்புகொண்டிருந்தது என்பதை நான் உணர்ந்தேன்.

தேவைப்பட்டது என்னவென்றால் நமது போராட்டத்தின் உருப்பெருக்கக்கண்ணாடியின் மூலமாகச் சொல்லப்படும் ஒரு புதிய கதை, ஒரு புதிய வரலாறுதான். மால்கம் குறித்த ஒரு புதிய வரலாற்றுக்கான தேவையைப் பற்றி நான் செவியுற்றிருந்தேன். என் அப்பாவின் புத்தகங்களில் இந்தத் தேவை குறித்து எழுதப்பட்டிருந்ததை நான் பார்த்திருந்தேன். எப்போதுமே எனக்கு இது தெரிந்துதான் இருந்தது, அவர்களின் மகத்தான தலைப்புகளின் - சூரியனின் குழந்தைகள், புராதன குஸைட் பேரரசின் வியத்தகு எத்தியோப்பியர்கள், நாகரிகத்தின் ஆப்பிரிக்கத் தோற்றுவாய் - பின்னாலிருந்த வாக்குறுதியில் அது இருந்தது. இங்கு நமது

வரலாறு மட்டுமே இடம்பெற்றிருக்கவில்லை. நமது மேலான நோக்கங்களுக்காக ஆயுதமேந்திய உலகத்தின் வரலாறும் இடம் பெற்றிருந்தது. இங்குதான் நாம் இசைநாடகங்களைப் படைத்த, இரகசிய அல்ஜிப்ராவின் முன்னோடிகளாக இருந்த, அழகிய வேலைப்பாடுகள்கொண்ட சுவர்கள், பிரமிடுகள், கேளிக்கைக் கூடங்கள், பாலங்கள், சாலைகள் மற்றும் நாகரிகத்தின் படிக் கட்டுகளில் ஒருவரது வம்சாவளியின் இடத்தைத் தகுதிப் படுத்திக் கொள்ள வேண்டும் என்பதற்காகச் செய்யப்பட்டவையென்று நான் கருதிய அனைத்துக் கண்டுபிடிப்புக்களையும் செய்த ஆப்பிரிக்காவின் கடந்தகாலத்தில் வாழ்ந்தவர்களான நமது சொந்த டால்ஸ்டாய்களின் கனவான - ஒரு கறுப்பினத்தின் கனவு - நமது கனவின் மூலமுதலான பொருள் இருந்தது. அவர் களுக்கென அவர்களுடைய வெற்றியாளர்கள் இருந்தார்கள். நமக்கென நம்முடைய வெற்றியாளர்கள் ஏதோவொரு இடத்தில் இருக்கத்தான் வேண்டும். நமது புதிய, மேன்மையான வரலாற்றுக் கான பொதுநியதிக்கோட்பாட்டிற்கு மையமாக இருந்த எழுத் தாளர்களான சான்சலர் வில்லியம்ஸ், ஜே.ஏ.ரோஜர்ஸ் மற்றும் ஜான் ஜாக்சன் ஆகியோரை அந்தச் சமயத்தில் நான் படித்துக் கொண்டிருந்தேன். மாலியைச் சேர்ந்த மன்ஸா மூஸா கறுப்பினத் தைச் சேர்ந்தவர் என்றும், எகிப்தைச் சேர்ந்த சபாகா கறுப்பினத் தைச் சேர்ந்தவரென்றும், அசாண்டியைச் சேர்ந்த யா அசாண்டிவா கறுப்பினத்தைச் சேர்ந்தவரென்றும் அவர்களிடமிருந்து தெரிந்து கொண்டேன். அத்துடன் ''கறுப்பினம்'' என்பது நினைவிற்கெட் டாத காலத்திலிருந்தே இருந்துவருவது என்றும், அது மெய்யானது, பொருட்படுத்தத்தக்கது என்றும் நான் ஊகித்தேன்.

நான் ஹோவார்டுக்கு வந்தபோது கறுப்பின நாகரிகத்தை அழித் தொழித்தல் என்னும் சான்சலர் வில்லியம்ஸின் நூலே எனது வேத மாக இருந்தது. வில்லியம்ஸ், ஹோவார்டில் போதிப்பவராகவும் இருந்தார். எனக்குப் பதினாறு வயதாக இருந்தபோது நான் அவரைப் படித்தேன். அவரது படைப்பு பல ஆயிரம் ஆண்டுகால ஐரோப்பிய சூறையாடல் பற்றிய மாபெரும் கோட்பாடொன்றை வழங்கியது. அந்தக் கோட்பாடு என்னைத் தொந்தரவு செய்துவந்த குறிப்பிட்ட சில கேள்விகளிலிருந்து என்னை விடுவித்தது. தேசிய வாதத்தின் இலக்கு இதுவாகத்தான் இருந்தது - அது எனக்கு

என்னுடைய டால்ஸ்டாயைத் தந்தது. பதினாறாம் நூற்றாண்டில் மத்திய ஆப்பிரிக்காவை ஆண்ட அரசி என்ஸிங்கா போர்த்துக் கீசியரை எதிர்த்துப் போராடியதைப் பற்றி நான் படித்தேன். போர்த்துக்கீசியரோடு அவர் பேச்சுவார்த்தை நடத்தியது குறித்து நான் படித்தேன். டச்சுத் தூதர் அவருக்கு ஒரு இருக்கையை வழங்க மறுத்து அவரை அவமதித்தபோது, தன் ஆலோசகர்களில் ஒருவரை நாற்காலிபோல் கைகளை மடக்கி நிற்கச் செய்து, தனது உடலுக்கான மானுட இருக்கை ஒன்றை அவர் அமைத்துக் கொண்டதன்மூலம் தனது அதிகாரத்தை வெளிப்படுத்தினார். அந்தவகையான அதிகாரத்தைத்தான் நான் தேடினேன். நமது அரச மரபினரின் கதை எனக்கான ஓர் ஆயுதமாக மாறியது. கறுப்பின மக்கள் அனைவரும் நாடுகடத்தப்பட்ட நிலையில் இருக்கும் மன்னர்களென்றும், நமது அசலான பெயர்களிலிருந்தும், நமது மேன்மைவாய்ந்த நூபியப் பண்பாட்டிலிருந்தும் துண்டிக் கப்பட்ட அசலான மக்களின் ஒரு தேசமென்றும் கொள்வது அப்போதைய என்னுடைய பணிமுறைக் கோட்பாடாக இருந்தது. நிச்சயமாக, யார்டின் மீதான கருத்தூன்றிய பார்வையிலிருந்து நான் எடுத்துக்கொண்டது இதுதான். எந்த மக்களாவது, எங்கே யாவது, எப்போதாவது நம்மைப்போல் விரிந்துபரவியவர் களாகவும் அழகானவர்களாகவும் இருந்திருக்கிறார்களா?

எனக்கு இன்னும் அதிகப் புத்தகங்கள் தேவைப்பட்டன. ஹோவார்ட் பல்கலைக்கழகத்தில் ஒரு காலத்தில் உன் தாத்தா பணிபுரிந்த மூர்லாண்ட் ஸ்பிரிங்ஹார்ன் ஆராய்ச்சி மையத்தில் புத்தகங்களின் மாபெரும் தொகுப்புகள் காணக்கிடைத்தன. ஆவணங்கள், ஆய்வுக்கட்டுரைகள், புத்தகத் தொகுப்புகள் மற்றும் கறுப்பின மக்களால் அல்லது கறுப்பின மக்களைப் பற்றிய ஏறத்தாழ எந்தவொரு புத்தகமும் - அது எப்போது யாரால் எழுதப்பட்டதாக இருந்தாலும் அங்கு சேர்த்துவைக்கப்பட்டிருந்தது. மெக்காவில் எனது நேரத்தின் முக்கியத்துவம் வாய்ந்த பெரும் பகுதியைப் பொறுத்தவரையில் ஒரு சடங்கை நான் பின்பற்றினேன். மூர் லேண்ட் படிப்பறைக்குச் சென்று வெவ்வேறு புத்தகங்களை வேண்டி, மூன்று தேவைப்படிவங்களைப் பூர்த்தி செய்வேன். என் பேனாவை வெளியில் எடுத்துக்கொண்டு அந்த நீண்ட மேஜைகளில் ஒன்றின் இருக்கையில் அமர்வேன். என் பேனாவையும் கறுப்பு

- வெள்ளை கட்டுரை நோட்டுப் புத்தகத்தையும் திறப்பேன். புத்தகங்களைத் திறந்து படிக்க ஆரம்பிக்கும் அதேவேளையில் படிக்கும் விசயம் குறித்த குறிப்புகள், புதிய சொற்கள் மற்றும் என் சொந்தக் கண்டுபிடிப்பான வாக்கியங்கள் ஆகியவற்றை எழுதி நோட்டுப் புத்தகத்தை நிறைப்பேன். நான் காலையிலேயே வந்து சேர்ந்து, வகுப்பறையில் அல்லது யார்டில் நான் கேள்விப்பட்ட ஒவ்வொரு எழுத்தாளருக்குமான மூன்று தேவைப்படிவங்களை ஒரேசமயத்தில் வேண்டிக் கேட்பேன்: லேரி நீல், எரிக் வில்லியம்ஸ், ஜார்ஜ் பேட்மோர், சோனியா சாஞ்செஸ், ஸ்டான் லிக்ரோச், ஹெரால்டு குரூஸ், மேனிங் மரபில், அட்டிசன் காயில், கரோலின் ரோஜர்ஸ், எதிரிட்ச் நைட், ஸ்டெர்லிங் ப்ரௌன். எல்லாப் பிரச்சினைகளுக்குமான திறவுகோல், ‘‘கறுப்பு அழகியல்’’ மற்றும் ‘‘திணிக்கப்பட்ட கறுப்பினக் கலாச்சாரத்தை ஏற்றுக்கொள்ளுதல் (Negritude)’’ ஆகிய இரண்டுக்கும் இடையிலான துல்லியமான வேறுபாட்டைப் பிரித்தறிவதில்தான் இருக்கிறது என்று நம்பிக் கொண்டிருந்ததை நான் நினைவுபடுத்திக்கொள்கிறேன். ஐரோப்பா, ஆப்பிரிக்காவைத் திட்டவட்டமான முறையில் குறைவளர்ச்சிப் படுத்தியது எப்படி? நான் தெரிந்துகொண்டாக வேண்டும். பாரோக்களின் பதினெட்டாம் வம்சம் இப்போது உயிரோடு இருந்தால் அவர்கள் ஹார்லெம்மில் இருந்திருப்பார்களா? எல்லாப் பக்கங்களையும் நான் உள்வாங்க வேண்டும்.

வரலாறு என்பது ஒருங்கிணைந்த கதையாடலாக இருக்கும், விவாதத்திற்கு அப்பாற்பட்டதாக இருக்கும். அது ஒருமுறை திறக்கப்பட்டுவிட்டால் எப்போதும் என் சந்தேகத்திற்கு உரியதாக இருந்த எல்லா விசயங்களையும் சரிபார்த்துவிடுவதற்கானதாக இருக்குமென்ற கற்பனையில் இந்தப் புலம்விசாரணையினுள் நான் நுழைந்தேன். புகைத்திரை விலகும். பள்ளிகள் மற்றும் வீதிகளைத் தவறாகக் கையாண்ட தீயவர்களின் முகத்திரை கிழிக்கப்படும். ஆனால், அங்கு தெரிந்துகொள்ளவேண்டிய விசயங்கள் ஏராளமாக இருந்தன. உள்ளடக்கவேண்டிய புவிப்பரப்பு பரந்துவிரிந்திருந்தது - ஆப்பிரிக்கா, கரீபியன், வட, தென், அமெரிக்காக்கள், அமெரிக்க ஐக்கியநாடுகள். இந்தப் பகுதிகள் அனைத்தும் வரலாறுகளை, விரிவான இலக்கியப் பொதுநியதிகளை, களப்பணிகளை, இனவரைவியல்களைக் கொண்டிருந்தன. நான் எந்த இடத்தில் தொடங்க வேண்டும்?

ஏறத்தாழ உடனடியாக சிக்கல் வந்துவிட்டது. கால்கள் நெருங்கி அணிவகுத்து நடைபோடும் எளிய, தெளிவான மரபொன்றை என்னால் கண்டுபிடிக்க முடியவில்லை. உட்கட்சிப் பிளவு களையும், உட்கட்சிப் பிளவுகளுக்குள் உட்கட்சிப் பிளவுகளை யுமே நான் கண்டேன். ஹியூஸோடு ஹர்ஸ்டன் போரிட்டார். துப்வாவோடு கார்வி யுத்தம் செய்தார். ஹெரால்ட் குரூஸ் எல்லாரோடும் சண்டையிட்டார். என்னால் கட்டுக்குள் கொண்டு வர முடியாத ஒரு மாபெரும் கப்பலின் மேடைமேல் இருப்பதாக நான் உணர்ந்தேன். ஏனெனில் என்னை அங்குமிங்கும் தூக்கி யெறியும் பேரலையாக, சுழற்றிவீசும் நீர்ச்சுழியாக சி.எல்.ஆர். ஜேம்ஸூம், பேசில் டேவிட்சனும் இருந்தார்கள். வெறும் ஒரு வாரம் முன்னதாக நான் நம்பிய விசயங்கள் அடுத்த வாரத்திலும், ஒரு புத்தகத்திலிருந்து எடுத்துக்கொண்ட கருத்துகள் அடுத்த புத்தகத் திலும் சுக்குநூறாக உடைத்தெறியப்படக்கூடியவையாக இருந்தன. ஆப்பிரிக்க மரபுவழிச் சொத்தாக எதையாவது நாம் தக்கவைத்துக் கொண்டிருக்கிறோமா? அவையனைத்தும் அழிக்கப்பட்டுவிட்டன என்றும், அந்த அழிப்பு நம்மைப் பிடித்துக்கொண்டுவந்தவர்களின் பயங்கரத்தன்மைக்கு சான்றாதாரங்களாக இருக்கின்றன என்றும் ஃபிராசியர் சொல்கிறார். அது தொடர்ந்து வாழ்கிறது என்றும் நமது ஆப்பிரிக்க ஆன்மாவின் எதையும் தாங்கும் உறுதித்தன்மையே இதற்கு ஆதாரமென்றும் ஹெர்கோவிட்ஸ் சொல்கிறார். பிரெடரிக் டக்ளஸ் அமெரிக்காவோடு ஒன்றுகலந்துவிட்டதற்கும், மார்டின் டிலோனி தேசியவாதத்தினுள் தப்பிச்சென்றதற்கும் இடையில் சமரசம் காண்பதில் என்னுடைய வழக்கமான ஒரு நாள் கழிவது என்பது இரண்டாம் வருடவாக்கில் எனக்கு இயல்பானதாக இருந்தது. ஒருவேளை அவர்கள் இருவருமே சரியானவர்களாக இருந்திருக்கலாம். ஓர் இராணுவ அணிவகுப்பை எதிர்பார்த்து நான் வந்தேன், ஏனெனில் படையணிகளின் அணிவகுப்பில் வெற்றி வீரர்களின் இராணுவச் சீராய்வு ஒன்று நடந்துகொண்டிருந்தது. என் எதிர்பார்ப்புக்கு மாறாக மூதாதையரின் சண்டைசச்சரவுகளுக் கிடையே, சிலசமயம் ஒன்றாக அணிவகுத்துச் சென்றவர்களாகவும், அடிக்கடி பரஸ்பரம் பிரிந்து விலகி அணிவகுத்துச் சென்றவர் களாகவும் இருந்த, கருத்துமாறுபாடு கொண்ட ஒரு மந்தை யினிடையே நான் விடப்பட்டேன்.

என் வாசிப்பிலிருந்து இடை ஓய்வு எடுத்துக்கொண்டு, வீதிகளில் வரிசை அமைத்திருந்த வியாபாரிகளிடம் நடந்துசென்று, யார்டில் மதிய உணவு அருந்துவேன். எனது உடல் சிறையறை ஒன்றில் கட்டுண்டு கிடக்க, புத்தகங்களை வாசித்தவாறு, பறத்தலுக்கான அதிகாரத்தைவேண்டி, தன் மானுடக் கண்களை வாணிபம் செய்த மால்கமை நான் கற்பனைசெய்து பார்ப்பேன். அத்துடன் நானும் என் அறியாமையிலும், வெறும் வழிமுறைகளுக்கு மேலானவை களாக இருக்கக்கூடியவை என்று புரிந்துகொள்ளப்படாத கேள்வி களிலும், என் புரிதலின் போதாமையிலும், ஹோவார்டிலுமே கட்டுண்டு கிடந்ததாக உணர்ந்தேன். எல்லாவற்றுக்கும் மேலாக, அது இன்னும் ஒரு பள்ளியாகவே இருந்தது. நான் விசயங்களைப் பின்தொடரவும், விசயங்களை அறிந்துகொள்ளவும் விரும்பினேன். ஆனால், எனக்கு இயல்பாகக் கைவந்த அறிதலின் வழிமுறை களையும், என் பேராசிரியர்களின் எதிர்பார்ப்புக்களையும் இணைப் பதற்கு என்னால் முடியவில்லை. அறிவிற்கான நாட்டமும், உங்கள் சொந்த அறிவார்வங்களைப் பிரகடனப்படுத்துவதற்கும், அனைத்து வகையான புத்தகங்களின் மூலமும் அதைப் பின்பற்றிச் செல் வதற்கான உரிமையுமே எனக்கான சுதந்திரமாக இருந்தது. நான் நூலகத்துக்காக உருவாக்கப்பட்டிருந்தேன், வகுப்பறைக்காக அல்ல. வகுப்பறையென்பது மற்ற மக்களின் ஆர்வங்களின் சிறைச்சாலை யாக இருந்தது. நூலகமோ திறந்தே இருந்ததாக, முடிவற்றதாக, சுதந்திரமானதாக இருந்தது. மெல்லமெல்ல என்னை நானே கண்டு பிடித்துக்கொண்டிருந்தேன். மால்கமின் சிறந்த பகுதிகள் வழியைச் சுட்டிக்காட்டின. மால்கம் எப்போதும் மாறிக்கொண்டும், தனது வாழ்க்கையின், தனது உடலின் எல்லைக்கு முற்றிலும் அப்பாற் பட்ட ஏதோ ஓர் உண்மையை நோக்கி எப்போதும் படிப்படியாக வளர்ச்சியடைந்துகொண்டும் இருந்தார். என் அசைவியக்கத்தை நானே உணர்ந்தேன். அந்த இயக்கம் என் உடலை என்னுடைய முழு ஆளுமையின் கீழ் கொண்டுவருவதை நோக்கிச் செலுத்தப் படுவதாக இருந்தது. ஆனால், அது முன்னர் நான் கற்பனைசெய்து பார்த்திருக்க முடியாத வேறு ஏதோவொரு வழியைச் சேர்ந்ததாக இருந்தது.

நான் தனியாகத் தேடிக்கொண்டிருக்கவில்லை. மெக்காவில் உன்னுடைய மாமா பென்னை நான் சந்தித்தேன். அவர் என்னைப்

போலவே இருந்தார். அந்தப் பெருங்கனவு என்பது அன்றாட வாழ்க்கையிலிருந்து மிகவும் வித்தியாசமாகவும், அதன் காரணமாக ஒரு விளக்கத்தை வேண்டுவதாகவும் இருந்த, அந்த நகரங்கள் ஒன்றிலிருந்து வந்தவராக இருந்தார். அந்த விரிசலுக்கான மூலத் தையும் அதன் இயல்பையும் தேடிக்காண்பதற்காகவே அவர் என்னைப் போலவே மெக்காவுக்கு வந்திருந்தார். ஆரோக்கியமான ஐயுறவுமனப்பான்மையையும், எங்களுக்கான வெளியேறும் வழியை எப்படியாவது படித்தறிந்துகொள்ள முடியும் என்ற ஆழ மான ஒரு நம்பிக்கையையும் அவருடன் நான் பகிர்ந்துகொண் டேன். பெண்மணிகள் அவரை நேசித்தார்கள். நேசிக்கப்படுவதற்கு எப்பேர்ப்பட்ட இடம் அது - ஏனெனில், ஹோவார்ட் பல்கலைக் கழகத்தின் யார்டைத் தவிர பூமியில் வேறெங்கும் பெண்களின் மிக அழகிய ஒரு கூட்டத்தைக் காணமுடியாது என்று கூறப்பட்டது. அது உண்மைதான் என்று நாங்களும் நம்பினோம். கறுப்பு உடலின் உடல்ரீதியான அழகு என்பது - ஏதோவொரு விதத்தில் இந்தத் தேடலேகூட - நமது முழுமையான அழகாக, வரலாறு மற்றும் பண்பாட்டின் கண்கூடான உருவமாக இருந்தது. உன் மாமா பென் என் வாழ்நாள் முழுவதற்குமான ஒரு சகபயணியாக மாறினார். அத்துடன் பாதையின் தூரத்தை அறிந்த கறுப்பின மக்க ளுடன் பயணம் செய்வதில் தனித்துவம் வாய்ந்த ஏதோவொன்று இருக்கத்தான் செய்தது என்று நான் கண்டுகொண்டேன். ஏனெனில் அந்தப் பாதையில் பயணம் செய்பவர்களாக அவர்கள் இருந்தார்கள்.

நான் நகரத்துக்குள் நடந்துசென்று, விரிவுரைகள், புத்தகக் கையெழுத்திடல்கள், கவிதை வாசிப்புகள் ஆகியவற்றில் பிற தேட லாளர்களைக் கண்டேன். இன்னும் நான் மோசமான கவிதை களையே எழுதிக்கொண்டிருந்தேன். தங்கள் உடல் குறித்த பாது காப்பின்மையைத் தாங்களும் உணர்ந்த பிற கவிஞர்கள் பெரும் பாலும் நிறைந்திருந்த, உள்ளூர் உணவகங்களில் இருந்த யார் வேண்டுமானாலும் பயன்படுத்திக்கொள்ளக்கூடிய ஒலிவாங்கிகளில் இந்த மோசமான கவிதைகளை நான் வாசித்தேன். இந்தக் கவிஞர்கள் அனைவரும் என்னைவிட வயதானவர்களாகவும், மேதைமைமிக்கவர்களாகவும் இருந்தார்கள். அவர்களில் பலர் நன்கு படித்தவர்களாகவும் இருந்தார்கள். தங்கள் மேதைமையை அவர்கள் என்மீதும் என் படைப்பின் மீதும் செலுத்தத்

தொடங்கினார்கள். 'என் உடலை இழப்பதன் மூலம்' என்று நான் சொல்லும்போது, குறிப்பாக, சொல்வதன் பொருள் என்ன? ஒவ்வொரு கறுப்பு உடலும் பெருமதிப்பு வாய்ந்தது, குறிப்பிடத் தக்க அளவில் முக்கியத்துவம் வாய்ந்தது என்றால், மால்கம் சொன்னது சரியானது என்பதுடன் உங்கள் உயிரை நீங்கள்தான் பாதுகாத்துக்கொள்ள வேண்டும் என்றால், பெருமதிப்பு வாய்ந்த இந்த உயிர்களை வெறுமனே ஒரு மக்கள் கூட்டமாக, திட்ட மான வடிவமற்ற சூறையாடலின் எஞ்சியிருக்கும் கசட்டுப் பகுதி யாக நான் எப்படிப் பார்க்க முடியும்? வெளிச்சத்தின் ஒவ்வொரு கீற்றுக்கும் மேலாக இருண்ட சக்தியின் நிறபேதங்களுக்கு எப்படி முன்னுரிமை அளிக்க முடியும்? இவை எப்படி எழுத வேண்டும் என்பதற்கான குறிப்புகளாகவும், அப்படி இருப்பதன் மூலமாக எப்படிச் சிந்திக்க வேண்டும் என்பதற்கான குறிப்புகளாகவும் இருந்தன. அந்தப் பெருங்கனவு, பொதுமைப்படுத்தலின் மூல மாகவும் சாத்தியமான கேள்விகளின் எண்ணிக்கையைக் கட்டுப் படுத்துவதன் மூலமாகவும், உடனடி பதில்களுக்கு முன்னுரிமை அளிப்பதன் மூலமாகவும் செழித்து வளர்க்கிறது. அந்தப் பெருங் கனவு அனைத்துக் கலைகளுக்கும், துணிவான சிந்தனைக்கும், நேர்மையான எழுத்துக்கும் எதிரியாக இருக்கிறது. தங்களை நியாயப்படுத்திக்கொள்வதற்காக, அமெரிக்கர்களால் கற்பித்துக் கொள்ளப்பட்ட கனவுகளைப் பொறுத்த அளவில் மட்டுமின்றி அவற்றை மாற்றீடு செய்வதற்காக என் மனதில் தோற்றுவித்துக் கொண்ட கனவுகளுக்கும் எதிரியாக இருந்தது என்பது தெளி வாகிவிட்டது. வெளி உலகத்தைப் பிரதிபலிக்க வேண்டும் என்றும், நாகரிகத்திற்கு வெள்ளையர்கள் கோரும் உரிமைக்கோரிக்கையின் கரித்தாள் நகலொன்றை எடுக்க வேண்டும் என்றும் நான் நினைத்தேன். அந்த உரிமைக்கோரிக்கையின் தர்க்க நியாயத்தையே கேள்விக்குட்படுத்த வேண்டும் என்று எனக்குத் தோன்றத் தொடங்கியது. என் அம்மாவால் என்மீது சுமத்தப்பட்ட என் சொந்தச் சுயவிசாரணைகளை நான் மறந்துவிட்டேன் அல்லது அவற்றின் ஆழமான, வாழ்நாள் முழுவதற்குமான அர்த்தத்தை இன்னும் உணர்ந்துகொள்ளவில்லை. என் சொந்த மனித நேயத் தாலும், என் சொந்தக் கோபம் மற்றும் புண்பட்ட மனத்தாலும் எச்சரிக்கையாக நடந்துகொள்வதற்கு மட்டுமே கற்றுக்கொள்ளத்

தொடங்கியிருந்தேன் - உன் கழுத்தின் மேலிருக்கும் புதை மிதி யடி உன்னை மருட்சியடையச் செய்வது போலவே உன்னை மேம்படச் செய்வதாகவும் இருக்கும் என்பதை இன்னும் நான் உணர்ந்தறியவில்லை.

நான் நேசிக்க நேரிட்ட கலை இந்த வெறுமையில், இதுவரை அறிந்துகொள்ள முடியாததில், வேதனையில், கேள்வியில் வாழ்வ தாக இருந்தது. வெறுமையிலிருந்து தங்களுக்கான ஆற்றலைப் பற்றி இழுத்துக்கொண்ட கலைஞர்களான - பப்பர் மிலே, ஓடிஸ் ரெட்டிங், சாம் மற்றும் டேவ், சி. கே. வில்லியம்ஸ், கரோலின் ஃபோர்சே ஆகியோரை மூத்த கவிஞர்கள் எனக்கு அறிமுகப் படுத்தினார்கள். எதெல்பெர்ட் மில்லர், கென்னத் கரோல், பிரியன் கில்மோர் ஆகியோர் மூத்த கவிஞர்களாவர். நான் எதையும் தனியாகச் சாதித்துவிடவில்லை என்பதை நீ தெரிந்து கொள்ள வேண்டும் என்பதால் நான் இந்தப் பெயர்களைச் சொல்வது முக்கியமானது. ராபர்ட் ஹெய்டனின் ‘‘நடுவழிப் பாதை’’ நூலை வரிக்குவரி மதிப்பாய்வு செய்தவரான ஜோயல் டயஸ் - போர்ட்டரோடு அமர்ந்திருந்ததை நான் நினைவுகூர் கிறேன். எதையுமே சொல்லாததுபோல் தோற்றமளிக்கும் விதத்தில் சொல்வது ஹெய்டனுக்குச் சாத்தியமாகிறது. சம்பந்தப்பட்ட வார்த்தைகளை எழுதாமலேயே மகிழ்ச்சியையும் வேதனையையும் அவரால் பிறப்பிக்க முடிகிறது. அவை முழக்கங்களாக அல்லாமல் சித்திரங்களாக அமைந்திருந்தன. ‘‘நடுவழிப் பாதை’’ எழுதும் போது, அடிமைப்படுத்துபவரின் பார்வைக் கோணத்திலிருந்து அடிமைப்படுத்தப்பட்டவர்களை அவர் கற்பனைசெய்திருக்கிறார். அந்நூலிலுள்ளவை அதனளவில் ஒரு மனப்பயணமாக இருந்தது; அடிமைப்படுத்துபவர் ஏன் பேச அனுமதிக்கப்பட வேண்டும்? ஆனால், ஹெய்டனின் கவிதைகள் பேசுவதில்லை. அவை மாய வித்தை செய்கின்றன.

வெறித்துப் பார்த்தும் அந்த வெறுப்பை உங்களால் தணித்து விட முடியாது அல்லது பின் தொடரும் கண்காணிப்புகளின் அச்சத்தைச் சங்கிலியால் கட்டிப்போட முடியாது

நான் எந்த அடிமைக் கப்பலிலும் இருந்ததில்லை. அல்லது பால்டிமோரில் நான் உணர்ந்த ஏராளமான விஷயங்கள்,

ஹெய்டனில் படைப்பில் நான் கண்ட கூர்மையான வெறுப்பு, அழியாத விருப்பம், காலத்தை வென்று நிற்கும் மனஉறுதி ஆகியவற்றின் காரணமாக ஒருவேளை நான் அப்படி இருந் திருக்கலாம். மேற்சொன்ன விஷயங்களைத்தான் நான் மால்கமிடம் செவியுற்றேன். ஆனால், இப்படி மௌனமான, தூய்மையான, அலங்காரமற்றவிதத்தில் அல்ல. கவிதை எழுதுவதன் தொழில் திறனை நான் கற்கத் தொடங்கியிருந்தேன். உண்மையில் அது, எந்த எழுதும் திறனை சிந்திக்கும் கலையாக என் தாயார் எத்தனையோ ஆண்டுகளுக்கு முன்னால் எனக்குக் கற்றுக்கொடுத் தாரோ அதே திறனின் தீவிர வடிவமாக இருந்தது. கவிதை, உண்மை குறித்த சிக்கனம் ஒன்றை இலக்காகக் கொள்கிறது. தளர்ச்சியான, பயனற்ற வார்த்தைகள் விலக்கித்தள்ளப்பட வேண்டும். அத்துடன் இந்தத் தளர்ச்சியான, பயனற்ற வார்த் தைகள் தளர்ச்சியான, பயனற்ற சிந்தனைகளிலிருந்து வேறுபட்ட தாக இருக்கவில்லை என்பதை நான் கண்டுகொண்டேன். கவிதை, மன எண்ணங்களை வார்த்தைகளில் வடிப்பதாக மட்டுமே இருக்கவில்லை - அழகிய எழுத்துகள் அரிதான சமயங்களில் அப்படி இருக்கின்றன. நான் எழுதுவதற்குக் கற்றுக்கொள்ள வேண்டும் என்று விரும்பினேன். அது முழுமுற்றாக, இன்னும் என் தாயார் எனக்குக் கற்றுக்கொடுத்ததுபோல் எனக்கே உரிய கள்ளங்கபடமற்ற தன்மையோடும் என் சொந்தக் காரணகாரிய விளக்கங்களோடுமான, நேருக்குநேரான போராட்டமாகவே இருந்தது. கவிதை, நியாயப்படுத்துதல்களின் கசடுகள் உதிர்ந்து போகும்வரையிலான என் எண்ணங்களின் செயல்பாட்டுமுறை யாக இருந்தது. வாழ்க்கையின் கூர்மையான ஆயுதம் போன்ற உண்மைகளோடு நான் விடப்பட்டேன்.

இந்த உண்மைகளை நகரத்தைச் சுற்றிலுமிருந்த பிற கவிஞர் களின் படைப்புகளில் நான் செவியுற்றேன். அவை சிறிய, கடின மான விஷயங்களைப் பற்றியவையாக - அத்தைகள், மாமாக்கள், புணர்ச்சிக்குப் பின்னான புகைபிடிக்கும் இடைவேளைகள், தோள் களை முன்னோக்கி வளைத்து மண் ஜாடிகளில் குடித்துக்கொண் டிருக்கும் சிறுமிகள் - உருவாக்கப்பட்டிருந்தன. இந்த உண்மை கள் கறுப்பு உடலை முழக்கங்களுக்கு அப்பால் இட்டுச்செல் பவையாகவும், அந்த உடலுக்கு வண்ணமும், மென்னயமும்

வழங்குபவையாகவும் இருந்தன. இவ்விதத்தில், இந்த உண்மைகள் துப்பாக்கிகளைப் பற்றியும், புரட்சிகளைப் பற்றியுமான ஓசை நயமிக்க என் பேச்சுகள் அனைத்தையும்விட, பண்டைக்கால ஆப்பிரிக்காவின் இல்லாதுபோன அரசவம்சங்களின் வெற்றிப் பாடல்களைவிட, அதிகமான அளவில் யார்டில் நான் பார்த்த நிறச்சாயல்களைப் பிரதிபலிக்கச் செய்தவையாக இருந்தன. இந்தக் கவிதை வாசிப்புகளுக்குப் பிறகு, கவிஞர்கள் 'யூ'வீதியில் நின்று கொண்டு அல்லது ஏதேனும் ஒரு காபி விடுதியை நாடிச் சென்று, புத்தகங்கள், அரசியல், குத்துச்சண்டை என எல்லா விஷயங்களைப் பற்றியும் விவாதிப்பதை நான் பின்தொடர்ந்து சென்று கவனித்தேன். அவர்களுடைய விவாதங்கள் மூர்லேண்டில் நான் கண்ட மாறுபட்ட மரபை உறுதிப்படுத்துபவையாக இருந்தன. கருத்துமாறுபாடு, விவாதம், குழப்பம், ஒருவேளை அச்சமேகூட ஒருவகையான சக்திதான் என்று நான் பார்க்கத் தொடங்கினேன். எனக்கிருந்த மனக்குழப்பத்தில், மூர்லேண்ட்-ஸ்பிரிங்கார்னில் நான் உணர்ந்த அமைதியின்மையோடு வாழ் வதற்குக் கற்றுக்கொள்ளத் தொடங்கினேன். மனதை அரிக்கும் சங்கட உணர்வும், குழப்பமும், அறிவார்த்தத் தலைச்சுற்றலும் அபாய அறிவிப்பாக இருக்கவில்லை. அது ஒரு வழிகாட்டியாக இருந்தது.

என் கல்வியின் மையக்கூறு ஒருவகையான சங்கட உணர்வை ஏற்படுத்தக்கூடியதாகவும், தனிச்சிறப்பான என் சொந்தப் பெருங் கனவை எனக்கு வழங்குவதற்கு மாறாக, என் கனவுகள் அனைத் தையும் ஆப்பிரிக்கா, அமெரிக்கா மற்றும் எங்கெங்கும் உள்ள துயராற்றும் தொன்மங்கள் அனைத்தையும் உடைத்துநொறுக்கப் போகும் செயல்முறையாகவும், அதன் அனைத்தளாவிய பயங்கரத் தன்மையில் என் மனிதநேயத்தோடு மட்டுமே என்னை விட்டு வைத்திருந்த செயல்முறையாகவும் இருந்தது. அங்கே ஏராளமான பயங்கரங்கள் இருந்தன, நம்மிடையிலேயும்கூட. நீ இதைப் புரிந்து கொள்ள வேண்டும்.

உதாரணமாக, அந்தக் காலத்தில் வாஷிங்டன் டி.சி.க்குப் பக்கத்தில், எவரொருவரையும் போல, தங்கள் உடல்களின் மீதான கட்டுப்பாட்டைத் தங்கள் கைவசப்படுத்திக்கொண்டவர்களைப் போல் தோற்றமளித்த கறுப்பின மக்களின் ஒரு பெரிய நிலப்

பகுதி இருந்தது. வெள்ளையினத்தவரின் நிலப்பகுதியால் சூழப்பட்ட இந்த நிலப்பகுதி பிரின்ஸ் ஜார்ஜ் கவுண்ட்டி - பி.ஜி. கவுண்ட்டி - என்று உள்ளூர் மக்களால் அழைக்கப்பட்டது. என் கண்களுக்கு அது செல்வவளம் மிக்கதாகத் தோன்றியது. அங்கு வசித்தவர்கள், தொலைக்காட்சி ஒளிபரப்புகளில் நான் பார்த்த அதே வீடுகளோடும், அதே கொல்லைப்புறங்களோடும், அதே குளியறைகளோடும் இருந்தார்கள். தங்கள் சொந்த அரசியல்வாதிகளை தாங்களே தேர்ந்தெடுத்துக்கொண்டவர்களாக அந்தக் கறுப்பின மக்கள் இருந்தார்கள். ஆனால், இந்த அரசியல்வாதிகள் அமெரிக்காவிலுள்ள எந்தவொரு காவல்படையையும் போன்ற தொரு கொடிய காவலர் படையைத் தங்கள் மேற்பார்வையில் வைத்திருந்தார்கள். என் உலகத்தைத் திறந்து காட்டிய அதே கவிஞர்களிடமிருந்துதான் பி.ஜி. கவுண்ட்டி பற்றிய கதைகளைச் செவியுற்றேன். பி.ஜி. கவுண்ட்டியைச் சேர்ந்த காவலர்கள் காவலர்களே அல்ல. மாறாக அவர்கள் தனிப்படையினராக, நாசகாரக் கும்பலாக, துப்பாக்கி தாங்கி மனிதவேட்டையாடுபவர்களாக, சட்டத்தின் போர்வையில் செயல்படும் கொள்ளைக்காரர்களாக இருந்தார்கள் என்று இந்தக் கவிஞர்கள் உறுதிப்படுத்தினார்கள். அவர்கள் இதை எனக்குச் சொன்னதற்குக் காரணம் என் உடலை நான் பாதுகாத்துக்கொள்ள வேண்டும் என்பதற்காகத்தான். ஆனால், இதில் கற்றுக்கொள்ளவேண்டிய வேறொரு பாடமும் இருந்தது: கறுப்பராகவும் அழகாகவும் இருப்பது அவல மகிழ்ச்சிகொள்வதற்கான விஷயம் அல்ல. கறுப்பராக இருப்பது வரலாற்றிலிருந்து நம்மைத் தடைகாப்புச் செய்வதாக அல்லது அந்தப் பெருங்கனவிற்கு மயங்கச் செய்வதாக இருக்கவில்லை. எழுத்தாளர் என்பவர் - அப்படித்தான் நான் மாறிக்கொண்டிருந்தேன் - ஒவ்வொரு பெருங்கனவு குறித்தும், ஒவ்வொரு தேசம் குறித்தும் - அது தன் சொந்த தேசமாக இருந்த போதிலும் - எச்சரிக்கையோடு நடந்துகொள்பவராக இருக்க வேண்டும். ஒருவேளை, வேறு எந்த தேசத்தையும்விடவும் தன் சொந்த தேசம் குறித்து, அது தன் சொந்த தேசமாக இருக்கிறது என்ற காரணத்தினாலேயே இப்படி நடந்துகொள்ளவேண்டி யிருக்கலாம்.

நான் உண்மையான சுதந்திரத்தோடு இருக்கவேண்டுமென்றால், தேசியக் கோப்பை விவகாரத்தைவிட மேலான ஒரு விஷயம் தேவைப்பட்டது என்று நான் உணர்ந்தேன். அதற்காக நான் ஹோவார்ட் பல்கலைக்கழகத்தின் வரலாற்றுத் துறைக்குத்தான் நன்றி சொல்ல வேண்டும். தொன்மத்துக்கான என் தேடுதல் முடிந்துபோய்விட்டது என்பது பற்றியும், எனக்கு நானே சொல்லிக் கொள்ள விரும்பிய கதைகள் உண்மைகளோடு பொருந்திப்போக முடியாதவை என்பது பற்றியும் எனக்கு எதையும் சொல்ல வேண்டும் என்று அவர்கள் நினைக்கவில்லை. உண்மையில், ஆயுத மேந்திய வரலாறு குறித்த என் தப்பெண்ணத்தைச் சரிப்படுத்துவது அவர்களின் கடமை என்று அவர்கள் உணர்ந்திருந்தார்கள். மால் கமைப் பின்பற்றும் ஏராளமான மனிதர்களை முன்பே அவர்கள் பார்த்திருந்ததால் அவர்கள் அதற்குத் தயாராக இருந்தார்கள். அவர்களுடைய அணுகுமுறை முரட்டுத்தனமானதாகவும் நேரடி யானதாகவும் இருந்தது. கறுப்புத் தோல் உண்மையில் பெருந் தகைமையை வெளிப்படுத்துகிறதா? என்றென்றும்? ஆம். ஆயிர மாண்டு காலம் அடிமைமுறையை நடைமுறைப்படுத்தியவர்களும் சகராவைக் கடந்தும், பிறகு கடல் கடந்தும் அடிமைகளை விற்றவர் களான கறுப்பர்களைக் குறித்து என்ன சொல்வது? தந்திரம் ஒன்றுக்குப் பலியானவர்கள். கறுப்பினத்தைச் சேர்ந்த அதே அரசர் கள்தான் நாகரிகங்கள் அனைத்தையும் பிறப்பித்தவர்களாக இருந் தார்களா? இந்தப் பால்வெளி மண்டலத்தின் பதவிநீக்கம் செய்யப் பட்ட எஜமானர்கள் மற்றும் மற்றவர்களை எளிதில் நம்பி ஏமாறும் கைம்பொம்மைகள் ஆகிய இரண்டாகவும் ஒரே சமயத்தில் அவர்கள் இருந்தார்களா? ''கறுப்பினத்தைச் சேர்ந்தவர்'' என்று நான் சொல்வதன் அர்த்தம் என்ன? உனக்கே தெரியும், கறுப் பினத்தைச் சேர்ந்தவர். கடந்த காலத்தின் ஆழத்தினுள் விரிந்து பரவியிருக்கும் நிலைபேறான ஒரு வகைபாடு என்று இதை நான் நினைத்தேனா? அப்படித்தான் இருந்ததா? நிறம் எனக்கு முக்கியத்துவம் வாய்ந்ததாக இருந்ததுபோல் என்றென்றும் அப்படி இருந்ததுதான் இதற்குக் காரணம் என்று ஊகிக்க முடியுமா?

மத்திய ஆப்பிரிக்காவை மையமாக வைத்து ஒரு சுற்றாய்வு மேற்கொள்ளப்பட்ட வகுப்பு குறித்து நான் நினைத்துப் பார்க்

கிறேன். என் பேராசிரியர் லிண்டா ஹேவுட் ஒல்லியானவராகவும் கண்ணாடி அணிந்தவராகவும் இருந்தார். உயர் டிரினிடாடிய சந்தத்தோடு பேசும் அவர், அதை, கண்டிப்பான கல்வியை கம்யூனிசப் பிரச்சாரத்தோடு குழப்பிக்கொள்ளும் என் போன்ற இளம் மாணவர்கள்மீது ஒரு சம்மட்டியைப் போல் பிரயோகித் தார். தன்னுடைய ஆப்பிரிக்கா குறித்து அந்தப் பெண்ணுக்கு எந்தப் புனைவியலான கருத்தும் இல்லை. அல்லது அதைப்பற்றி நான் என் மனதில் எந்தப் புனைவியலான கருத்தையும் கொண் டிருக்கவில்லை என்று சொல்வதே சரியாக இருக்கும்.அதை அவர் பின்னோக்கி அரசி என்ஸிங்காவின் - என் டால்ஸ்டாய் - மரபுச் சொத்துக்கு எடுத்துச் சென்றார். என் வெற்றிக் கோப்பைகளை வைத்திருக்கும் அலமாரியில் நான் யாருடைய வாழ்க்கையை வைக்க விரும்பினேனோ அதே என்ஸிங்காதான் அவர். ஆனால், என்ஸிங்கா அந்தப் பெண்ணின் முதுகின் மேலமர்ந்து பேச்சுவார்த்தைகள் நடத்தியது குறித்து அவர் சொன்ன போது அபரிமிதமான மேற்பூச்சு ஏதுமின்றிச் சொன்னார். அது ஓங்கிக் குத்திய ஒரு குத்தைப்போல் என்னைத் தாக்கியது: அந்த அறையில் இருந்தவர்களின் மத்தியில், விருப்பப்பட்டால் உடைத்து நொறுக்கப்படக்கூடியதாக இருந்த, வீதிகளில் அழிந்துபோய்விடக் கூடிய ஆபத்தில் இருந்த, பள்ளிகளில் அச்சத்தால் நிறைந்திருந்த என் உடல், எத்தனையோ நூற்றாண்டுகளுக்கு முன்னால், அந்த அரசியின் உடலோடு நெருக்கம் மிக்கதாக இருக்கவில்லை. மாறாக, நான் கண்ட அனைத்திற்கும் என்றென்றும் உரிமையாளராக இருந்த ஓர் அரசி அமர்வதற்காகத் தன் கைகால்களை ஒரு நாற்காலியாக மடக்கி நின்ற அவரது ஆலோசகரின் உடலோடு நெருக்கம் மிக்கதாகவே என் உடல் இருந்தது.

1800-க்குப் பின்னான ஐரோப்பா குறித்து ஒரு சுற்றாய்வை நான் மேற்கொண்டேன். ''வெள்ளையினத்தாரின்'' கண்கள் மூலமாக முன்வைக்கப்பட்ட கறுப்பின மக்கள், இதற்குமுன் நான் எப்போதும் பார்த்திராதவிதத்தில் அரசருக்குரிய கம்பீரமும் மனித நேயமும் கொண்ட கறுப்பின மக்களாகத் தோற்றமளித்தார்கள். போஷ் அரச மரபைச் சேர்ந்த கறுப்பின அறிஞர் அலிசாண்ட்ரோ டி மெடிஸியின் கனிவான முகம் என் நினைவுக்கு வருகிறது.

பதினாறு, பதினேழாம் நூற்றாண்டுகளில் வார்க்கப்பட்ட இந்தச் சித்தரிப்புகள் அடிமைப்படுத்தலுக்குப் பிறகு படைக்கப்பட்டவையான, எனக்கு எல்லாவிதத்திலும் நன்குத் தெரிந்திருந்த சம்பா கேலிச்சித்திரங்களுக்கு அக்கம்பக்கமாக வைத்துப் பார்க்கப்பட்டன. வித்தியாசம் என்ன? எனது அமெரிக்கச் சுற்றாய்வுப் படிப்பில், பசியும் காமவெறியும், மனிதக்குரங்கின் தன்மையும் கொண்டதாக, ஐரிஸ்காரர்களால் அதே விதத்தில் வரையப்பட்ட உருவப்படங்களை நான் பார்த்தேன். ஒருவேளை அவமானப்படுத்தப்பட்ட, அச்சுறுத்தப்பட்ட, பாதுகாப்பற்ற பிற உடல்கள் இருந்திருக்கலாம். ஒருவேளை ஐரிஸ்காரர்களும்கூட ஒரு காலத்தில் தங்கள் உடல்களை இழந்திருக்கலாம். ஒருவேளை "கறுப்பினத்தவர்" என்று பெயரிடப்பட்டிருப்பது இந்த ஏதோ ஒன்றுடனும் தொடர்பற்றதாக இருக்கலாம். ஒருவேளை "கறுப்பினத்தவர்" என்று பெயரிடப்பட்டிருப்பது கீழ்நிலையில் இருந்ததன் காரணமாக இருக்கலாம். பொருளாக மாற்றப்பட்ட ஒரு மனிதனாக இருக்கலாம். இழிநிலையிலுள்ளவராக மாற்றப்பட்ட ஒரு பொருளாக இருக்கலாம். இப்படியெல்லாம் இருக்கும் யாரோ ஒருவரின் பெயராகக்கூட இருக்கலாம்.

இந்த உணர்ந்தறிதல்களின் திரட்சி ஒரு பாரமாக இருந்தது. அவை உடல்ரீதியாக வேதனைமிக்கதாகவும் சோர்வூட்டுவதாகவும் இருந்ததாகக் கண்டேன். இந்த மயக்கநிலையை, எந்தவொரு சாகசப் பயணத்தோடும் தவறாமல் வரும் தலைச்சுற்றலை நான் அனுபவிக்கத் தொடங்கினேன். ஆனால், இந்த ஆரம்பத் தருணங்கள், இடைவிடாது நீடித்த முரண்பாடுகள் என்னை நம்பிக்கையற்ற ஒரு நிலைக்குக் கொண்டுசென்றன. என் தோலில் புனிதமானது அல்லது குறிப்பிடத்தக்கது எதுவுமில்லை. வரலாற்றின் காரணமாகவும், பாரம்பரியத்தின் காரணமுமாகவே நான் கறுப்பனாக இருந்தேன். வீழ்வதில், கட்டுண்டு இருப்பதில், ஒடுக்கப்பட்டு வாழ்வதில் மேன்மை ஏதுமில்லை; கறுப்பினத்தின் இரத்தத்திற்கென்று உள்ளார்ந்த அர்த்தம் ஏதும் இருக்கவில்லை. கறுப்பினத்தின் இரத்தம் கறுப்பாக இருக்கவில்லை. கறுப்புத் தோல்கூடக் கறுப்பாக இருக்கவில்லை. சால்பெல்லோவின் தர நிர்ணயங்களின்படி வாழ வேண்டும் என்ற ஆசையின் காரணமாக எனக்கு ஏற்பட்ட, வெற்றிக் கோப்பைகளை வைக்கும் அலமாரியின் தேவை குறித்து நான் பின்னால்

திரும்பிப் பார்க்கிறேன். இந்தத் தேவை ஒரு தப்பித்தலாக இருக்கவில்லை. மாறாக, மீண்டும் அச்சம் என்பதாகவே இருந்தது. பிரபஞ்சத்தின் உரிமையாளர்கள் மற்றும் எழுத்தாளர்கள் என்று சொல்லப்படும் ''அவர்கள்'' சொன்னது சரியாகத்தான் இருக்கும் என்ற அச்சம்தான் அது. இந்த அச்சம் வெகு ஆழத்துக்குப் பாய்ந்தது. அதனால் நாகரிகம் மற்றும் மனிதநேயத்துக்கான அவர்களது தர நிர்ணயங்களை நாம் ஏற்றுக்கொள்ளவேண்டியிருந்தது.

ஆனால், நாம் எல்லோருமே அதை ஏற்றுக்கொள்ளவில்லை. ரால்ஃப் வைலேயின் கட்டுரை ஒன்றை நான் கண்டுபிடித்தது அந்தச் சமயமாகத்தான் இருக்க வேண்டும். அந்தக் கட்டுரையில் அவர் சால் பெல்லோவின் பசப்புரைக்குப் பதிலளித்திருந்தார். ''டால்ஸ்டாய் ஜுலுக்களின் டால்ஸ்டாயாகவே இருப்பார்'' என்று வைலே எழுதினார். ''மனிதகுலம் அனைத்திற்குமான சொத்து களை பழங்குடியினருக்கு மட்டுமேயான சொத்துரிமையாக வேலி யிட்டுக் கொள்வதில் நீங்கள் எந்த ஒரு லாபத்தையும் அடைய வில்லை என்ற நிலையில் டால்ஸ்டாய் ஜுலுக்களின் டால்ஸ்டா யாகவே இருப்பார்.'' அது அப்படித்தான் இருந்தது. பெல்லோவின் முற்கூற்றை நான் ஏற்றுக்கொண்டேன். உண்மையில், நான் என்ஸிங்காவுக்கு எந்த அளவுக்கு நெருக்கமாக இருந்தேனோ அந்த அளவுக்கு பெல்லோவுக்கு டால்ஸ்டாய் நெருக்கமாக இருக்கவில்லை. நான் அப்படி இருந்ததற்கு, அப்படி இருக்க வேண்டும் என்பதைத் தேர்வுசெய்துகொண்டதுதான் காரணம். டி.என்.ஏ.வில் எழுதப்பட்டிருந்த தலைவிதி காரணமல்ல. நான் செய்த மாபெரும் தவறு யாரோ ஒருவரின் கனவை நான் ஏற்றுக் கொண்டதல்ல. மாறாக, கனவுகளின் மெய்யான தன்மையை, தப்பித்தலின் தேவையை, இனவாதத் தந்திரத்தின் கண்டுபிடிப்பை ஏற்றுக்கொண்டதுதான் நான் செய்த மாபெரும் தவறு.

இன்னும் எனக்குத் தெரிந்ததெல்லாம் நாம் பொருட்படுத்தத்தக்க ஏதோ ஒன்றாக இருந்தோம், ஒரு பழங்குடி இனத்தைச் சேர்ந்த வர்களாக இருந்தோம் - ஒருபுறம் புதிதாகக் கண்டுபிடிக்கப்பட்ட இனமாக இன்னொருபுறம் மெய்மை குன்றாத இனமாக இருந் தோம். வசந்தகாலத்தின் முதல் நாளில், அந்த மாபெரும் உலக புலம்பெயர்ந்த மக்களின் ஒவ்வொரு துறையும், நிறுவன இணைப்பும், நகரமும், நாடும், மூலைமுடுக்கும் தங்கள் பிரதிநிதி ஒருவரை அனுப்பியிருந்த சமயத்தில், யார்டில் அந்த யதார்த்தம்

வெளிப்பட்டு நின்றது. காம இச்சையும் இன்பக் கிளர்ச்சியும் தோய்ந்த ஓர் அவுட் காஸ்ட் (Out Kast) பாடலைப்போல் அந்த நாட்கள் என் நினைவுக்கு வருகிறது. வழுக்கைத் தலையர் ஒருவர் நிழலில் நின்றிருக்க, மாணவர் மையமான பிளாக்பர்னுக்கு எதிரில் கையில்லாத பின்னல் மேலாடை அணிந்த ஒருவர் தன் திண்ணிய தோள்களில் நீண்ட மலைப்பாம்பொன்றைத் தொங்கவிட்டபடி நின்றிருந்தார். ஸ்டோன்வாஷ் உடை அணிந்து, கனமான மழைக் கால மேலாடையைப் பின்னுக்கு இழுத்துவிட்டிருந்த, கவனம் மிக்க ஒரு பெண் அவரை ஓரக்கண்ணால் பார்த்துச் சிரித்துக்கொண் டிருந்தார். அமெரிக்க நாடாளுமன்றத்தில் குடியரசுவாதிகள் வெற்றிபெற்றுப் பொறுப்பேற்றுக்கொண்டது அல்லது சமய விதி முறைகளில் வூ - டாங் இனக்குழுவின் இடம் குறித்து விவாதித்த படி நூலகத்துக்கு வெளியே நான் நின்றிருந்தேன். டிரைப் வைப் (Tribe Vibe) டீ-சர்ட்டில் ஒரு ஆள் நடந்துவந்து, ஒரு பவுண்ட் பணம் கொடுத்தார். அந்தப் பருவகாலத்தின் கறுப்பு பக்கானல்கள் - ஃபிரிக்னிக், டேடோனா, வர்ஜீனியா பீச் - பற்றிப் பேசினோம். இந்த வருடமாவது அந்தப் பயணத்தை மேற்கொள்ள முடியுமா என்று வியப்போடு கேட்டுக்கொண்டோம். அது முடியாது. ஏனென்றால் எங்களுக்குத் தேவையானவை அனைத்தும் யார்டி லிலேயே இருந்தன. நாங்கள் இங்கேயே உணர்வு மழுங்கிக் கிடந்தோம். ஏனென்றால் நாங்கள் பிறந்த வெப்பம் மிகுந்த நகரங்கள் இன்னும் எங்கள் நினைவில் இருந்தன. அங்கு வசந் தத்தின் தொடக்க நாட்கள் அச்சம் கலந்தவையாக இருந்தன. இப்போது, இங்கு மெக்காவில் நாங்கள் அச்சமற்றவர்களாக இருக் கிறோம். நிறப்பிரிகையின் இருண்ட பக்கத்தில் அணிவகுத்து நிற்கிறோம்.

தனியாக வாழ்ந்த, நானே சமையல் செய்துகொண்ட, என் விருப்பம்போல் வந்துபோய்க்கொண்டிருந்த, எனக்கெனச் சொந்த மாக ஒரு அறை இருந்த, ஒருவேளை இப்போது என்னைச் சுற்றிலுமிருந்த அழகிய பெண்களில் ஒருவரோடு அங்கு திரும்பிச் செல்வதற்கு வாய்ப்புக்கொண்டிருந்த அந்த நாட்கள் என் வயது வந்த பருவத்தின் முதல் நாட்களாக இருந்தன. ஹோவார்டில், இரண்டாம் ஆண்டில், கலிபோர்னியாவைச் சேர்ந்த வனப்பு மிகுந்த ஒரு பெண்ணிடம் நான் காதலில் வீழ்ந்தேன். அப்போது அந்தப்

பெண் தலைக்கட்டுத்துணியும், நீண்ட பாவாடையும், அணிந்து வளாகத்தில் மிதந்துசெல்வதை வழக்கமாகக் கொண்டிருந்தாள். அவளுடைய பெரிய பழுப்புநிறக் கண்களை, அகன்ற வாயை, குளுமையான குரலை நான் நினைத்துப் பார்க்கிறேன். அந்த வசந்தகால நாட்களில் யார்டில் அந்தப் பெண்ணை நான் பார்ப் பேன், அவள் பெயரைக் கூவியழைப்பேன். பிறகு, தொடுகோட்டில் காற்பந்தைத் தொட்டெடுப்பதுபோல் சைகை காட்டி, என் கைகளை உயரத்தூக்கி, 'What Up'-இல் 'W' போல் அகல விரித்துக் காட்டுவேன். அப்போது நாங்கள் அப்படித்தான் செய்துவந்தோம். அந்தப் பெண்ணின் தந்தை பெங்களூரைச் சேர்ந்தவர். அது எங்கே இருக்கிறது? அங்குள்ள சட்டதிட்டங்கள் என்ன? என் சொந்தக் கேள்விகளின் முக்கியத்துவத்தை நானே இன்னும் புரிந்திருக்க வில்லை. என் அறியாமைதான் என் நினைவுக்கு வருகிறது. அவள் தன் கைகளால் சாப்பிட்டதைக் கவனித்துக்கொண்டிருந்ததும், என் கவைக்கரண்டியோடு முற்றிலும் அநாகரிகமாக இருந்ததாக உணர்ந்ததும் என் நினைவுக்கு வருகிறது. அவள் ஏன் அத்தனை கழுத்துப்பட்டைகளை அணிந்திருந்தாள் என்று வியந்தது என் நினைவுக்கு வருகிறது. வசந்தகால இடைவேளைக்காக அவள் இந்தியாவுக்குச் சென்றிருந்ததும், திரும்பிவந்தபோது நெற்றியில் பொட்டு வைத்திருந்ததும், அவளுடைய புன்னகை பூத்த, ஒன்று விட்ட இந்தியச் சகோதரிகளின் புகைப்படங்களும் என் நினைவுக்கு வருகிறது. நான் அவளிடம் சொன்னேன், “நிக்கா, ஏய் கறுப்பி.” ஏனெனில் அப்போது எனக்குத் தெரிந்ததெல்லாம் அவ்வளவுதான். ஆனால், அவளின் அழகும், நிச்சலனமும் என்னுள்ளிருந்த சம நிலையை உடைத்தெறிந்தன. எனது சிறிய வாடகைக் குடியிருப்பில் அவள் என்னை முத்தமிட்டாள். தரை பிளந்துகொண்டு என்னை விழுங்கியது. அந்தக் கணத்தில் அங்கேயே என்னை மூடிப் புதைத்துவிட்டது. அவளை நினைத்து எத்தனை மோசமான கவிதைகளை நான் எழுதியிருப்பேன். எனக்கு அவள் என்னவாக - முதல் பார்வையில் கண்ட ஓர் ஆகாயப்பாலமாக, ஒரு புழுத் துளையாக, கட்டுண்ட கண் தெரியாத இந்தப் பூமிக்கோளுக்கு அப்பாலுள்ள வான் மண்டலத்தின் அலங்கார நுழைவாயிலாக - இருந்தாள் என்பது இப்போது எனக்குத் தெரிகிறது. அவள் மற்ற உலகங்களைப் பார்த்தவளாக இருந்தாள். தனது கறுப்பு உடலில்,

கவனத்தைக் கவரும் விதத்தில், பிற உலகங்களின் வழிமரபைத் தக்கவைத்துக் கொண்டிருந்தவளாக இருந்தாள்.

சிறிது காலத்திற்குப் பிறகு, அதே பாணியில், கனத்த சடைமுடி களைத் தொங்கவிட்ட உயரமான இன்னொரு பெண்ணிடம் காதலில் வீழ்ந்தேன். அவள் பென்சில்வேனியாவில், ஏறத்தாழ அனைவரும் வெள்ளையர்களாக இருந்த ஒரு சிறு நகரத்தில் யூதத்தாய் ஒருவரால் வளர்க்கப்பட்டவளாக இருந்தாள். இப்போது ஹோவார்டில் பெண்கள் மற்றும் ஆண்களிடம் பரவியிருந்த இந்தப் பழக்கம் பெருமைக்குரியதாக மட்டுமின்றி இயல்பானதாக இருந்தது போலவும், அந்தப் பெண்ணும் இயல்பாக இருந்தது போலவும் உறுதியாகச் சொல்லப்பட்டது. இப்போது அது உனக்கு ஒரு பொருட்டில்லை என்று எனக்குத் தெரியும். ஆனால், நான் அமெரிக்கா என்ற ஓர் இடத்தைச் சேர்ந்தவன். அங்கு மனிதர் களிடம் கொடூரமாக நடந்துகொள்ள வேண்டும் என்னும் அவர் களுடைய உணர்வுந்துதல்களின் அறிவுறுத்தலே ஒருவகையான சட்டமாக இருந்தது. நான் திகைத்துப் போனேன். இது கறுப்பின மக்கள் செய்த காரியம் தானா? ஆம். அத்துடன் அவர்கள் இன்னும் ஏராளமான காரியங்களைச் செய்தார்கள். நீண்ட சடைமுடி கொண்ட அந்தப் பெண் வெள்ளையினப் பெண் ஒருவரை மணந்துகொண்ட ஹோவார்ட் பேராசிரியர் ஒருவருடன் ஒரு வீட்டில் வாழ்ந்து வந்தாள். ஹோவார்ட் பேராசிரியர் ஆண்களுடன் படுக்கையைப் பகிர்ந்துகொண்டார். அவருடைய மனைவி பெண் களுடன் படுக்கையைப் பகிர்ந்துகொண்டார். அவர்கள் இருவரும் பரஸ்பரம் படுக்கையைப் பகிர்ந்துகொண்டார்கள். அவர்களுக்கு ஒரு சிறுபையன் இருந்தான். இப்போது அவன் கல்லூரிக்குச் செல்பவனாக இருக்க வேண்டும். ''ஓரினப்புணர்ச்சியாளர்'' என்பது என் வாழ்நாள் முழுவதும் நான் பயன்படுத்திய ஒரு வார்த்தை. இப்போது முழுக்கமுழுக்க மானுடர்களின் உடை யணிந்து, இங்கு அவர்கள் சூனியக்காரர்களாக, சூழ்ச்சிக்காரர் களாக, அரக்கர்களாக, மற்றவர்களாக, அந்நியர்களாக, ஆண் ஓரினப்புணர்ச்சியாளர்களாக, பெண் ஓரினப்புணர்ச்சியாளர்களாக இருந்தார்கள். நான் கறுப்பினத்தைச் சேர்ந்தவனாக இருக்கிறேன். சூறையாடப்பட்டவனாக, என் உடலை இழந்தவனாக இருக்கி றேன். இருப்பினும் ஒருவேளை, நானும்கூட சூறையாடுவதற்கான

ஆற்றல் கொண்டவனாக இருக்கலாம். ஒரு சமுதாயத்தில் என்னை நானே உறுதிப்படுத்திக்கொள்வதற்காக இன்னொரு மனித உடலைக் கட்டுப்பாட்டுக்குள் கொண்டுவந்திருக்கலாம். ஒருவேளை ஏற்கனவே அதைச் செய்துமுடித்தவனாக இருக்கலாம். வெறுப்பு அடையாளத்தைக் கொடுக்கிறது. கறுப்பர், ஓரினப்புணர்ச்சியாளர், பெட்டை நாய் என்பது விளிம்பை ஒளிரச் செய்கிறது; வெளிப் பகட்டுக்காக நாம் என்னவாக இல்லாமலிருக்கிறோமோ அதை ஒளிரச் செய்கிறது; வெள்ளையினத்தவராக இருக்கும் பெருங் கனவை ஒளிரச் செய்கிறது; ஒரு மனிதனாக இருப்பதை ஒளிரச் செய்கிறது. வெறுக்கப்பட்ட அந்நியர்களை பெயரிட்டு அழைக் கிறோம். அதன்மூலம் இனக்குழுவில் இருப்பதை உறுதிப்படுத்து கிறோம். ஆனால், என் இனக்குழு என்னைச் சுற்றிலும் உடைந்து நொறுங்கிக்கொண்டும், மாறுதலடைந்துகொண்டும் இருக்கிறது. இந்த மக்களை நான் அடிக்கடி பார்த்தேன். ஏனெனில் இவர்கள் என்னால் நேசிக்கப்பட்ட யாரோ ஒருவரின் குடும்பத்தைச் சேர்ந்த வர்கள். அவர்களின் இயல்பான தருணங்கள் வீட்டுக்கு வருபவரை வரவேற்பது, சமையலறையில் சமையல் செய்வது, அடினா ஹோவார்டின் பாடலுக்கு நடனமாடுவது - என்னைத் தாக்கி, மானுட நிறபேதங்கள் குறித்த என் கருத்தை விரிவடையச் செய்தது. நான் அந்த வீட்டின் அறைக்கூடத்திலமர்ந்து, அவர்களுடைய தனிப்பட்ட விகடத்துணுக்குகளைக் கவனித்தவாறு இருக்க, என்னில் ஒரு பாதி அவர்களை மதிப்பிட்டவாறும், இன்னொரு பாதி அந்த மாற்றங்களால் தலைசுற்றித் தள்ளாடியவாறும் இருந்தது.

புதிய வழிகளில் நேசிப்பதற்கு அவள் எனக்குக் கற்றுக்கொடுத் தாள். என் பழைய வீட்டில் உன் தாத்தாவும் பாட்டியும் அச் சுறுத்தும் பிரம்பு கொண்டு ஆட்சி புரிந்தார்கள். மெக்காவில் நேசத்தின் மாறுபட்ட வழிகள் அனைத்தையும் கண்டதன் காரண மாக ஒரு கருத்து எனக்குத் தோன்றத் தொடங்கியது - உன்னை வேறு விதத்தில் முன்னிலைப்படுத்திப் பேசுவதற்கு நான் முயற்சி செய்தேன். மெக்காவில் அது இப்படித்தான் தோன்றத் தொடங் கியது: ஒரு நாள் காலை லேசான தலைவலியுடன் நான் விழித் தெழுந்தேன். மணிக்குமணி தலைவலி அதிகரித்தது. என் பணிக்கு நடந்துசென்றுகொண்டிருக்கும்போது தனது வகுப்பிற்குச் சென்று கொண்டிருந்த அந்தப் பெண்ணை நான் பார்த்தேன். நான்

மோசமான நிலையில் காணப்பட்டதால் சில அட்வில் மாத்திரை களைக் கொடுத்துவிட்டு அவள் தொடர்ந்து போய்க்கொண் டிருந்தாள். மதிய வாக்கில் என்னால் நிற்கக்கூட முடியவில்லை. என் மேற்பார்வையாளரை அழைத்தேன். அவர் வந்துசேர்ந்த போது நான் சேம அறையில் படுத்துவிட்டேன். ஏனெனில், வேறு என்ன செய்வது என்று எனக்குத் தெரியவில்லை. நான் பயந்து போனேன். என்ன நடக்கிறது என்று எனக்குத் தெரியவில்லை. யாரை அழைப்பது என்று எனக்குத் தெரியவில்லை. அரை விழிப்பு நிலையில், குணமாகிவிடும் என்ற நம்பிக்கையோடு நடுங்கிக் கொண்டே படுத்திருந்தேன். என் மேற்பார்வையாளர் கதவைத் தட்டினார். யாரோ என்னைப் பார்க்க வந்திருந்தார்கள். அது அவள்தான். நீண்ட சடைகள் கொண்ட அந்தப் பெண் அங் கிருந்து வெளியேறித் தெருவுக்கு வர எனக்கு உதவினாள். ஒரு வாடகை காரை கையசைத்து நிறுத்தினாள். பயணத்தின் பாதி வழியில் ஓடிக்கொண்டிருந்த வண்டியின் கதவைத் திறந்து, வீதியில் நான் வாந்தியெடுத்தேன். நான் வெளியில் விழுந்து விடாமல் இருப்பதற்காக என்னை அவள் பிடித்துக்கொண்டதும், வாந்தியெடுத்த பிறகு நெருக்கமாகக் கட்டிக்கொண்டதும் என் நினைவுக்கு வருகிறது. அனைத்து வகையான நேச உறவுகளாலும் நிறைந்திருந்த மானுடர்களின் வீட்டிற்கு அவள் என்னை இட்டுச் சென்றாள். படுக்கையில் கிடத்தினாள். சி.டி. பிளேயரில் "எக் ஸோடஸ்" பாடலை ஓடவிட்டாள். ஒலியளவை காதோடு காதாகக் கேட்குமளவுக்குக் குறைத்தாள். படுக்கையோரம் ஒரு வாளியை வைத்தாள். ஒரு தண்ணீர்க் கலத்தையும் எடுத்து வைத்தாள். அவள் வகுப்புக்குப் போகவேண்டியிருந்தது. நான் தூங்கிவிட்டேன். அவள் திரும்பி வந்தபோது நான் உடல்நலம் தேறிவிட்டேன். நாங்கள் சாப்பிட்டோம். தனக்கு விருப்பப்பட்டவரோடு படுக்கை யைப் பகிர்ந்துகொள்வதையே தன் உடலின் மீதான கட்டுப் பாட்டிற்கான பிரகடனமாகச் செய்துவந்த, நீண்ட சடைகள் கொண்ட அந்தப் பெண் அங்கு இருந்தாள். அன்பிற்கும் அச்சத் திற்கும் இடையில் இழுபட்டுக்கொண்டிருந்த ஒரு வீட்டில் நான் வளர்ந்து வந்தேன். அங்கு மென்மைக்கு இடமில்லை. ஆனால், நீண்ட சடைகள் கொண்ட அந்தப் பெண் வேறு ஏதோ ஒன்றை வெளிப்படுத்தினாள் - அன்பு மென்மையானதாகவும், புரிதல்

உணர்வு கொண்டதாகவும் இருக்க முடியும்; மென்மையானதோ அல்லது கடுமையானதோ அன்பென்பது பெரு வீரத்தின் ஒரு செயல்பாடு.

என் வீர நாயகர்களை நான் எங்கே தேடிக் கண்டடையப் போகிறேன் என்று இன்னும் என்னால் முன்னுணர முடியவில்லை. சில சமயங்களில் ''யூ'' வீதியில் நண்பர்களோடு நடந்துசென்று, உள்ளூர் விடுதிகளை அண்டியிருப்பேன். அது, பேட் பாய் மற்றும் பிக்கி, ''ஒன் மோர் சான்ஸ்'' மற்றும் ''ஹிப்னடைஸ்'' ஸின் யுகமாக இருந்தது. நடனமாடுவதை மிகமிக விரும்பியபோதிலும் நான் என்றும் நடனமாடியதே இல்லை. என் உடல் குறித்த ஏதோ ஒரு குழந்தைப் பருவ அச்சம் காரணமாக நான் பலவீனப் பட்டிருந்தேன். ஆனால், கறுப்பின மக்கள் எப்படி நடந்துகொள் கிறார்கள், தங்கள் உடல்களால் எதை வேண்டுமானாலும் செய்ய முடியும் என்பதுபோல் இந்த விடுதிகளில் எப்படி நடனமாடு கிறார்கள், அவர்களின் உடல்கள் மால்கமின் குரலைப் போல் எப்படி சுதந்திரமாகத் தோற்றமளிக்கின்றன என்றும் நான் கவனித் தேன். வெளியில் எதுவும் கறுப்பின மக்களின் கட்டுப்பாட்டில் இல்லை. குறிப்பாக, அவர்களுடைய உடல்களின் தலைவிதி. அந்த உடல்கள் காவல்துறையின் கட்டுப்பாட்டின்கீழ் கொண்டு வரப்படக்கூடியவையாக இருந்தன. துப்பாக்கிகளால் அழித் தொழிக்கப்படக்கூடியவையாக இருந்தன. மிகவும் சீரழிந்து கிடந்த அவை வன்புணர்ச்சி செய்யப்படக்கூடியவையாக, அடித்து நொறுக்கப்படக்கூடியவையாக, சிறையில் அடைக்கப்படக் கூடிய வையாக இருந்தன. ஆனால், இந்த விடுதிகளில், ஒன்றுக்கு இரண்டு என்ற விகிதத்திலான ரம் மற்றும் கோக்குகளின் செல் வாக்கின்கீழ், மங்கிய விளக்குகளின் ஒளிவீச்சின்கீழ், ஹிப்ஹாப் இசைக்கு அடிமையாகிவிட்ட அந்த உடல்கள் தமது ஒவ்வொரு காலடியையும், ஒவ்வொரு தலையசைப்பையும், ஒவ்வொரு சுழற்சியின் சமநிலையையும் தங்கள் கட்டுப்பாட்டின்கீழ் வைத் திருப்பதை நான் உணர்ந்தேன்.

அப்போது நான் விரும்பியதெல்லாம் அந்தக் கறுப்பின மக்கள் கட்டுப்பாட்டுடன், ஆற்றலுடன், மகிழ்ச்சியுடன், நட்பிணக்கத் துடன் எப்படி நடனமாடினார்களோ அப்படி நான் எழுத வேண்டும் என்பதைத்தான். ஹோவார்டில் நான் வகுப்புகளுக்குப் போய்வந்து

கொண்டிருந்தேன். இன்னும் பல்கலைக்கழகப் பட்டதாரி ஆக வில்லை என்றபோதிலும் மெக்காவின் பட்டதாரி என்று பிர கடனம் செய்துகொள்வதற்கான தருணம் இதுதான் என்று நான் உணர்ந்தேன். உள்ளூர் மாற்றுச் செய்தித்தாளில் நான் இசை மதிப்புரைகளையும், கட்டுரைகளையும், இணைப்புரைகளையும் வெளியிட்டுவந்தேன். இது நிறைய மனிதர்களோடு தொடர்பு கொள்வதை சாத்தியமாக்கியது. என் எழுத்தைப் பதிப்பிக்கத்தக்க வகையில் தவறு நீக்கிச் சரிசெய்தவர்களான பதிப்பாசிரியர்கள் எனக்கு மேலதிகமான விதத்தில் ஆசிரியர்களாக இருந்தார்கள். இவர்கள்தான் ஏதோ ஒருவிதத்தில் தனிப்பட்ட முறையில் நான் முதன்முதலாக அறிந்திருந்த வெள்ளையின மக்களாவர். என் முன்னூகங்களை அவர்கள் ஏற்க மறுத்தார்கள் - அவர்கள் எனக் காகவோ, என்னைப் பற்றியோ அச்சம் கொண்டவர்களாக இருக்க வில்லை. மாறாக என் கட்டுக்கடங்காத அறிவார்வத்தையும் மென்மையையும் கட்டுக்குள் கொண்டுவரப்படவேண்டிய தாகவும் மதித்துப் போற்றவேண்டியதாகவும் பார்த்தார்கள். மேலும் தேடுவோருக்கான சக்திவாய்ந்த ஒரு தொழில்நுட்பமான இதழியலை அவர்கள் எனக்கு வழங்கினார்கள். கரோலினா வட்டார உள்ளூர் செய்தியாளனாக நான் இருந்தேன். அத்துடன் மக்கள் என்னிடம் பல விஷயங்களையும் சொல்பவர்களாக இருப்பதையும் ஒரு காலத்தில் தாக்குவதற்கான இலக்காக என்னை ஆக்கிய அதே மென்மை இப்போது மக்கள் தங்கள் கதைகளை என்னை நம்பிச் சொல்லும்படி கட்டாயப்படுத்துவதாக இருப்பதையும் நான் கண் டேன். இது நம்ப முடியாததாக இருந்தது. குழந்தைப் பருவத்தின் பனிமூட்டத்திலிருந்து சற்று முன்தான் வெளிவந்தவனாக நான் இருந்தேன். அந்தப் பருவத்தில் என் தலைக்குள் எழுந்த கேள்விகள் கேட்கப்படாமலேயே செத்துப்போய்க்கொண்டிருந்தன. இப்போது என்னால் ஒரு பிரபலமான கடை ஏன் மூடப்பட்டது என்றும், ஒரு காட்சி ஏன் ரத்து செய்யப்பட்டது என்றும், ஏன் ஏராள மான திருச்சபைகள் இருக்கின்றன, ஒரு சில சிறப்பங்காடிகளே இருக்கின்றன என்றும், மக்களிடம் கேட்டுத் தெரிந்துகொள்ள முடியும். என் உடலைக் கட்டிப்போட்டிருக்கும் சட்டங்களைத் திரை விலக்குவதற்கான இன்னொரு வழியை, ஆய்வுப் பயணத் திற்கான இன்னொரு கருவியை இதழியல் எனக்கு வழங்கி யிருக்கிறது. அது ஒன்றுகூடிவருதலின் தொடக்கமாக இருந்தது,

‘‘அது’’ என்னவென்று என்னால் இன்னும் அறிந்துகொள்ள முடியாததாக இருந்தபோதிலும்.

மூர்லேண்டில் வரலாறுகளையும், பாரம்பரியங்களையும் என்னால் புத்தாய்வு செய்ய முடிந்தது. வெளியே யார்டில் இந்தப் பாரம்பரியங்கள் நடைமுறையில் இருப்பதை என்னால் காண முடிந்தது. இதழியலைக் கொண்டு இந்த இரண்டைப் பற்றியும் அல்லது நான் வியப்படையக்கூடிய எதைப்பற்றி வேண்டுமானாலும் மக்களிடம் நேரடியாகக் கேட்டறிந்துகொள்ள முடிந்தது. என் வாழ்க்கையின் பெரும்பகுதி தெரிந்துகொள்ளாதவற்றால் வரையறுக்கப்பட்டதாக இருந்தது. 7-லெவன் கடையின் வாகன நிறுத்துமிடத்திலிருந்து பதின்பருவப் பையன்கள் அப்புறப்படுத்தப்படும் உலகத்தில் நான் ஏன் வாழ்கிறேன்? நான் அறிந்த அனைத்துப் பெற்றோர்களையும் போலவே என் தந்தைக்கும் தன் இடுப்புக்கச்சையை உருவுவது ஏன் இயல்பானதாக இருக்கிறது? ஆஸ்ட்ராய்டுகளுக்கு அப்பாலுள்ள அந்த உலகத்தில் ஏன் வாழ்க்கை மிகவும் வேறுபட்டதாக இருந்தது? ஒரு காலத்தில் என் வீட்டின் வசிப்பறையில் காணப்பட்ட படங்களிலிருந்த மக்களிடம் இருந்ததும் என்னிடம் இல்லாமல் போனதுமான அந்த விஷயம்தான் என்ன?

என்னை மாற்றிய, நீண்ட சடைகள் கொண்ட அந்தப் பெண், நான் காதலிக்க விரும்பிய அந்தப் பெண், ஒரு பையனைக் காதலித்தாள். அந்தப் பையனைப் பற்றி நான் ஒவ்வொரு நாளும் யோசித்தேன்; என் வாழ்நாள் முழுக்க ஒவ்வொரு நாளும் யோசிக்கவேண்டியிருக்குமென்று எதிர்பார்த்தேன். சில சமயங்களில் அவனை ஒரு புதிய கண்டுபிடிப்பு என்று நான் நினைத்தேன். ஒரு சில விதங்களில் அவன் அப்படித்தான் இருக்கிறான். ஏனெனில் இளவயதினர் கொல்லப்படும்போது, சாத்தியமான எல்லாவற்றின் மூலமாகவும், சூறையாடப்பட்ட எல்லாவற்றின் மூலமாகவும் அவர்களுக்கு ஒளிவட்டம் சூட்டப்படுகிறது. ஆனால், இந்தப் பையன் பிரின்ஸ் ஜோன்ஸை நான் நேசித்தேன் என்று எனக்குத் தெரியும். அதாவது அவனைப் பார்த்தபோதெல்லாம் நான் புன்னகைத்தேன். ஏனெனில், அவனுக்குப் பக்கத்தில் இருந்தபோது நான் நட்பிணக்கத்தை உணர்ந்தேன். தூண்டிலைக் கைமாற்றிக் கொடுத்துவிட்டு, எங்கள் இருவரில் ஒருவர் போய்விடவேண்டிய நேரம் வந்தபோது எனக்குச் சற்றே வருத்தம் ஏற்பட்டதை உணர்ந்தேன்.

பிரின்ஸ் ஜோன்ஸைப் பற்றிப் புரிந்துகொள்ளவேண்டிய விஷயம் என்னவென்றால் தனக்கு வழங்கப்பட்ட பெயரை முழுமையாகக் காட்சிப்படுத்துபவனாக அவன் இருந்தான் என்பதுதான். அவன் அழகாக இருந்தான். அவன் உயரமாகவும், பழுப்பு நிறத்தோடும், ஒல்லியான உருவத்துடனும், அகன்றதொரு அலைவாங்கி போல் ஆற்றல்மிக்கவனாகவும் இருந்தான். முன்னணி மருத்துவர் ஒருவரின் மகன். அவன் புதிய ஆழ்ந்த சமய நம்பிக்கையைக் கண்டுணர்ந்தவனாக இருந்தான். ஆனால், அந்த நிலையை என்னால் புரிந்துகொள்ள முடிந்ததே தவிர பகிர்ந்துகொள்ள முடியவில்லை. அவன் அன்பானவனாக இருந்தான். அவனிடமிருந்து தாராள மனப்பான்மை வெளிப்பட்டது. எல்லோரிடமும் எல்லா விஷயங் களிலும் வெளிக்காட்டக்கூடிய ஒரு செயல்திறன் அவனிடம் இருப் பதாகத் தோன்றியது. இது உண்மையாக இருக்க முடியாது. எந்த முயற்சியும் இல்லாமலேயே அப்படியொரு மாயத்தோற்றத்தைச் சிலரால் வரவழைக்க முடிகிறது. அப்படிப்பட்டவர்களில் பிரின்ஸும் ஒருவன். நான் பார்த்ததை, உணர்ந்ததை மட்டுமே என்னால் சொல்ல முடியும். நம்மால் முழுமையாக அறிந்துகொள்ள முடி யாத மக்கள் சிலரும் இருக்கிறார்கள். நம்முள்ளே இதமான ஓர் இடத்தில் அவர்கள் வாழ்கிறார்கள் என்றபோதிலும், அவர்கள் சூறையாடப்படும்போது, அவர்களுடைய உடல்களை அவர்கள் இழக்க நேரிடும்போது, அந்த இருண்ட சக்தி பல திசைகளிலும் சிதறும்போது அந்த இடம் ஒரு காயமாக மாறிவிடுகிறது.

சிக்காகோவிலிருந்து வந்த ஒரு பெண்ணின் வசீகரத்துக்கு ஆட்பட்டு, என் சமநிலையையும் என் சிறுவயதுக் குழப்பங்கள் அனைத்தையும் இழந்து, மெக்காவில் நான் கடைசி முறையாகக் காதலில் வீழ்ந்தேன். உன் தாய்தான் அந்தப் பெண். அவளது வீட்டின் வசிப்பறையில் நண்பர்கள் கூட்டத்துடன் நாங்கள் நின்று கொண்டிருந்ததை நான் பார்க்கிறேன். ஒரு கையில் தடிமனான குட்டைச் சுருட்டும் ஒரு கையில் பியரும் வைத்துக்கொண்டு நின்றுகொண்டிருந்தேன். சுருட்டை உள்ளிழுத்துவிட்டு, அந்த சிக்காகோ பெண்ணிடம் கொடுத்தேன். அவளது நீண்ட, நேர்த்தி யான விரல்கள் உரசியபோது ஏற்பட்ட அதிர்ச்சியில் சற்று நடுங் கினேன். அதை அவள் பிளம் நிறச்சாயம் பூசிய தன் உதடுகளுக்குக்

கொண்டுசென்று, புகையை உள்ளிழுத்து வெளியே ஊதிவிட்டு மீண்டும் உள்ளிழுத்தாள். ஒரு வாரத்துக்கு முன்புதான் அவளை நான் முத்தமிட்டிருந்தேன். இப்போது புகையின் தீச்சுடரின் காட்சியமைவைக் கூர்ந்து கவனித்தவாறே (ஏற்கனவே அதன் பாதிப்புகளை உணர்ந்துவிட்ட நிலையில்) என்னை இழந்து, அங்குமிங்கும் ஓடி, அவளைக் கட்டியணைப்பது, அவளால் வெளியில் ஊதப்படுவது, அவளிடமே திரும்பிவருவது, அவளை உச்சத்தில் விட்டுவைப்பது எப்படி இருக்குமென்று வியப்பிலாழ்ந்தேன்.

தனது தந்தையை அவளுக்குத் தெரிந்திருக்கவில்லை. அது, எனக்குத் தெரிந்த பெரும் எண்ணிக்கையிலான பலரோடும் அவளை ஒன்றுபடுத்தியது. இந்த மனிதர்கள் - இந்தத் "தந்தையர்கள்" - மாபெரும் கோழைகளாக இருந்தார்கள் என்று அப்போது நான் உணர்ந்தேன். ஆனால், இந்த வான்மண்டலம் சுமையேற்றப்பட்ட சதுரங்கக்காய்களைக் கொண்டு விளையாடியது, அது எங்கள் படையணிகளில் கோழைகள் மேலதிக எண்ணிக்கையில் இருப்பதை உறுதி செய்வதாக இருந்தது என்றும் நான் உணர்ந்தேன். சிக்காகோவிலிருந்து வந்த அந்தப் பெண்ணும் இதைப் புரிந்து கொண்டிருந்தாள். இதற்கு மேலும் - எல்லோருடைய உடல்களும் சரிசமமாகக் கொள்ளையிடப்படவில்லை என்பதையும், என்னால் உண்மையிலேயே தெரிந்துகொள்ள முடியாத வழிகளில் பெண்களின் உடல்கள் கொள்ளையிடப்படுவதற்காக முன்வைக்கப் படுகின்றன என்பதையும் - அவள் புரிந்துகொண்டிருந்தாள். குழந் தையாக இருக்கும்போது, அவள் துடிப்பானவளாக இருக்க வேண்டும் என்றும் அவளுடைய புறத்தோற்றம் அவளைக் காப்பாற்றாது என்றும், அவளிடம் சொல்லப்பட்டது; பிறகு அவள் ஓர் இளம்பெண்ணாக இருக்கும்போது, கறுப்புத்தோல்கொண்ட பெண்ணாக இருப்பதால் அவள் உண்மையிலேயே வனப்பு மிக்கவளாக இருப்பதாகச் சொல்லப்பட்டது; இப்படிச் சொல்லப் பட்ட வகையைச் சேர்ந்த கறுப்பினப்பெண்ணாக அவள் இருந் தாள். ஆகையால் அவளைப் பற்றியவையெல்லாம், பிரபஞ்ச ரீதியான அநீதிகள் பற்றிய அறிவாக, என் தந்தை தன் இடுப்புக் கச்சையை உருவியெடுக்கப்போவதைக் கூர்ந்து கவனித்துக் கொண்டிருந்தபோதும், என் வசிப்பறையில் புறநகர் பற்றிய ஒளி

பரப்பு நிகழ்ச்சிகளை நான் கூர்ந்து கவனித்துக்கொண்டிருந்த போதும், பொம்மைக் கார்களையும் கால்பந்தாட்ட அட்டை களையும் வைத்திருந்த பொன்னிறத் தலைமயிர்கொண்ட பையன் களைக் கூர்ந்து கவனித்துக்கொண்டிருந்தபோதும், அத்துடன் எனக்கும் இந்த உலகத்துக்கும் இடையிலான அந்த மாபெரும் தடைச்சுவரை நான் மங்கலாக உணர்ந்தபோதுமான அதே அறிவாக இருந்தது.

எங்களுக்கு இடையிலான எதுவும் எப்போதும் திட்டமிடப் பட்டதாக இருக்கவில்லை - நீயும்கூட. நீ பிறந்தபோது எங்கள் இருவருக்கும் இருபத்து நான்கு வயது ஆகியிருந்தது. அது பெரும் பாலான அமெரிக்கர்கள் குழந்தை பெற்றுக்கொள்ளும் வழக்கமான வயதுதான். ஆனால், நமது இனத்தாரிடையே பதின்ம வயதுப் பெற்றோரென்று நாங்கள் தரப்படுத்தப்பட்டதைக் கண்டோம். ஓர் அச்சத்தின் வீச்சுக்கு ஆட்பட்டு, நாங்கள் திருமணம் செய்வதற்குத் திட்டமிட்டிருக்க வேண்டுமோ என்று எங்களை நாங்களே அடிக் கடி கேட்டுக்கொண்டோம். திருமணம் என்பது பிற ஆண்களுக்கும் பிற பெண்களுக்கும் எதிரான அல்லது அழுக்குக் காலுறைகளைத் துவைப்பது, தட்டுக் கழுவுவது போன்ற உள்ளூர அரித்துத் தின்னும் ஒரே மாதிரியான சலிப்பூட்டும் தன்மைக்கு எதிராக ஒரு கவசமாக எங்கள் முன்னால் முன்வைக்கப்பட்டது. ஆனால், திருமணம் செய்து கொண்டு அற்ப விஷயத்துக்காக ஒருவராலொருவர் கைவிடப்பட்ட பலபேரை உன் அம்மாவுக்கும் எனக்கும் தெரியும். நீ எப்போதும் எங்கள் கூட்டத்தைச் சேர்ந்தவனாக இருந்தாய் என்பதுதான் எங்களைப் பொறுத்த அளவில் உண்மை. எங்களிலிருந்து உன்னை நாங்கள் வரவழைத்தோம். உனக்கென்று எந்தவொரு கருத் துரிமையும் வழங்கப்படவில்லை. அந்தக் காரணத்தினால் மட்டுமே எங்களால் திரட்டியளிக்கப்படக்கூடிய அனைத்துப் பாதுகாப் புக்கும் தகுதிவாய்ந்தவனாக நீ இருக்கிறாய். மற்றவையெல்லாம் இந்த உண்மைக்குப் புறம்பானது. இது ஒரு சுமையாகத் தோன்றி யிருந்தால், மேற்சொன்னதுபோல் இருந்திருக்க முடியாது. உண்மை என்னவென்றால், எனக்கு உரியவற்றையெல்லாம் உனக்குத் தரு வதற்கு நான் கடமைப்பட்டிருக்கிறேன். உனக்கு முன்பாக, எனக்கு என் கேள்விகள் இருந்தன. ஆனால், அந்த விளையாட்டில் என் சொந்த உயிரைத் தாண்டி எதுவும் இருக்கவில்லை. உண்மையில்

அது ஒரு பொருட்டாக இல்லாமல் இருந்ததற்குக் காரணம் நான் இளைஞனாக இருந்ததும், எளிதில் தாக்குதலுக்குட்படக்கூடியவனாக இருந்த என் சொந்த நிலை குறித்து நான் தெளிவற்றவனாக இருந்ததும்தான். ஆனால், இப்போது நான் கீழே போகவேண்டுமென்றால் நான் தனியாகப் போகப் போவதில்லை என்ற எளிய உண்மையின் மூலம் நான் தடுத்துநிறுத்தப்பட்டேன், வழிக்குக் கொண்டுவரப்பட்டேன்.

குறைந்தபட்சம் எனக்கு நானே சொல்லிக்கொண்டது இதுதான். என் உடலின், என் குடும்பத்தினரின் உடல்களின் தலைவிதி என் அதிகாரத்தின் கீழிருந்தது என்று நம்புவது வசதியானதாக இருந்தது. “நீ ஆண்மகனாக இருக்க வேண்டும்,” என்று நம் மகன்களுக்கு நாம் சொல்கிறோம். “யார் வேண்டுமானாலும் ஒரு குழந்தையை உருவாக்கலாம். ஆனால், ஒரு தந்தையாக இருப்பதற்கு ஒரு மனிதனால்தான் சாத்தியமாகும்.” என் வாழ்நாள் முழுவதும் என்னிடம் அவர்கள் சொன்னது இதைத்தான். இது, உயிர்பிழைத்திருப்பதற்கான வழியாக, நமது ஆண்மையைப் பொருட்படுத்தாமல் மனிதப்பலியை நாம் சமாளித்து ஈடுகட்ட உதவும் ஒரு தொன்மமாக இருக்கிறது. நமது கைகள் என்றென்றும் நமக்கே சொந்தமாக இருந்ததுபோல, இருண்ட சக்தியைச் சூறையாடுதல் நமது பிரபஞ்சத்தின் மையத்தில் நடைபெறவில்லை என்பதுபோல. அங்கே சூறையாடல் இருக்கத்தான் செய்தது, நான் பார்க்க விரும்பியிருந்தால்.

ஒரு கோடைகாலத்தில் உன் அம்மாவைப் பார்ப்பதற்காக நான் சிக்காகோவுக்கு பயணம் மேற்கொண்டேன். டேன் ரியான் வழியாக நண்பர்களோடு வாகனப் பயணம் செய்து, நான்கு மைல் நீளத்திற்கு நீண்டிருந்த, பொதுமக்களின் வீட்டுவசதிக்காகக் கட்டப்பட்டிருந்த, பழுதடைந்த வீடுகளை ஸ்டேட் ஸ்ரீட் காரிடரில் முதன்முறையாகப் பார்த்துத் தெரிந்துகொண்டேன். பால்டிமோர் முழுவதும் இத்தகைய திட்டங்கள் நடைமுறைப்படுத்தப்பட்டிருந்தன. ஆனால், அதில் எதுவும் இவ்வளவு விரிவானதாக இருக்கவில்லை. இந்த வீட்டுவசதித்திட்டம் அங்கு குடியிருந்த மக்களுக்கு மட்டுமின்றி, அந்தப் பிரதேசம் முழுவதற்குமே ஒரு தார்மீகப் பேரழிவாக இருந்ததாக எனக்குத் தோன்றியது. ஒவ்வொரு நாளும் வீட்டிலிருந்து பணியிடத்திற்கு அந்தப் பக்கத்தில் வாகனம் ஓட்டிச்

செல்பவர்கள் அப்படியொரு விஷயத்தை எவ்வித உடன்பாடும் இல்லாமலேயே மௌனமாகப் பொறுத்துக்கொள்ளவேண்டி யிருந்தது. ஆனால், என் முழுமையான அறிவார்வத்தில் நான் பார்க்கத் தயாராக இருந்ததைவிடவும் ஏராளமான விஷயங்கள் அந்தத் திட்டங்களில் அடங்கியிருந்தன.

கருவுற்றிருந்த காலத்தின்போது, ஒருசமயம் உன் தாய்வழிப் பாட்டி எங்களைப் பார்க்க வந்திருந்தார். அவர் பேரதிர்ச்சி அடைந்திருக்க வேண்டும். நாங்கள் டெலவாரில் வாழ்ந்துவந்தோம். எங்களிடம் தட்டுமுட்டுச் சமான்கள் எதுவுமில்லை. நான் ஹோவார்டிலிருந்து பட்டம் வாங்காமலே வெளியேறி, ஒரு சுதந்திர எழுத்தாளரின் குறைந்த வருமானத்தில் வாழ்ந்துவந்தேன். எங்களைப் பார்க்கவந்த கடைசி நாளன்று உன் பாட்டியை விமானநிலையத்திற்கு நான் காரில் ஏற்றிச் சென்றேன். நீ என் ஒரே மகனாக இருப்பதுபோல் உன் பாட்டிக்கு உன் அம்மா ஒரே மகள். நீ வளர்வதைக் கவனித்துக்கொண்டிருந்த வேளையில், அவளுக்கு வேறெதுவும் மிகவும் அருமை வாய்ந்ததாக இருந்திருப்பதற்குச் சாத்தியமில்லை என்பதை நான் தெரிந்துகொண்டேன். உன் பாட்டி என்னிடம் சொன்னாள், ‘‘என் மகளை நன்றாகப் பார்த்துக் கொள்.’’ அவர் காரை விட்டு இறங்கியபோது என் உலகமே மாறி யிருந்தது. ஒரு நுழைவாயிலைக் கடந்து என் வாழ்க்கையின் நடைக்கூடத்திலிருந்து வசிப்பறைக்கு வந்துவிட்டதாக நான் உணர்ந்தேன். கடந்தகாலத்தைச் சேர்ந்தவை அனைத்தும் இன் னொரு வாழ்க்கையில் இருந்ததாகத் தோன்றியது. இங்கு உனக்கு முற்பட்டதும் இருந்தது. உனக்குப் பிற்பட்டதும் இருந்தது. அந்தப் பிற்பட்டதில் எனக்கு இல்லாதிருந்த கடவுளாக நீதான் இருந்தாய். வெறுமனே உயிர்பிழைத்திருக்க வேண்டும் என்பதற்கும் மேலான ஏதோ ஒன்றிற்காக நான் உயிர்பிழைத்திருக்க வேண்டும் என்பதை அப்போது நான் தெரிந்துகொண்டேன். உனக்காக நான் உயிர்பிழைத்திருக்க வேண்டும்.

அந்த ஆகஸ்ட் மாதத்தில் நீ பிறந்தாய். மெக்காவின் மகத்தான நிறபேதங்களை நான் நினைத்துக்கொண்டேன் பெலைஸைச் சேர்ந்த கறுப்பின மக்கள், யூதத் தாய்மார்களைக் கொண்ட கறுப்பின மக்கள், பெங்களூரைச் சேர்ந்த தந்தையரைக் கொண்ட கறுப்பின மக்கள், டொரான்டோவையும் கிங்ஸ்டனையும் சேர்ந்த

கறுப்பின மக்கள், ரஷ்ய மொழி பேசுபவர்கள், ஸ்பானிய மொழி பேசுபவர்கள், மோங்கோ சான்டமரியா தாளவாத்தியக் கருவி களை வாசிப்பவர்கள், கணிதத்தைப் புரிந்துகொண்டு, எலும்புச் சோதனைச்சாலையில் அமர்ந்து, அடிமைப்படுத்தப்பட்டவர்கள் குறித்த மர்மங்களைத் தோண்டியெடுப்பவர்கள். அங்கே எப்போதும் நான் எதிர்பார்த்ததைவிடவும் மேலதிக விஷயங்கள் இருந்தன. நீயும் அதையெல்லாம் பெற வேண்டும் என்று விரும்புகிறேன். பள்ளிகளிலோ, வீதிகளிலோ, வெற்றிக் கோப்பைகளை வைக்கும் அலமாரிகளிலோ என்றுமே காணக்கிடைக்காத அந்த உலகத்தை, அதன் முற்று முழுமையான தன்மையோடு நீ பார்க்க வேண்டும் என்று நான் விரும்புகிறேன். அந்த முழு உலகத்தையும் எப்படி இருக்கிறதோ அப்படியே நீ கோரிப் பெற வேண்டும். ''டால்ஸ்டாய் ஜுலுக்களின் டால்ஸ்டாயாக இருக்கிறார்'' என்பது உனக்கு உடனடியாக தெளிவாகத் தெரிந்திருக்க வேண்டும் என்று நான் விரும்புகிறேன். இருப்பினும், இந்த உலகளாவிய தன்மையைத் தன்னகத்தே கொண்ட இந்த விருப்பத்திலும்கூட மூதாதையர் மரபின் பழைய சக்தியை நான் உணர்கிறேன். ஏனெனில், என் மூதாதையர்கள் என்ன செய்தார்கள் என்பதை மெக்காவில் தெரிந்துகொண்டேன். என் மூதாதையர்கள் செய்த போராட்டத்தின் மூலமாக நான் மெக்காவை நோக்கிச் செல்ல நிர்ப்பந்திக்கப்பட்டேன்.

அந்தப் போராட்டம் உன் பெயரிலேயே இருக்கிறது - சமோரி தூரேவின் பெயர் உனக்கு இடப்பட்டது. அவர் தனது சொந்தக் கறுப்பு உடலின் உரிமைக்காக பிரெஞ்சுக் காலனியவாதிகளை எதிர்த்துப் போராடினார். அவர் சிறைப்பட்ட நிலையில் இறந்து போனார். ஆனால், அந்தப் போராட்டத்தின், அதைப் போன்ற மற்ற போராட்டங்களின் ஆதாயங்கள் நம்முடையவையாக இருக் கின்றன. நமது போராட்டத்தின் நோக்கம் பெரும்பாலான சமயங் களில் உண்மையானதாக இருந்தபோதிலுங்கூட நமது பிடியி லிருந்து தப்பிச் சென்றுவிடுகிறது. என்னால் தேர்ந்தெடுக்கப்படாத மக்களிடையே நான் வாழ்ந்தபோதுதான் இதை நான் தெரிந்து கொண்டேன். ஏனெனில், கறுப்பராக இருப்பதன் சிறப்புரிமைகள் எப்போதும் தன்னளவில் வெளித்தெரிவதாக இருப்பதில்லை. டெர்ரிக் பெல் ஒரு சமயம் எழுதியதுபோல் நாம் ''கிணற்றின் அடியில் உள்ள முகங்களாக'' இருக்கிறோம். ஆனால், இங்கேதான்

உண்மையிலேயே விவேகம் இருக்கிறது. அந்த விவேகம் என் வாழ்க்கையில் நல்லவை பலவற்றுக்குக் காரணமாக இருக்கிறது. இங்குள்ள என் வாழ்க்கைக்கு நீ காரணமாக இருக்கிறாய்.

அந்தத் தெருக்களிலும்கூட விவேகம் இருக்கத்தான் செய்தது. எதிர்பாராத விதத்தில் ஏதேனும் ஒரு நாசகாரக் கும்பலுக்கு எதிராக ஒரு பையன் துணிந்து நின்றால், அவனுடைய நண்பர்கள் அவனோடு சேர்ந்து நிற்க வேண்டும். அவர்கள் எல்லோரும் சேர்ந்து அடியுதைகளை வாங்கிக்கொள்ள வேண்டும் என்னும் அந்தப் பழைய விதியை இப்போது நான் எண்ணிப்பார்க்கிறேன். இந்த அதிகாரப்பூர்வ ஆணையில்தான் முழு வாழ்க்கைக்குமான திறவு கோல் இருக்கிறது என்று இப்போது எனக்குத் தெரிகிறது. முஷ்டி களை வானத்தை நோக்கி உயர்த்தி, எழுந்து நின்று நாம் போடும் சண்டையை முடித்துக் கொள்வதாக நம்மில் யாரும் வாக்குறுதியளிக்கவில்லை. நமது எதிரிகளின் எண்ணிக்கையை, வலிமையை, ஆயுதபலத்தையும்கூட நம்மால் கட்டுப்படுத்த முடிந்த தில்லை. சில சமயங்களில் வெறுமனே மோசமான ஒன்றிடம் நீங்கள் சிக்கிக்கொள்வீர்கள். ஆனால், நீங்கள் சண்டையிடுவீர் களோ அல்லது ஓடிப்போவீர்களோ அதை சேர்ந்தே செய்வீர்கள். ஏனெனில், சண்டையின் அந்தப் பகுதி மட்டுமே நம் கட்டுப்பாட் டிற்குள் இருக்கிறது. நாம் செய்யாமல் இருக்கவேண்டியது என்ன வென்றால், நமது உடல்களையும் நமது நண்பர்களின் உடல் களையும் மனதாரக் கையளிப்பதை மட்டும்தான். அதுதான் விவேகம்: வீதியின் திசைவழியை நாம் வகுத்தளிக்கவில்லை என்பதை நாம் அறிந்திருந்தோம். ஆனால், அதற்கு மாறாக, நாம் நடந்து செல்லும் பாதையின் பாணியின் திசைவழியை நாம்தான் வகுத்தளிக்க முடியும்-வேண்டும். மேலும் உன் பெயரின் ஆழ்ந்த அர்த்தம் அதுதான். அதாவது அந்தப் போராட்டமே அர்த்த முள்ளதாக இருக்கிறது என்பதுதான் அது.

அந்த விவேகம் நம் மக்களுக்கு மட்டுமே தனியுரிமை வாய்ந்த தாக இருக்கவில்லை. நம்மில், பெருங்கூட்ட வன்புணர்ச்சியின் மூலமாகப் பிறந்தவர்களுக்கு, தங்கள் மூதாதையர்கள் தூக்கிச் செல்லப்பட்டு, காப்புறுதிப் பத்திரங்களாகவும் சரக்குகளாகவும் பிரிக்கப்பட்டவர்களுக்கு, அது ஒரு தனிச்சிறப்பான அர்த்தத்தைக் கொண்டதாக இருக்கும். ஒவ்வொரு மனிதனையும் தனித்துவம்

வாய்ந்தவனாக மதிக்கும்படி உன்னை வளர்த்திருக்கிறேன். அதே மரியாதையை நீ கடந்த காலத்துக்கும் நீட்டிக்க வேண்டும். அடிமை முறை என்பது வரையறுத்துக் கூறமுடியாத சதைக்குவியல் அல்ல. அது, உன்னைப் போலவே விரிவான பலதிறப்பட்ட உணர்வு களைக்கொண்டதும், உன்னைப் போலவே சுறுசுறுப்பாகச் செயல் படக்கூடிய மூளையைக் கொண்டதும், குறிப்பிடத்தக்கதும், தனித் துவமானதுமான, அடிமைப்படுத்தப்பட்ட பெண்ணாக இருக் கிறது. அவள் காட்டில் குறிப்பிட்டதொரு இடத்தில் வெளிச்சம் விழும் விதத்தை விரும்புபவள், அருகாமையிலுள்ள ஓர் ஓடையின் நீர்ச்சுழிகளில் மீன்பிடிப்பதை விரும்புபவள், தனக்கேயுரிய சிக்கலான விதத்தில் தன் தாயை நேசிப்பவள், உரக்கப் பேசும் தன் சகோதரிக்கு விருப்பமான ஓர் உடன்பிறவாச் சகோதரனும், விருப்பமான ஒரு பருவகாலநிலையும் இருக்கின்றன என்று நினைப் பவள், தையற்கலையில் தனித்திறமை வாய்ந்தவள். எல்லோரையும் போல் தானும் கூர்மதியும் திறமையும் வாய்ந்தவள் என்று தன்னகத்தே தெரிந்திருப்பவள். சுதந்திரத்தின் மீதான விருப்பத்தை உரக்கப் பிரகடனம் செய்வதும், அந்த விருப்பத்தைத் தனது இன்றியமையாத நூல்களில் பொறித்துவைத்திருப்பதுமான ஓர் உலகத்தில்தான் "அடிமை முறை" என்ற அதே பெண் பிறந்திருக் கிறாள். அப்படிப் பொறித்துவைத்த அதே மனிதர்கள்தான் அந்தப் பெண்ணை அடிமையாக வைத்திருந்தார்கள். அவளுடைய தாயை அடிமையாக வைத்திருந்தார்கள். அவளுடைய தந்தையை அடிமையாக வைத்திருந்தார்கள். அவளுடைய மகளை அடிமை யாக வைத்திருந்தார்கள். அவள் தன் தலைமுறைகளைக் கூர்ந்து பின்னோக்கித் திரும்பிப் பார்க்கும்போது அவள் பார்ப்பதெல்லாம் அடிமைப்படுத்தப்பட்டவர்களைத்தான். அவளால் இன்னும் அதிக மாக எதிர்பார்க்க முடியும். தனது பேரக்குழந்தைகளுக்கு ஏதோ கொஞ்சம் எதிர்காலம் இருக்குமென்று அவளால் கற்பனை செய்ய முடியும். ஆனால், அவள் சாகும்போது இந்த உலகம் - உண்மையிலேயே அவளால் என்றென்றும் தெரிந்துகொள்ள முடிந்த ஒரே உலகம் - முடிந்துபோய்விடும். அடிமைப்பட் டிருப்பது இந்தப் பெண்ணுக்கு ஒரு நீதிக்கதையாக இருப்பதில்லை. அது நரக வேதனையாகவே இருக்கிறது. அது முடிவற்ற இரவு. அந்த இரவின் நீளம் நமது வரலாற்றின் பெரும்பகுதியாக இருக் கிறது. நாம் சுதந்திரமாக இருந்ததைவிட நீண்ட காலம் இந்த

நாட்டில் அடிமைப்படுத்தப்பட்டிருந்தோம் என்பதை மறந்துவிட வேண்டாம். 250 வருடங்களாகக் கறுப்பின மக்கள் விலங்கிடப் பட்டவர்களாகப் பிறந்தார்கள். முழுத் தலைமுறைகளைத் தொடர்ந்து மேலும் பல தலைமுறைகள் விலங்குகளைத் தவிர வேறெதையும் தெரியாதவர்களாகவே இருந்தார்கள்.

இந்தக் கடந்தகாலத்தை அதன் நுட்பமான வேறுபாடு களோடும், தவறுகளோடும், மனித நேயத்தோடும் உண்மை யிலேயே நினைவில் வைத்துக்கொள்ள நீ போராட வேண்டும். தெய்வீக விதி என்னும் ஆறுதலளிக்கும் கதையாடலை நோக்கிய, துடிப்புமிக்க நீதியைத் தன்னகத்தே கொண்ட தேவதைக் கதைகளை நோக்கிய பொதுவான தூண்டுதலை நீ எதிர்த்து நிற்க வேண்டும். அடிமைப்படுத்தப்பட்டோர் உன் சாலையில் செங்கற்களாக இருந்திருக்கவில்லை; அவர்களுடைய வாழ்க்கை உன் விடுதலை வரலாற்றின் அத்தியாயங்களாகவும் இருந்திருக்கவில்லை. அந்த மக்கள் அமெரிக்க இயந்திரத்திற்கான எரிபொருளாக மாற்றப் பட்டவர்களாக இருக்கிறார்கள். அடிமைப்படுத்துதல் என்பது முடிவுக்குக் கொண்டுவரப்படக்கூடியதாக வகுத்தமைக்கப்பட வில்லை. அத்துடன் நமது தற்போதைய சூழ்நிலையை - அது எவ்வளவுதான் மேம்படுத்தப்பட்டதாக இருந்தபோதிலும் - இறந்துகொண்டிருக்கும் தங்கள் குழந்தைகளுக்கு இறப்புக்குப் பிறகான, எட்டமுடியாத பெரும்புகழை என்றும் வேண்டிக் கேட்காதவர்களான இந்த மக்களின் வாழ்க்கைக்கான விடுதலை என்று உரிமை கோரிக்கொள்வது தவறானதாகும். நமது வெற்றிகள் என்றும் இதை ஈடுசெய்வதாக இருக்காது. ஒருவேளை நமது வெற்றிகளேகூட குறியிலக்காக இல்லாமல் போய்விடலாம். ஒரு வேளை போராட்டம் மட்டுமே நமக்கான அனைத்துமாக இருந்து விடலாம். ஏனெனில் வரலாற்றின் கடவுள் நாத்திகவாதியாக இருக் கிறார். அவருடைய உலகம் குறித்த எதுவுமே பொருட்படுத்தத் தக்கதாக இருக்கவில்லை. ஆகையால் குறைந்தபட்சம் விழித் தெழுவது குறித்த வாக்குறுதி உள்ளிட்டு எந்தவொரு வாக்குறுதி யுமே மீறப்படமுடியாதது அல்ல என்பதை அறிந்தே ஒவ்வொரு நாள் காலையிலும் நீ விழித்தெழவேண்டியிருக்கிறது. இது நம்பிக்கை இழப்பு அல்ல. பிரபஞ்சம் தன்னளவில் எடுத்துக் கொள்ளும் முன்னுரிமைகள் இவை: பெயர்ச்சொற்களின் மீது வினைச்சொற்கள் எடுத்துக்கொள்ளும் முன்னுரிமை, செயல்பாடு

களின் மீது அரசுகள் எடுத்துக்கொள்ளும் முன்னுரிமை, போராட்டத்தின் மீது நம்பிக்கை எடுத்துக்கொள்ளும் முன்னுரிமை.

நல்லதோர் உலகத்தின் பிறப்பு முழுமுற்றதாக உன்னைப் பொறுத்தது அல்ல. இருப்பினும் இதற்கு எதிரான கருத்தை ஒவ்வொரு நாளும் உன்னிடம் சொல்லும் வயதுமுதிர்ந்த ஆண்களும் பெண்களும் இருக்கிறார்கள் என்று எனக்குத் தெரியும். இதே ஆண் பெண்களின் செயல்பாடுகளின் காரணமாக உலகத்துக்குப் பாதுகாப்பு துல்லியமாகத் தேவைப்படுகிறது. நான் வெறுப்பு மனப்பான்மை கொண்டவனல்ல. நான் உன்னை நேசிக்கிறேன், இந்த உலகத்தை நேசிக்கிறேன், இந்த உலகத்தின் ஒவ்வொரு அங்குலத்தைக் கண்டறியும்போதும் இதை மேன்மேலும் நேசிக்கிறேன். ஆனால், நீ ஒரு கறுப்பினப் பையன், மற்ற பையன்கள் தெரிந்துகொள்ள முடியாத விதத்தில் உன் உடலுக்கு நீ பொறுப்பேற்கவேண்டியிருக்கும். ஏதோ ஒருவிதத்தில் எப்போதும் உன்னிடம் ஒப்படைக்கபடவேண்டியதாக இருக்கும் பிற கறுப்பு உடல்களின் மோசமான நடவடிக்கைகளுக்கு நீ பொறுப்பேற்க வேண்டியிருக்கும். மேலும் அதிகாரமிக்கவர்களின் உடல்களுக்கு நீ பொறுப்பேற்க வேண்டியிருக்கும் - தன் குண்டாந்தடியால் உன்னை அடித்துநொறுக்கும் அந்தப் போலீஸ்காரர் அதற்கான சாக்குப்போக்கை பம்மிப்பதுங்கும் உன் உடலசைவுகளில் கண்டுகொள்வார். மேலும் இது உனக்கு மட்டுமே ஆனதாகக் குறுக்கிப் பார்க்கக்கூடியதல்ல - உனக்குத் தெரியாத ஒருவிதத்தில் உன்னைச் சுற்றிலுமுள்ள பெண்கள் தங்கள் உடல்களுக்குப் பொறுப்பேற்க வேண்டியவர்களாக இருக்கிறார்கள். இந்தத் தாறுமாறான குழப்ப நிலையோடு நீ சமாதானம் செய்துகொள்ளவேண்டியிருக்கிறது. ஆனாலும் உன்னால் பொய் சொல்லமுடியாது. நம்மிடமிருந்து அவர்கள் எவ்வளவு எடுத்துக் கொண்டார்கள் என்பதை, எப்படி நமது உடல்களையே சர்க்கரையாக, புகையிலையாக, பருத்தியாக, தங்கமாக மாற்றியமைத்தார்கள் என்பதை உன்னால் மறந்துவிடமுடியாது.

II

நமது உலகம் இரைச்சல் நிறைந்தது
நமது உலகம் யாருடையதையும் விட அழகானது
நாம் துயருற்றபோதிலும் ஒருவரையொருவர் கொன்று கொண்ட போதிலும்
சில சமயங்களில் காற்றை உடனழைத்துச் செல்லத் தவறிய போதிலும்

நாம் அழகான மக்களாக இருக்கிறோம்
முகமூடிகளும் நடனங்களும் உரத்த உச்சாடனங்களும் நிறைந்த
ஆப்பிரிக்கக் கற்பனைகளோடு

ஆப்பிரிக்கக் கண்களோடும், மூக்குகளோடும், கைகளோடும்
பழுப்புச் சங்கிலிகளில் பனிக்காலங்கள் நிறைந்த ஓரிடத்தில்
படுத்துக் கிடந்தபோது நாம் விரும்பியது சூரியனைத்தான்.

– அமிரி பரகா

நீ பிறப்பதற்குக் கொஞ்சகாலம் முன்னால், கொலம்பியா மாவட்ட கவிஞர்கள் எந்தப் போலீஸார் குறித்து என்னை எச்சரித்தார்களோ அதே பிரின்ஸ் ஜார்ஜ் கவுண்ட்டி போலீ ஸாரால் நான் சாலையோரத்திற்குக் கொண்டுசென்று நிறுத்தப் பட்டேன். ஜன்னல்கள் வழியாக மின் கைவிளக்குகளின் வெளிச் சத்தைச் செலுத்தியபடி இருபுறங்களிலும் அவர்கள் காரை நெருங்கி வந்தார்கள். என் அடையாளச் சான்றை எடுத்துக் கொண்டு அவர்கள் போலீஸ் வாகனத்துக்குத் திரும்பிச் சென் றார்கள். நான் பேரச்சத்தோடு உட்கார்ந்திருந்தேன். அந்தச் சமயத்தில் பி.ஜி. கவுண்ட்டியைப் பற்றி என் ஆசிரியர்களின் எச்சரிக்கைகளோடு செய்தி அறிவிப்புகளின் மூலமும் செய்தித் தாள்களைப் படித்ததன் மூலமும் நான் தெரிந்துகொண்ட வற்றையும் சேர்த்து நினைவுக்குக் கொண்டுவந்தேன். அதனால் எல்மர் கிளே நியூட்டனை பிரின்ஸ் ஜார்ஜ் கவுண்ட்டி போலீஸார் கொன்றுவிட்டார்கள் என்றும், பிறகு சிறையறையின் சுவரில் தன் தலையை அவர் மோதிக்கொண்டார் என்று அவர்கள் வாதிட்டார்கள் என்றும் எனக்குத் தெரிந்திருந்தது. ஹாப்கின்ஸை அவர்கள் சுட்டுக் கொன்றுவிட்டு, ஓர் அதிகாரியின் துப்பாக்கியை அவர் எடுக்கப் போனார் என்று சொன்னார்கள் என்றும் எனக்குத் தெரிந்திருந்தது. ஃப்ரெட்டி மக்கொல்லத்தை அரைக்குருடாகும் படி அடித்து நொறுக்கிவிட்டு அதையெல்லாம் இடிந்துவிழுந்த ஒரு தளத்தின் மீது பழியாகச் சுமத்தினார்கள் என்றும் எனக்குத் தெரிந்திருந்தது. இந்த அதிகாரிகள் பொறியாளர்களைத் தண்ணீரில் மூழ்கடித்தது, கட்டடத் தொழிலாளர்களைச் சுட்டது, சந்தேகத்திற் குரியவர்களை வணிக வளாகத்தின் கண்ணாடிக் கதவுகளில் மோதச் செய்தது குறித்த செய்தி அறிக்கைகளையும் நான் படித்திருந்தேன். கண்ணுக்குப் புலப்படாத பிரபஞ்சக் கடிகாரத்தினால் உந்தப் பட்டதுபோல் மிகச் சீரான கால இடைவெளிகளில் மீண்டும்

மீண்டும் இதை அவர்கள் செய்தார்கள் என்றும் எனக்குத் தெரிந்திருந்தது. ஓடும் கார்கள்மீது அவர்கள் சுட்டார்கள், நிராயுதபாணிகள்மீது அவர்கள் சுட்டார்கள், மனிதர்களின் முதுகில் அவர்கள் சுட்டார்கள் என்றும், தாங்கள்தான் சுடப்பட்டதாக அவர்கள் கோரிக்கொண்டார்கள் என்றும் எனக்குத் தெரிந்திருந்தது. இப்படிச் சுட்டவர்கள் புலன்விசாரணை செய்யப்பட்டு, குற்றச்சாட்டிலிருந்து விடுவிக்கப்பட்டு உடனடியாகத் தெருக்களுக்குத் திரும்பி வந்தார்கள். அங்கே துணிவு பெற்று மீண்டும் சுட்டார்கள். அமெரிக்க வரலாற்றின் இந்தப் புள்ளியில் பிரின்ஸ் ஜார்ஜ் கவுண்ட்டியினுடையதைத் தவிர வேறெந்த போலீஸ்துறையும் தங்கள் துப்பாக்கிகளால் அதிகமாகச் சுட்டிருக்கவில்லை. எஃப்.பி.ஐ. பல்வேறு புலன்விசாரணைகளை சில சமயங்களில் அதே வாரத்தில் துவக்கிவைத்தது. காவல்துறை தலைமை அதிகாரிக்கு வெகுமதியாகச் சம்பள உயர்வு வழங்கப்பட்டது. அவர்கள் பிடியில் காரில் அமர்ந்துகொண்டு இவற்றையெல்லாம் நான் மனதில் மீண்டும் ஓடவிட்டுப் பார்த்தேன். வீதிகளின் நீதி நிலவிய இடமும், கொலை செய்தவரை யாரேனும் ஒருவர் காரணம் கேட்கக்கூடிய இடமுமான பால்டிமோரில் சுட்டுக்கொல்லப்படுவதே நல்லது. இந்த அதிகாரிகள் என் உடலைக் கைவசப்படுத்திக்கொண்டு அதைத் தங்கள் விருப்பம்போல் என்ன வேண்டுமானாலும் செய்ய முடியும். அதை அவர்கள் என்ன செய்தார்கள் என்று விளக்கிச் சொல்வதற்கு நான் உயிரோடிருக்க வேண்டும் என்பதால் இந்த முறையீடே அர்த்தமற்றுப் போய்விடுகிறது. அதிகாரி திரும்பிவந்தார். என் ஓட்டுநர் உரிமத்தைத் திருப்பித்தந்தார். என்னைத் தடுத்து நிறுத்தியதற்கு அவர் விளக்கம் எதுவும் தரவில்லை.

பிறகு அந்தச் செப்டம்பர் மாதத்தில் வாஷிங்டன் போஸ்டை எடுத்துப் பார்த்ததில் பிரின்ஸ் ஜார்ஜ் கவுண்ட்டி போலீஸார் மீண்டும் கொலை செய்வதில் ஈடுபட்டிருக்கிறார்கள் என்பதைத் தெரிந்துகொண்டேன். கொல்லப்பட்டது, அப்போது பிறந்து ஒரு மாதம் ஆகியிருந்த உன்னைக் கையில் எடுத்து வைத்திருந்த நானாகக்கூட இருந்திருக்க முடியும். அப்படிப்பட்ட ஓர் இழப்பு என்னுடையதாக மட்டும் இருந்திருக்காது என்று எனக்குத் தெரியும். தலைப்புச் செய்தியை நான் மேலோட்டமாகப் படித்துவிட்டுத் தாண்டிச் சென்றேன் - அந்தக் காலத்தில் அவர்களுடைய

அட்டூழியங்கள் வழக்கமாக நிகழ்பவையாகத் தோற்றமளித்தன. அந்தச் செய்தி இரண்டாம் நாளும் பரவியதால் சற்றே கவனமாகப் படித்ததில் கொல்லப்பட்டவர் ஹோவார்ட் மாணவர் என்பதைக் கண்டேன். ஒருவேளை அவர் எனக்குத் தெரிந்தவராக இருக்கலாம் என்று நினைத்தேன். ஆனால், அதற்குமேல் அதில் நான் கவனம் செலுத்தவில்லை. பிறகு மூன்றாம் நாள் அந்தச் செய்தியோடு ஒரு புகைப்படம் வெளியானது. செய்தியைப் பார்த்துவிட்டு அந்தப் புகைப்படத்தில் நான் கவனத்தைக் குவித்தேன். அவனைப் பார்த்தேன். முதுநிலை ஆண்டிறுதி நடன நிகழ்ச்சிக்கான சம்பிர தாயமான உடையை அணிந்திருந்த அவன் இளமைப்பருவத்தின் பழுப்பு மஞ்சள் நிறத்தில் உறைந்து போயிருந்தான். அவன் முகம் மெலிந்து, பழுப்பு நிறத்தில் அழகாக இருந்தது. அந்த முகத்தின் குறுக்காக பிரின்ஸ் கார்மன் ஜோன்ஸின் வெளிப்படையான, எளிய புன்னகையை நான் பார்த்தேன்.

அடுத்து என்ன நடந்தது என்று என்னால் நினைவுபடுத்திக் கொள்ள முடியவில்லை. நான் தடுமாறிப் பின்னோக்கிச் சாய்ந்தேன் என்று நினைக்கிறேன். நான் என்ன படித்தேனோ அதை உன் அம்மாவிடம் சொன்னேன் என்று நினைக்கிறேன். நீண்ட சடைகள் கொண்ட அவளை அழைத்து அது உண்மையாக இருக்குமா என்று கேட்டேன் என்று நினைக்கிறேன். அவள் கூக்குரலிட்டாள் என்று நினைக்கிறேன். அப்போது நான் என்ன உணர்ந்தேனோ அது மட்டும் தான் நிச்சயமாக என் நினைவில் நிற்கிறது. கடுஞ்சீற்றம், மேற்கு பால்டிமோரின் பழிகேடான தன்மை. இந்தப் பழிகேடான தன்மைதான் பள்ளிகளுக்கும், வீதிகளுக்கும் வெட்டவெளிக்கும் விதிக்கப்பட்டவனாக என்னை ஆக்கியது. பிரின்ஸ் ஜோன்ஸ் அதனூடாகக் கடந்துவந்துவிட்டான். இருந்தாலும் அவர்கள் அவனை எடுத்துக்கொண்டுவிட்டார்கள். இது ஏற்கனவே எனக்குத் தெரிந்திருந்தபோதிலும் இந்த எடுத்துக்கொள்ளலை நியாயப் படுத்தும் எந்தக் கூற்றையும் நான் நம்பப்போவதில்லை. நான் அந்தச் செய்தியைப் படிப்பதற்கு உட்கார்ந்தேன். மிகச் சில விவரங்களே அங்கு இருந்தன. அவன் பிரின்ஸ் ஜார்ஜ் கவுண்ட்டி போலீஸ் அதிகாரியால் கொல்லப்பட்டான். ஆனால், பிரின்ஸ் ஜார்ஜ் கவுண்ட்டியில் அல்ல. கொலம்பியா மாவட்டத்திலேயே கூட அல்ல. மாறாக வடக்கு வர்ஜீனியாவில் ஏதோ ஒரு இடத்தில்,

தனக்கு மண உறுதி செய்யப்பட்ட பெண்ணைப் பார்ப்பதற்காக அவன் ஜீப்பை ஓட்டிச்சென்றான். அவள் வீட்டிலிருந்து சில கஜதூரத்திலேயே அவன் கொல்லப்பட்டான். பிரின்ஸ் ஜோன்ஸ் கொல்லப்பட்டதற்கு ஒரே சாட்சி அவனைக் கொன்றவர் மட்டுமே. பிரின்ஸ் அந்த ஜீப்பை அவர் மேல் ஏற்ற முயன்றதாக அந்த அதிகாரி கோரினார். அரசாங்கத் தரப்பு வழக்குரைஞர்கள் அவரை நம்புவார்கள் என்று எனக்குத் தெரியும்.

சில நாட்களுக்குப் பிறகு, நானும் உன் அம்மாவும் உன்னை காரில் ஏற்றிக்கொண்டு, வாஷிங்டனுக்கு ஓட்டிச்சென்று, உன் அத்தை கமிலாவிடம் உன்னை விட்டுவிட்டு, ஹோவார்ட் வளாகத் திலுள்ள ரான்கின் சேப்பலில் பிரின்ஸ் ஜோன்ஸின் மறைவிற்காக ஏற்பாடு செய்யப்பட்டிருந்த வழிபாட்டுச் சடங்கிற்குச் சென்றோம். அங்கு, ஒரு காலத்தில் அந்த உரைமேடையில் சமயச் சொற்பொழி வாற்றிய - ஜோசப் லோவரி, கார்னல் வெஸ்ட், கால்வி பட்ஸ் - செயல்வீரர்கள், அறிவுஜீவிகள் அணி திரண்டிருந்ததைக் கண்டு திகைத்துப்போய் உட்கார்ந்திருந்தேன். அங்கு பெரும் எண்ணிக்கை யிலான பழைய நண்பர்களை நான் சந்தித்திருக்க வேண்டும். ஆனாலும் நான் யாரைச் சந்தித்தேன் என்று என்னால் துல்லிய மாக நினைவுபடுத்திக்கொள்ள முடியவில்லை. நான் நினைவில் வைத்திருப்பது என்னவென்றால், பேசிய அனைவரும் பிரின்ஸின் சமயமுனைப்பை, இயேசுநாதர் அவனோடிருந்தார் என்ற பணி வான நம்பிக்கையைப் பற்றித்தான் பேசினார்கள் என்பதைத்தான். பிரின்ஸின் தாயாரான மேபில் ஜோன்ஸ் தன் மகனின் சாவைப் பற்றி, தனது வசதியான நகர்புறவாழ்விலிருந்து இடம்பெயர்ந்து சமுதாய மாற்றத்திற்கான செயல்பாடுகளில் ஈடுபடுவதற்கான ஓர் அழைப்பு இது என்று பேசினார் என்பது என் நினைவில் இருக்கிறது. பிரின்ஸ் ஜோன்ஸைச் சுட்டுக்கொன்ற அதிகாரிக்கு மன்னிப்பு வழங்குமாறு சிலர் பேசியது என் காதில் விழுந்தது. இது பற்றிய மனப்பதிவுகளையெல்லாம் என்னால் தெளிவற்ற முறையிலேயே நினைவுக்குக் கொண்டுவர முடிகிறது. ஆனால், என்னைச் சேர்ந்த வர்களின் துக்கம் காக்கும் சடங்கிலிருந்து நான் எப்போதும் வெகு தூரம் விலகியிருந்ததாக உணர்ந்தேன் என்பதும், அந்தக் காலத்தில் அதை வலுவாக உணர்ந்திருந்தேன் என்பதும் எனக்குத் தெரியும். அந்த அதிகாரியை மன்னிக்க வேண்டியதன் அவசியம் குறித்த விஷயம் என்னை அசைக்கக்கூடியதாக இருக்கவில்லை. ஏனெனில்

பிரின்ஸ் ஓர் ஒற்றை அதிகாரியால் கொல்லப்பட்டான் என்பது எவ்வளவு உண்மையோ அதே அளவு தனது சொந்த நாட்டா லேயே கொல்லப்பட்டான் என்பதும் உண்மையே. அனைத்தும் தொடக்கத்திலிருந்தே அஞ்சத்தக்கவிதத்தில் இதையே அடையாளப் படுத்துவதாக இருந்தன என்பதை அந்தக் காலத்திலேயே ஏதோ ஒருவிதமான முதிர்ச்சியற்ற வடிவத்தில் நான் அறிந்திருந்தேன்.

இந்தத் தருணத்தில் 'காவல்துறை சீர்திருத்தம்' என்ற சொற் றொடர் தற்காலப்பாணியாக நடைமுறைக்கு வந்தது. அத்துடன் மக்களால் நியமிக்கப்பட்ட நமது பாதுகாவலர்களின் நடவடிக் கைகள் குடியரசுத்தலைவரிலிருந்து பாதசாரிகள் வரையிலானவர் களின் கவனத்தை ஈர்த்தது. பன்முகத் தன்மை, உணர்திறப் பயிற்சி, உடல் புகைப்படக் கருவிகள் குறித்த பேச்சு உன் காதில் விழுந்திருக்கக்கூடும். இவையெல்லாம் அழகானவை, பொருத்தப் பாடு உடையவை. ஆனால், இவை அந்தக் கடும்பணியைக் குறைத்துக் கூறுகின்றன; தங்கள் சொந்த மனப்போக்குகளுக்கும் தங்களைப் பாதுகாக்க நியமிக்கப்பட்டவர்களின் மனப்போக்கு களுக்கும் இடையில் மெய்யான தூரம் இருப்பதாக பாவனை செய்வதற்கு இந்நாட்டுக் குடிமக்களை இவை அனுமதிக்கின்றன. உண்மை என்னவென்றால் தனது விருப்பம், அச்சம் அனைத் திலும் காவல்துறை அமெரிக்காவைப் பிரதிபலிக்கிறது. இந்த நாட்டின் குற்றவியல் நீதிக்கொள்கையை நாம் எப்படிப் புரிந்து கொள்வதாக இருந்தாலும் மக்களை ஒடுக்குகிற சிறுபான்மை யோரால் அது திணிக்கப்பட்டது என்று சொல்லி விட முடி யாது. இந்தக் கொள்கைகளைப் பின்தொடர்ந்து வந்த முறை கேடுகள் - நாடெங்கும் பரவிக்கிடக்கும் சிறைகள், கறுப்பின மக்களை சகட்டுமேனிக்குச் சிறையிலடைத்தல், சந்தேகத்திற் குரியவர்களைச் சித்திரவதை செய்தல் - ஜனநாயக விருப்பத்தின் விளைபயன்களாக இருக்கின்றன. ஆகையால் காவல்துறைக்கு அறைகூவல் விடுப்பது என்பது, தாமாக உருவாக்கிக் கொண்ட அச்சங்களையே தமது ஆயுதங்களாக ஏந்தியிருப்பவர்களான காவல் துறையினரை, கறுப்பின மக்களின் மோசமான குடியிருப்பு பகுதிகளுக்குள் அனுப்பிவைத்தவர்களான, மேற்சொன்ன அச்சங ்களால் நகரங்களிலிருந்து பெருங்கனவினுள் தப்பியோடுபவர்களும் தங்களைத் தாங்களே வெள்ளையர்கள் என்று எண்ணிக் கொள்பவர் களுமான இந்த மக்களுக்கே அறைகூவல் விடுப்பதாகும்.

காவல்துறையிடம் உள்ள பிரச்சினை அவர்கள் பாசிசப் பன்றி களாக இருக்கிறார்கள் என்பதல்ல. மாறாக நமது நாடு பெரும் பான்மைத்துவப் பன்றிகளால் ஆளப்படுகிறது என்பதுதான்.

இவற்றில் சில விஷயங்கள் ராங்கின் சேப்பலில் நான் அமர்ந் திருந்த அந்தச் சமயத்தில் எனக்குத் தெரிந்தேயிருந்தது. இருப்பினும் அப்போது அதை வெளிப்படுத்த முடியாதவனாக நான் இருந்தேன். ஆகையால் பிரின்ஸ் ஜோன்ஸை கொன்றவரை மன்னிப்பது என்பது பொருத்தமற்றதாக எனக்குத் தோன்றியது. அந்தக் கொலைகாரர் அவரது நாட்டின் அனைத்து நம்பிக்கைகளின் நேரடி வெளிப் பாடாக இருந்தார். ஒரு கிறித்தவக் கடவுளை நிராகரிப்பதில் எழுந்த விழிப்புணர்வால் பிரின்ஸின் சாவில் எந்த உயர்ந்த சோகத் தையும் என்னால் காணமுடியவில்லை. நமது உடல்களே நமது தன்னிலைகள் என்றும், நரம்புகளின் ஊடாகவும், நியூரான்களின் ஊடாகவும், செலுத்தப்படும் மின்விசையே என் ஆன்மா என்றும், என் ஊனுடலே என் ஆவி என்றும் நான் நம்பினேன். இன்னும் நம்புகிறேன், பிரின்ஸ் ஜோன்ஸ் குறிப்பிடத்தக்க ஒருவனாக இருந்தான். அவர்கள் அவனுடைய உடலை அழித்தார்கள், அவ னுடைய தோட்களையும் கைகளையும் சுட்டெரித்தார்கள், அவ னுடைய முதுகைப் பிய்த்துப் பிளந்தார்கள். நுரையீரலையும், சிறுநீரகத்தையும், கல்லீரலையும் சின்னாபின்னப்படுத்தினார்கள். ஒரே ஒருமுறை வாழக்கிடைத்த இந்த வாழ்க்கை மீதும், இந்த உடல்மீதும் மட்டுமே நம்பிக்கை வைத்து, ஒரு முரண் சமயக் கோட்பாட்டாளனாக என்னை நானே உணர்ந்தவாறு அங்கு உட்கார்ந்திருந்தேன். பிரின்ஸ் ஜோன்ஸின் உடலை அழித் தொழித்த குற்றத்தைப் பொறுத்தவரையில் மன்னிப்பின் மீது நான் நம்பிக்கை வைக்கவில்லை. அங்கு கூடியிருந்த துக்கம் காப்பவர்கள் பிரார்த்தனைக்காகத் தலைகுனிந்தபோது, அவர் களிடமிருந்து நான் பிரிக்கப்பட்டேன். ஏனெனில், வெட்டவெளி பதில் கூறப்போவதில்லை என்று நான் நம்பினேன்.

வாரங்கள் மெதுவாக நகர்ந்தன. குமட்டும் விவரங்கள் மெல்ல மெல்ல வெளியில் கசியத் தொடங்கின. அந்த அதிகாரி பிரபல மான பொய்யராக இருந்தார். ஒரு வருடத்துக்கு முன்னால் பொய்யான ஆதாரத்தின் அடிப்படையில் ஒருவரை அவர் கைது செய்திருந்தார். அந்த அதிகாரி சம்பந்தப்பட்டிருந்த ஒவ்வொரு

வழக்கையும் கைவிடும்படி அரசாங்கத்தரப்பு வழக்குரைஞர்கள் கட்டாயப்படுத்தப்பட்டார்கள். அந்த அதிகாரி பதவியிறக்கம் செய்யப்பட்டார். பழைய பதவிக்கு மீண்டும் கொண்டுவரப் பட்டார். பிறகு அவருடைய பணியைத் தொடர்வதற்கு வீதியில் இருத்தப்பட்டார். இப்போது கூடுதல் செய்தி அறிக்கைள் மூலமாக ஒரு கதையாடல் வடிவம் பெறத் தொடங்கியிருக்கிறது. அந்த அதிகாரி ஒரு போதைமருந்துக் கடத்தல்காரரைப்போல் உடை அணிவிக்கப்பட்டார். ஐந்தடி நான்கங்குல உயரமும் 250 பவுண்ட் எடையும் கொண்ட ஒரு மனிதனைத் தேடிக்கண்டு பிடிப்பதற்காக அவர் அனுப்பப்பட்டார். பிரின்ஸின் உடல் ஆறடி மூன்றங்குல உயரமும் 211 பவுண்ட் எடையும் கொண்டது என்று பிண ஆய் வாளர் மூலம் நமக்குத் தெரியும். பின்னர் அந்த மற்றொரு மனிதர் கைது செய்யப்பட்டார் என்று நமக்குத் தெரியும். அவருக்கு எதி ரான குற்றச்சாட்டுகள் கைவிடப்பட்டன. இது எதுவுமே ஒரு பொருட்டாக இருக்கவில்லை. பிரின்ஸை மேரிலாண்டிலிருந்து வாஷிங்டன். டி.சி. வழியாக வர்ஜீனியாவுக்குள் பின்தொடர் வதற்கு அந்த அதிகாரியை அவரது மேலதிகாரிகள் அனுப்பிவைத் தார்கள். வர்ஜீனியாவில்தான் பிரின்ஸை அந்த அதிகாரி சிலமுறை சுட்டிருக்கிறார் என்று நமக்குத் தெரியும். அடையாள அட்டை இல்லாமல் உருவிய துப்பாக்கியுடன் அந்த அதிகாரி பிரின்ஸை எதிர்கொண்டிருக்கிறார் என்று நமக்குத் தெரியும். பிரின்ஸ் தன் மீது ஜீப்பை மோதவிட முயன்றதன் காரணமாகத்தான் அவனைச் சுட்டதாக அந்த அதிகாரி கூறுகிறார் என்று நமக்குத் தெரியும். துப்பாக்கிச்சூட்டைப் புலன்விசாரணை செய்த மேலதிகாரிகள் அந்த அதிகாரியை மிகக் குறைந்த அளவே புலன்விசாரணை செய்தார்கள். பிரின்ஸைப் புலன்விசாரணை செய்வதற்குத் தங்கள் அதிகாரத்திற்குட்பட்ட அனைத்தையும் பயன்படுத்திக் கொண் டார்கள். கல்லூரியில் படிப்பது என்ற தனது குறிக்கோளை பிரின்ஸ் ஜோன்ஸ் காவலரைக் கொல்வதாக திடீரென்று ஏன் மாற்றிக்கொண்டான் என்பதை விளக்கும் எந்தத் தகவலையும் இந்த விசாரணை வெளிக்கொண்டு வரவில்லை. உச்சபட்ச அதி காரம் வழங்கப்பட்ட அந்த அதிகாரிமீது எந்தக் குற்றச்சாட்டும் வைக்கப்படவில்லை. அவர் யாராலும் தண்டிக்கப்படவில்லை. அவர் தன் பணிக்குத் திரும்பிவிட்டார்.

குற்றவாளியின் உடையிலிருந்த ஒரு மனிதனால் பல சட்ட அதிகாரப்பரப்புகளினூடாகப் பின்தொடரப்பட்ட பிரின்ஸைப் போல என்னை நானே கற்பனைசெய்துகொண்ட நேரங்களும் இருந்தன. நான் பேரதிர்ச்சிக்கு ஆட்பட்டேன். ஏனெனில் என் குடும்பத்தினர் வசிக்கும் என் சொந்த வீட்டிலிருந்து வெறும் ஓரடி தூரத்தில் உருவிய துப்பாக்கியுடன் என்னை எதிர்கொள்ளும் அப்படிப்பட்ட ஒரு மனிதனை என்னால் என்ன செய்திருக்க முடியும் என்று எனக்குத் தெரியும். ''என் குழந்தையைப் பார்த்துக் கொள்'' என்று உன் பாட்டி சொன்னார். அதற்கு, ''உன் புதிய குடும்பத்தைப் பார்த்துக்கொள்'' என்று சொன்னதாகவே அர்த்தம். என் கவனிப்பின் எல்லைகளும் அதன் ஆற்றல்கள் எட்டக்கூடிய வரம்புகளும் இப்போது எனக்குத் தெரியும். வர்ஜீனியாவைப் போன்ற ஒரு பழைய எதிரியால் செதுக்கி வைக்கப்பட்டிருக்கும். மெக்காவில் நான் பார்த்த அழகிய கறுப்பின மக்கள் அனை வரையும் நான் நினைத்துப்பார்த்தேன். அவர்கள் அனைவரின் வேறு பாடுகள், அவர்கள் அனைவரின் தலைமயிர், அவர் அனைவரின் மொழி, அவர்கள் அனைவரின் கதைகளும் புவியியலும், அவர்கள் அனைவரின் மலைக்கவைக்கும் மனிதநேயம் இவை எதுவுமே குறிப்பிடத்தக்க நமது உலகத்தின் பழிகேட்டிலிருந்து சூறையாடலின் அடையாளத்திலிருந்து அவர்களைப் பாதுகாக்க முடியவில்லை. உனக்கெதிராக சதித்திட்டம் தீட்டும் மோசமான மனிதர்கள் இங்கே இருக்கிறார்கள் என்றும், அவர்களிடமிருந்து நீ தப்பிக்கப் போவதில்லை என்றும், என்னால் அவர்களைத் தடுத்து நிறுத்த முடியாது என்றும் எனக்குத் தோன்றியது. பிரின்ஸ் ஜோன்ஸ் எனது அச்சங்களின் உச்சகட்டமாக இருந்தான். நல்ல கிறித்தவனும், கடும் முயற்சி செய்யும் வர்க்கத்தின் வழித் தோன்றலும், இருமடங்கு நல்லவர்களின் காப்புப் புனிதருமான அவனையே கட்டுப்படுத்திவிட முடிந்தது என்றால் வேறு யாரைத் தான் கட்டுப்படுப்படுத்திவிட முடியாது. பிரின்ஸ் ஜோன்ஸ் என்ற தனியொருவன் மட்டுமே சூறையாடப்படவில்லை. அவனுள் பொழியப்பட்ட அன்பு முழுவதையும் நினைத்துப்பார். மாண்டிசோரிப்பள்ளிக்கும் இசை வகுப்புகளுக்குமான தனிப் பயிற்சி வகுப்புகளை நினைத்துப்பார். கால்பந்து விளையாட்டுகள், கூடைப்பந்துப் போட்டிகள் மற்றும் லிட்டில் லீக்குக்கு அவனை

ஏற்றிச்சென்றதில் செலவான பெட்ரோலையும் தேய்ந்துபோன டயர்களையும் நினைத்துப்பார். இரவு நேரங்களில் வீட்டுக்கு வெளியே தங்கவேண்டிய தருணங்கள் அல்லது விருந்தாளிகள் வீட்டில் இரவு நேரத்தைக் கழிக்கவேண்டிய தருணங்களில் அவற்றை முறைப்படுத்துவதற்காகச் செலவழிக்கப்பட்ட நேரத்தை நினைத்துப்பார். எதிர்பாராத பிறந்தநாள் விருந்து நிகழ்ச்சிகள், பகல்நேரக் குழந்தைகள் காப்பகம், குழந்தைகளைக் கவனித்துக் கொள்பவர்கள் ஆகியவற்றின் பெயரில் வழங்கப்பட்ட காசோலை களை நினைத்துப்பார். உலகப்பட புத்தகத்தையும், கைத்தொழில் புத்தகத்தையும் நினைத்துப்பார். குடும்பப் புகைப்படங்களுக்காக எழுதப்பட்ட காசோலைகளை நினைத்துப்பார். விடுமுறைக் காலங்களுக்கும் கட்டணம் வசூலித்த கடன் அட்டைகளை நினைத்துப்பார். கால்பந்துகள், அறிவியல் கைவினைக் கருவிகள், வேதியியல் சாதனங்கள், பந்தயத் தடகளங்கள், மாதிரி ரயில்கள் ஆகியவற்றை நினைத்துப்பார். தழுவல்கள் அனைத்தையும் நினைத்துப்பார். ஒரு கறுப்பினக் குடும்பத்தின் விகடப்பேச்சுகள், பழக்கவழக்கங்கள், வாழ்த்தும் முறைகள், பெயர்கள், கனவுகள் அனைத்தும், பகிர்ந்துகொள்ளப்பட்ட அறிவு மற்றும் ஆற்றல் அனைத்தும், எலும்பும் தசையுமான அந்தப் பாத்திரத்தினுள் எப்படிக் குத்தியேற்றப்பட்டது என்பதை நினைத்துப்பார். அந்தப் பாத்திரம் எப்படிக் கைப்பற்றப்பட்டது என்றும், அதன் புனிதமான உள்ளடக்கப் பொருட்கள் அனைத்தும், அவனுக்குள் சென்றவை அனைத்தும் திரும்பவும் நிலத்துக்கே பறந்துபோகும்படி காங்கிரீட் மீது மோதியடித்துச் சின்னாபின்னமாகச் சிதறடிக்கப்பட்டது என்பதையும் நினைத்துப்பார். அப்பா இல்லாத உன் அம்மாவை நினைத்துப்பார். அவளுடைய அப்பாவால் கைவிடப்பட்ட உன் பாட்டி உன் தாத்தாவின் அப்பாவால் ஆதரிக்கப்படாமல் விடப் பட்ட உன் தாத்தா. பிரின்ஸின் மகள் இப்போது அந்த வீரார்ந்த படையணிகளில் எப்படிக் கட்டாயமாகச் சேர்க்கப் பட்டாள் என்பதையும், அவளுடைய மரபுச்சொத்தாக இருக்கப் போவதும் அவளுடைய தாத்தா பாட்டியின் முதலீடுமான, இருபத்தைந்து ஆண்டுகால அன்பால் ததும்பி நின்ற அந்தப் பாத்திரமான அவளுடைய அப்பாவிடமிருந்து - அவளுடைய பிறப்புரிமையிலிருந்து எப்படி விலக்கிவைக்கப்பட்டாள் என்பதை நினைத்துப்பார்.

உன்னைக் கையில் பிடித்திருக்கும் இந்த இரவு நேரத்தில் நமது அமெரிக்கத் தலைமுறைகளைப்போல் பரந்துவிரிந்த ஒரு மாபெரும் அச்சம் என்னைப் பற்றிக் கொள்கிறது. இப்போது என் அப்பாவையும் அவருடைய மந்திர வாக்கியத்தையும் - "உன்னை நான் அடிக்க வேண்டும் அல்லது போலீஸ்காரன் அடிக்க வேண்டும்" - நான் தனிப்பட்டமுறையில் புரிந்துகொள்கிறேன். கேபிள் கம்பிகள், இணைப்புக் கம்பிகள், சடங்குமுறையிலான ஸ்விட்ச் - இவையனைத்தையும் புரிந்துகொள்கிறேன். கறுப்பின மக்கள் தங்கள் குழந்தைகளை ஒருவிதமான அதீதத் தீவிரத்தோடு நேசிக்கிறார்கள். எங்களுக்கு நீங்கள் மட்டுமே இருக்கிறீர்கள், அழிந்துபோகும் அபாயத்திலுள்ளவர்களாக எங்களிடம் நீங்கள் வந்துசேர்ந்திருக்கிறீர்கள். அமெரிக்கா உருவாக்கிய வீதிகளால் கொல்லப்படுவதைப் பார்ப்பதற்கு முன்னதாக உங்களை நாங்களே கொன்றுவிட விரும்பினோம் என்று நான் நினைக்கிறேன். உடலி லிருந்து பிரிக்கப்பட்ட ஆன்மாக்களின் தத்துவம் இதுவாகத் தான் இருந்தது. எதையும் தங்கள் கட்டுப்பாட்டில் வைத்திருக்க முடியாதவர்களின், எதையும் பாதுகாக்க முடியாதவர்களின், தங்களிடையே உள்ள குற்றவாளிகளைப் பற்றி மட்டுமே அஞ்சு பவர்களாக இருப்பதற்கு மாறாக, பாதுகாப்பு தொடர்பான ஒரு சூழ்ச்சித்திட்டத்தின் தார்மீக அதிகாரம் அனைத்தையும் கொண்டு, தங்கள்மீது ஆதிக்கம் செலுத்தும் காவல்துறையினரைக் குறித்து அஞ்சுபவர்களாக ஆக்கப்பட்டவர்களின் தத்துவம் இது. நீ வந்த பிறகுதான் இந்த அன்பை நான் புரிந்துகொண்டேன், என் அம்மாவின் இறுக்கமான பிடியைப் புரிந்துகொண்டேன். இந்த வான் மண்டலமும்கூட என்னைக் கொன்றுவிடக் கூடும் என்றும், என்னுடையவை அனைத்தும் உடைந்துநொறுங்கிவிடக் கூடும் என்றும், அவளுடைய மரபுச் சொத்து அனைத்தும் கெட்டுப் போன ஒயினைப்போல் நடைபாதையின்மேல் கொட்டப்பட்டு விடக் கூடும் என்றும் அவளுக்குத் தெரிந்திருந்தது. இந்த அழிவுச் செயலுக்கு யாரையும் பொறுப்பேற்கச் செய்ய முடியாது. ஏனெனில், என் சாவு எந்தவொரு மனிதரின் தவறாகவும் இருக்கப் போவதில்லை. மாறாக அது ஒரு துரதிருஷ்டமாக இருக்கும். தவிரவும் கண்ணுக்குப் புலப்படாத கடவுளர்களின் அறிந்து கொள்ள முடியாத தண்டனைத் தீர்ப்பின் மூலம் கள்ளங்கபட

மற்ற ஒரு நாட்டின் மீது திணிக்கப்பட்ட மாற்ற முடியாத உண்மையாகிய "இனம்" என்பதன் தவறாகவும் இருக்கும். சாட்சியம் அளிக்க நிலநடுக்கத்தை அழைப்பாணை அனுப்பி வரவழைக்க முடியாது. குற்றம் சாட்டப்பட்டதன் காரணமாக கடும்புயல் வழிமாறப்போவதில்லை. பிரின்ஸ் ஜோன்ஸைக் கொன்றவரை அவருடைய பணிக்கே அவர்கள் திருப்பியனுப்பி யிருக்கிறார்கள். ஏனெனில் அவர் கொலைகாரரே அல்ல. அவர் ஓர் இயற்கையின் ஆற்றல், நமது உலகத்தின் இயற்பியல் விதி களின் ஆதரவற்ற முகவர் அவர்.

என்னை அச்சத்திலிருந்து எனக்குள் அப்போது எரிந்துகொண் டிருந்த ஒரு கடுஞ்சீற்றத்துக்கு இட்டுச்சென்ற இந்த முழுக்கதையும் இப்போது என்னைக் கிளர்ச்சியடையச் செய்கிறது. அத்துடன் எஞ்சியிருக்கும் என் வாழ்நாள் முழுக்க என்னை நெருப்பின் மேல் இருக்கச்செய்துவிடும்போலிருக்கிறது. இன்னும் எனக்கு என் இதழியல் இருக்கிறது. எழுத வேண்டும் என்பதுதான் இந்தக் கணத்தில் என் எதிர்வினையாக இருந்தது. அதுவாவது எனக்கு இருந்ததே, நான் அதிர்ஷ்டசாலி. நம்மில் பெரும்பான்மையினர் நமது போலித்தனங்களை நேரடியாகக் குடிக்கும்படியும், அது குறித்துப் புன்னகை புரியும்படியும் கட்டாயப்படுத்தப்படுகிறோம். பிரின்ஸ் ஜார்ஜ் கவுண்ட்டி போலீஸாரரின் வரலாறு குறித்து நான் எழுதினேன். வேறெதையும் மிக இன்றியமையாததாக எப்போதும் நான் உணர்ந்ததில்லை. தொடக்கத்திலிருந்தே எனக்குத் தெரிந் திருந்தது இதுதான்: பிரின்ஸ் ஜோன்ஸைக் கொன்ற அதிகாரி கறுப்பர். கொல்வதற்கு இந்த அதிகாரிக்கு அதிகாரம் வழங்கிய அரசியல்வாதிகள் கறுப்பர்கள். கறுப்பின அரசியல்வாதிகளில் பலர், மிகவும் நல்லவர்களான அவர்களில் பலர் எந்தவிதமான அக்கறையும் இல்லாதவர்களாக இருந்தார்கள். இது எப்படிச் சாத்தியம்? இது, மகத்தான மர்மங்களின் அழைப்பின் பேரில் மீண்டும் நான் மூர்லேண்டிலேயே இருந்தது போலிருந்தது. ஆனால், அந்தச் சமயத்தில் எனக்கு அழைப்பிதழ் எதுவும் தேவைப் படவில்லை; இணையதளம் ஓர் ஆராய்ச்சிக் கருவியாக மலர்ந்தது. அது உனக்கு ஒரு புதுமையாக்கப்பட்டிருக்க வேண்டும். ஏனெனில் உன் வாழ்க்கை முழுவதும், எப்போதெல்லாம் உனக்கு ஒரு கேள்வி இருக்கிறதோ அப்போதெல்லாம் அந்தக் கேள்வியை விசைப் பலகை மீது நீ தட்டச்சுச் செய்துவிட்டு, ஒரு குழும நிறுவனத்தின்

அடையாளக் குறியால் விளிம்பிடப்பட்ட செவ்வக வெளியில் அது தோன்றுவதைக் கவனித்துக்கொண்டிருக்கலாம். சில விநாடிகளில் சாத்தியமான பதில்களின் வெள்ளத்தைத் துய்த்து மகிழலாம். தட்டச்சுப்பொறிகள் பயன்பாட்டில் இருந்த காலத்தில் கம்மோடர் 64 கணிணியின் தொடக்க காலமும், நீங்கள் நேசித்த ஒரு பாடல் வானொலியில் அதற்கான தருணத்தைப் பெறுவதும், பிறகு ஏது மற்ற வெறுமையினுள் மறைந்துபோவதுமான நாட்களின் காலமும் இன்னும் என் நினைவில் இருக்கிறது. ‘ஆல் நைட் லாங்’ பாடலை மேரி ஜேன் கேர்ல்ஸ் பாடுவதைக் கேட்காமலேயே நான் ஐந்து வருடங்களைக் கழித்துவிட்டேன். இணையதளத்தின் கண்டு பிடிப்பு என்னைப் போன்ற ஓர் இளைஞனுக்கு விண்வெளிப் பயணத்தின் கண்டுபிடிப்பாக இருந்தது.

பிரின்ஸ் ஜோன்ஸின் வழக்கில் எனக்கிருந்த ஆர்வம் செய்தித் தாள் துணுக்குகள், வரலாறுகள், சமூகவியல்களாலான ஓர் உலகத் தைத் திறந்து காட்டியது. நான் அரசியல்வாதிகளைச் சந்தித்து அவர்களிடம் கேள்விகள் கேட்டேன். கொடுஞ்செயல்கள் பற்றி புகார் செய்வதைவிட போலீஸின் உதவியை நாடுவதையே மக்கள் பெரிதும் விரும்புகிறார்கள் என்று எனக்குச் சொல்லப்பட்டது. பிரின்ஸ் ஜார்ஜ் கவுண்ட்டியின் கறுப்பின மக்கள் நலமாக இருக்கிறார்கள் என்றும், குற்றம் குறித்த ஐயத்திற்கிடமற்ற ஒரு பொறுமையின்மையைக் கொண்டிருந்தார்கள் என்றும் சொல்லப் பட்டது. இந்தக் கருத்துகளை நான் இதற்கு முன்பே பார்த் திருக்கிறேன். மூர்லேண்டில் நான் ஆராய்ச்சியில் ஈடுபட்டிருந்த போது கறுப்பின சமுதாயத்தின் உள்ளும் புறமும் நடந்த பல் வேறு சண்டைகளைப் பற்றிய பக்கங்களைப் புரட்டிக்கொண்டிருந் தேன். என்னைச் சுற்றிலும் சிறைகள் திடீரென்று தோன்றிப் பரவுவதை நியாயப்படுத்துவது, கறுப்பின மக்களுக்கான தனிக் குடியிருப்புக்களுக்கும் செயல்திட்டங்களுக்கும் ஆதரவாக வாதி டுவது, கறுப்பு உடல்கள் அழித்தொழிக்கப்படுவதை சட்டம் ஒழுங்கைப் பாதுகாப்பதற்காக நடக்கும் தற்செயல் நிகழ்ச்சியாகப் பார்ப்பது ஆகியவை கறுப்பின மக்களின் வாயிலிருந்தே வந்த போதிலும், அவை வெறும் புனைவுக் கருத்துகள்தான் என்று எனக்குத் தெரியும். இந்தக் கருத்தின்படி நீதியைவிட ‘‘பாதுகாப்பு’’ உயர்வான விழுமியம் ஆகும். ஒருவேளை அதுவே ஆக உயர்வான

விழுமியமாகவும் இருக்கலாம். நான் புரிந்துகொண்டேன். முன்பு பால்டிமோரில் இருந்தபோது, நான் பள்ளிக்குச் செல்லும் வழியில், ரோந்து செல்வதற்காக என் நாட்டின் என் சமுதாயத்தின் முகவர்களான அதிகாரிகளின் வரிசை ஒன்றை நான் பெற்றிருக்கவில்லை! அப்படிப்பட்ட அதிகாரிகள் யாரும் இருக்கவில்லை. போலீஸை நான் பார்க்கும்போதெல்லாம் அதன் பொருள் ஏற்கனவே ஏதோ தவறு நிகழ்ந்துவிட்டது என்பதாகத்தான் இருந்தது. பெருங்கனவில் வாழ்ந்தவர்கள் சிலர் இருந்தார்கள், அவர்களுக்கு இந்த உரையாடல் வித்தியாசமாக இருந்தது என்று தொடக்கத்திலிருந்தே எனக்குத் தெரியும். அவர்களுடைய ''பாதுகாப்பு'' பள்ளிகளில் இருந்தது. வேலைக்கு விண்ணப்பிக்கும்போது காட்டுவதற்குரிய பணித்தகுதிச்சான்றுகளில் இருந்தது. வானளாவிய கட்டடங்களில் இருந்தது. நம்முடைய பாதுகாப்பு துப்பாக்கிகளை வைத்திருந்த மனிதர்களின் கைகளில் இருந்தது. தங்களை அனுப்பிவைத்த சமூகம் நம்மை எப்படி இகழ்ச்சியோடு பார்த்ததோ அப்படி மட்டுமே பார்க்க முடிந்தவர்களாக அவர்கள் இருந்தார்கள்.

மேலும் பாதுகாப்பின்மை பிரபஞ்சம் பற்றிய உன் உணர்வைக் கட்டுப்படுத்துவதாக இருக்க முடியாது. உதாரணமாக, நியூயார்க்கில் வாழ முடியும், வாழவேண்டியிருக்கும், வாழ விருப்பப்படலாம் என்றும் கூட எப்போதும் எனக்குத் தோன்றியதில்லை. நான் பால்டிமோரை விரும்பத்தான் செய்தேன். நான் சார்லி ரூடோஸ் மற்றும் மோன்டாவ்மின்னிலுள்ள நடைபாதைக் கடைகளை விரும்பினேன். ''ஃபிரெஷ் இஸ் த வேர்ட்'' விளையாடுவதற்காக ஃப்ராங்க் ஸ்கியை எதிர்பார்த்து உன் மாமாடமனியோடு தேவாலாயத் தாழ்வாரத்தில் அமர்ந்திருப்பதை விரும்பினேன். கல்லூரி விட்டதும் வீட்டுக்குத் திரும்பிப் போய்விட வேண்டும் என்று முன்னரே முடிவு செய்திருந்தேன். அதற்குக் காரணம் நான் வெறுமனே வீட்டை விரும்பினேன் என்பதல்ல. மாறாக எனக்காக வேறு எதையும் கற்பனை செய்யத் தோன்றவில்லை என்பதுதான் காரணம். மேலும் வளர்ச்சியைத் தடைபடுத்தும் அந்தக் கற்பனைக்காக என்னைக் கட்டிப்போட்டிருக்கும் சங்கிலிகளுக்கு ஏதோ ஒருவிதத்தில் நான் கடன்பட்டிருக்கிறேன். இருந்தபோதிலும் நம்மில் சிலர் உண்மையில் இதைவிடவும் அதிகமாகப் பார்த்திருக்கிறார்கள்.

உன் மாமா பெண்ணைச் சந்தித்ததுபோல் அவர்களில் பலரை நான் மெக்காவில் சந்தித்தேன். உன் மாமா நியூயார்க்கில் வளர்ந்தவர். அது, ஹெய்தியர்கள், ஜனமக்கர்கள், ஹஸிடிக் யூதர்கள், இத்தாலியர்கள் மத்தியில் கடற்பயணம் மேற்கொண்ட ஆப்பிரிக்க அமெரிக்கராகத் தன்னைத் தானே புரிந்துகொள்ளும் படி அவரை நிர்ப்பந்தித்தது. அங்கு அவரைப் போன்ற மற்றவர் களும் இருந்தார்கள். ஓர் ஆசிரியர், ஓர் அத்தை, ஓர் அண்ணனிட மிருந்து ஊக்கம் பெற்றவர்களான அந்த மற்றவர்கள் குழந்தைகள் என்ற வகையில் சுவரைத் தாண்டிக் கூர்ந்து கவனிப்பவர்களாகவும், வயதுவந்தவர்கள் என்ற வகையில் முழுக்காட்சியையும் பார்ப் பதற்கு உறுதிபூண்டவர்களாகவும் மாறினார்கள். ஒரு திடீர் விருப்பத்தால் தங்களுடைய உடல்கள் திரும்பப் பறிக்கப்படக் கூடும் என்று என்னைப்போலவே இந்தக் கறுப்பின மக்களும் உணர்ந்தார்கள். ஆனால், இது தங்களை இந்தப் பிரபஞ்சத்தினுள் முன்னோக்கித் தள்ளும் வேறு வகையான ஓர் அச்சத்தை அவர் களிடம் நிலைகொள்ளச் செய்தது. கல்வியாண்டின் பருவங்களை அவர்கள் வெளிநாட்டில் கழித்தார்கள். அவர்கள் என்ன செய் தார்கள் அல்லது ஏன் அப்படிச் செய்தார்கள் என்று எனக்கு உறுதியாகத் தெரியவில்லை. இருப்பினும், ஒருவேளை, நான் மிக எளிதில் தோல்வியை ஒப்புக்கொள்பவனாக இருக்கலாம் என்று எப்போதும் நான் உணர்ந்தேன். ஒருவேளை, இது நான் எப் போதும் காதலித்த ஒவ்வொரு பெண்ணையும் தெளிவாக விளக்கு வதாக இருக்கும். ஏனெனில் நான் காதலித்த ஒவ்வொரு பெண்ணும் வேறு ஏதோ ஓர் இடத்துக்குச் செல்வதற்கான ஒரு பாலமாக இருந்தாள். என்னைவிடவும் இந்த உலகத்தை நன்கறிந்தவளான உன் அம்மா பண்பாட்டினூடாகவும், கிராஸிங் டெலான்சே, பிரெக்ஃபாஸ்ட் அட் டிஃபனி'ஸ், வொர்க்கிங், கேர்ள், நாஸ், வூடாங் ஆகியவற்றின் ஊடாகவும், நியூயார்க்கை நேசித்தாள். உன் அம்மா ஒரு வேலையைத் தேடிக்கொண்டாள். அவளைப் பின்பற்றி நானும் நியூயார்க் சென்றேன். அங்கு அநேகமாக நான் விலக்கித் தள்ளப்பட்டேன். ஏனெனில், நியூயார்க்கில் அந்தச் சமயத்தில், பெரிதாக எதையும் எழுதுவதற்கு எனக்குப் பணம் தரக்கூடியவர்கள் யாரும் இருக்கவில்லை. ஒரு புத்தகம் அல்லது பாடல் தொகுப்புக்கு மதிப்புரை எழுதி நான் சம்பாதித்த சிறு

தொகை தோராயமாக ஒவ்வொரு வருடமும் இரண்டுமுறை மின் கட்டணம் செலுத்துவதற்கு மட்டுமே போதுமானதாக இருந்தது.

2001 செப்டம்பர் 11-க்கு இரண்டு மாதம் முன்னதாக நாங்கள் வந்துசேர்ந்தோம். அன்று நியூயார்க்கில் இருந்த ஒவ்வொருவருக்கும் ஒரு கதை இருந்தது என்று நான் ஊகிக்கிறேன். என்னுடையது இங்கே: அன்று மாலை ஓர் அடுக்குமாடிக் கட்டடத்தின் கூரை மேல் உன் அம்மா, உன் அத்தை ஜனா, அவளுடைய நண்பன் ஜமால் ஆகியோருடன் நான் நின்றிருந்தேன். இவ்வாறாக, நாங்கள் பேசிக்கொண்டும், மாபெரும் புகைப்படலங்கள் மேலெழுந்து மன்ஹாட்டன் தீவை மூடிய அந்தக் காட்சியை மனதில் வாங்கிக் கொண்டும் அந்தக் கூரையின் மேல் இருந்தோம். ஒவ்வொரு வருக்கும் தெரிந்தவரான யாரோ ஒருவருக்குத் தெரிந்தவரான யாரோ ஒருவர் காணாமல் போயிருந்தார். அமெரிக்காவின் சிதைவு களைக் கருத்தூன்றிக் கவனித்ததில் என் இதயம் அடங்கிப் போய்விட்டது. தனிப்பட்ட முறையில் எனக்கு மட்டுமே சொந்த மான பேரிடர்கள் நேரிட்டன. நம்மை எச்சரிக்கையோடு கவனித்து வந்த எல்லா அதிகாரிகளையும் போல பிரின்ஸ் ஜோன்ஸைக் கொன்ற இந்த அதிகாரியும் அமெரிக்கக் குடிமக்கள் ஆயத்தின் உடைவாளாக இருந்தார். அமெரிக்கக் குடிமகன் எவரையும் என்றும் நான் பரிசுத்தமானவராகக் கருதியதில்லை. நான் நகரத் தோடு ஒத்திசைந்து போகாதவனாக இருந்தேன். தெற்கத்திய மன்ஹாட்டன் எப்போதும் நமக்கு எப்படி ஒரு தொடக்கப் புள்ளியாக இருந்தது என்பது குறித்து நான் தொடர்ந்து சிந்தித்தேன். நிதி மாவட்டம் என்று சரியாகப் பெயரிடப்பட்டிருந்ததும், முற்றிலும் அழிக்கப்பட்டதுமான அதே இடத்தில்தான் அவர்கள் நமது உடல்களை ஏலம் விட்டார்கள். ஒரு காலத்தில் அங்கு ஏலம் விடப்பட்டவர்களுக்கான ஒரு மயானமும் அந்த இடத் தில் இருந்தது. அதன் ஒரு பகுதி மீது ஒரு பல்பொருள் அங்காடி கட்டப்பட்டது. பிறகு இன்னொரு பகுதி மீது ஓர் அரசாங்கக் கட்டடம் எழுப்ப முயற்சிக்கப்பட்டது. சரியாகச் சிந்திக்கும் ஒரு கறுப்பினச் சமுதாயம்தான் அவற்றைத் தடுத்து நிறுத்தியது. இதில் எந்த ஒன்றையும் எளிதில் புரிந்துகொள்ளக்கூடிய ஒரு கொள்கையாக நான் வடிவமைக்கவில்லை. ஆனால், நகரத்தின் அந்தப் பகுதிக்கு பயங்கரத்தைக் கொண்டுவந்த முதல் மனிதன்

பின்லேடன் அல்ல என்று எனக்குத் தெரிந்திருந்தது. அதை நான் என்றும் மறந்துவிடவில்லை. நீயும் மறந்துவிடக் கூடாது. அதன் பிறகு வந்த நாட்களில் கொடிகளின் கேலிக்குரிய பல வண்ணக் காட்சியை, தீயணைப்பு வீரர்கள் முரட்டுத்தனமாக வெளிக் காட்டிய ஆண்மைப் பண்புகளை, திரித்து மிகைப்படுத்தப்பட்ட முழக்கங்களை நான் கூர்ந்து கவனித்துக்கொண்டிருந்தேன். அனைத்தும் பாழாய் போவதாக. பிரின்ஸ் ஜோன்ஸ் இறந்து போனான். நம்மை மிகவும் நல்லவர்களாக இருக்கச் சொல்லிவிட்டு எந்த முகாந்திரமும் இல்லாமல் நம்மைச் சுடுபவர்கள் மீது நரகம் வீழ்வதாக. கறுப்பினப் பெற்றோரைப் பேரச்சத்தில் ஆழ்த்தும் மூதாதையர் வழிவந்த அச்சம் ஒழிந்துபோவதாக. புனிதப் பாத் திரத்தை உடைத்து நொறுக்கியவர்கள் மீது நரகம் வீழ்வதாக.

பிரின்ஸ் ஜோன்ஸைக் கொன்ற அந்த அதிகாரிக்கும் செத்துப் போன போலீஸார் அல்லது செத்துப்போன தீயணைக்கும் படை யினருக்கும் இடையில் என்னால் எந்த வித்தியாசத்தையும் பார்க்க முடியவில்லை. அவர்கள் எனக்கு மனிதர்களாகத் தோன்றவில்லை. கறுப்பர்களாக அல்ல, வெள்ளையர்களாக அல்ல, வேறு எந்த இனத்தைச் சேர்ந்தவர்களாக இருந்தபோதிலும் அவர்கள் இயற் கையின் அச்சுறுத்தல்களாக இருந்தார்கள். அவர்கள் தீயாக, வால் நட்சத்திரமாக, புயலாக - எந்த நியாயப்படும் இல்லாமல் - என் உடலை உடைத்து நொறுக்கக்கூடியவர்களாக இருந்தார்கள்.

பிரின்ஸ் ஜோன்ஸைக் கடைசிமுறையாக நான் உயிரோடு முழுமையாகப் பார்த்தேன். என் முன்னால் அவன் நின்றிருந்தான். நாங்கள் ஓர் அருங்காட்சியத்தில் நின்றிருந்தோம். அவனுடைய சாவு மெய்யாகவே மோசமான ஒரு கனவாகவே இருக்கும் என்று அந்தத் தருணத்தில் நான் உணர்ந்தேன். இல்லை. அது தீய நிகழ்வு குறித்த ஒரு முன்னெச்சரிக்கை உணர்வு. ஆனால், எனக்கு ஒரு வாய்ப்பிலிருந்தது. நான் அவனை எச்சரித்திருக்க வேண்டும். நான் நடந்துசென்று, அவனுக்கு ஒரு பவுண்ட் பணம் கொடுத்தேன். அத்துடன் அந்த நிறப்பிரிகையின் வெப்பத்தை, மெக்காவின் கதகதப்பை உணர்ந்தேன். அவனிடம் ஏதோ சொல்ல விரும்பி னேன். நான் சொல்ல விரும்பியது - சூறையாடுபவன் பற்றி எச்சரிக்கையாக இரு. ஆனால், நான் வாயைத் திறந்தபோது அவன் தன் தலையைக் குலுக்கிவிட்டு அங்கிருந்து போய்விட்டான்.

புரூக்ளினில் ஓர் அடுக்குமாடிக் குடியிருப்பின் தரைத்தளத்தில் உன் மாமா பென்னும் அவருடைய மனைவியான உன் அத்தை ஜனாயும் இருந்த வீதியில் நாம் வாழ்ந்தோம். அது உனக்கு நினை விருக்குமா என்று எனக்குச் சந்தேகமாக இருக்கிறது. அவை மகத் தான காலங்கள் அல்ல. பென்னிடம் இருநூறு டாலர் கடன் வாங்கியது நினைவிருக்கிறது. அதைப் பத்து லட்சம்போல் நான் உணர்ந்தேன். உன் தாத்தா நியூயார்க்குக்கு வந்து, என்னை வெளியே எத்தியோப்பியனுக்கு அழைத்துச்சென்றது எனக்கு நினைவிருக்கிறது. அதற்குப் பிறகு நான் அவரை வெஸ்ட் ஃபோர்த் வீதி சுரங்க ரயில் நிலையத்துக்குக் கால்நடையாக அழைத்துச் சென்றேன். நாங்கள் பிரியாவிடை பெற்று அங்கிருந்து அப்பால் சென்றோம். அவர் என்னைத் திரும்பி அழைத்தார். அவர் எதையோ மறந்துவிட்டிருந்தார். அவர் 120 டாலருக்கான காசோலை ஒன்றை என்னிடம் கொடுத்தார். இதை நான் உனக்குச் சொல்வதற்குக் காரணம், நமது பேச்சின் நோக்கம் எதுவாக இருந்தபோதிலும், என்னிடம் எப்போதும் பொருட்கள் இருந்ததில்லை என்பதையும் ஆனால், எனக்கு மனிதர்கள் இருந்தார்கள் - எனக்கு எப்போதும் மனிதர்கள் இருந்தார்கள். என்பதையும் நீ புரிந்துகொள்ள வேண்டும் என்பதுதான். மற்றவர்களோடு ஒப்பீட்டுப் பார்ப்பதற்கு எனக்கு ஓர் அப்பாவும் அம்மாவும் இருந்தார்கள்; கல்லூரி நாட்கள் முழுவதும் என்னைக் கவனமாகப் பார்த்துக்கொள்வதற்கு ஒரு சகோதரர் இருந்தார். என்னை நெறிப்படுத்துவதற்கு மெக்கா இருந்தது; எனக்காக ஓடும் பஸ்ஸின் முன்னால் விழக்கூடிய நண்பர்கள் எனக்கு இருந்தார்கள் என்பதையும் நீ அவசியம் புரிந்து கொள்ள வேண்டும் என்பதற்காகத்தான் இதைச் சொல்கிறேன். நான் நேசிக்கப்பட்டேன் என்பதையும், மத உணர்வு என்று எதுவும் இல்லாதவனாக இருந்தபோதிலும் என்னைச் சேர்ந்தவர் களை நான் நேசித்தேன் என்பதையும், அந்த விரிவான நேசம் உன்மீது நான் கொண்டுள்ள நேசத்தோடு நேரடியாகத் தொடர் புடையது என்பதையும் நீ அவசியம் தெரிந்திருக்க வேண்டும். வெள்ளிக்கிழமை இரவுகளில் பென்னின் வீட்டு வாயிற்படிக்கு வெளியில் மேயர் தேர்தல் அல்லது போருக்கு விரைவது குறித்து விவாதித்துக்கொண்டிருந்ததை நான் நினைத்துப்பார்க் கிறேன். வாரங்கள் நோக்கமற்றவையாக இருந்ததாக உணர்ந்தேன்.

பல்வேறு பத்திரிக்கைகளுக்கு மாறிய போதிலும் எதிலும் என்னால் நிலைத்து நிற்கமுடியவில்லை, உன் அத்தை ஜனா, மேலும் இருநூறு டாலர் கடனாகக் கொடுத்தாள். மது விற்பனை நிலைய மோசடி ஒன்றில் அந்தப் பணம் முழுவதையும் அழித்தேன். பார்க் ஸ்லோப்பில் இருந்த சிறிய வழங்கல் நிலையத்துக்கு உணவைக் கொண்டுசேர்க்கும் பணியைச் செய்துவந்தேன். நியூ யார்க்கில் ஒவ்வொருவரும் உங்கள் தொழில் என்ன என்று தெரிந்துகொள்ள விரும்புகிறவர்களாக இருந்தார்கள். நான் ஓர் ''எழுத்தாளராக ஆக முயற்சி செய்து வருவதாக'' அந்த மனிதர் களிடம் சொன்னேன்.

சில நாட்கள் மன்ஹறாட்டனுக்குள் ரயிலில் செல்வேன். அங்கு எங்கெங்கும் ஏராளமான பணம் இருந்தது. மது விடுதிகளி லிருந்தும் காபி விடுதிகளிலிருந்தும் பணம் வெளியில் வழிந் தோடியது. பணம் மக்களை அகன்ற அழகிய சாலைகளுக்கு வெகு வேகமாக உந்தித் தள்ளிக்கொண்டிருந்தது. பணம் டைம்ஸ் சதுக்கத்தின் ஊடாக பால்வெளி மண்டலங்களுக்கிடையிலான போக்குவரத்தை ஈர்த்தது. பணம் சுண்ணாம்புக் கற்களுக்குள்ளும் பழுப்புக் கற்களுக்குள்ளும் இருந்தது. போலீஸின் கண்காணிப்பு இல்லாமல், ததும்பும் கோப்பைகளுடன் வெள்ளையின மக்கள் பல்வேறு திசைகளில் சிதறிச்செல்லும் இடமான வெஸ்ட் பிராட்வேயில் பணம் வெளியே வருகிறது. விடுதியில் இந்த மக்கள் குடித்துவிட்டு, சிரித்துக்கொண்டு, பிரேக் நடனக்காரர் களிடம் சண்டைக்கு அறைகூவல் விடுப்பதை நான் பார்த்திருக் கிறேன். இந்தச் சண்டைகளில் அவர்கள் நிர்மூலமாக்கப்பட்டு அவமானப்படுத்தப்படுவார்கள். இருந்தபோதிலும் பின்னர் அவர்கள் துள்ளியெழுவார்கள், சிரிப்பார்கள், மேன்மேலும் பியர்கள் கொண்டுவரச்சொல்லி உத்தரவிடுவார்கள். அவர்கள் சற்றும் அச்சமற்றவர்களாக இருந்தார்கள். வீதியில் பார்த்து, கவனத்தில்கொள்ளும்வரை இதை என்னால் புரிந்துகொள்ள முடியவில்லை. டீ-சர்ட்களும், மெல்லோட்டத்திற்கான குறுங் காற்சட்டைகளும் அணிந்து, குழந்தைகளுக்கான இரட்டிப்பு அகலம்கொண்ட தள்ளுவண்டிகளை, உயர்குடி மக்களின் ரசனை கேற்றதான ஹார்லெம்மின் நிழற்சாலைகளில் தள்ளிக்கொண் டிருந்த வெள்ளையினப் பெற்றோரை அங்குதான் நான் பார்த்தேன்.

அல்லது பரஸ்பர உரையாடலில் தந்தையும் தாயும் தங்களையே மறந்துபோயிருந்த அதே சமயத்தில் அவர்களுடைய மகன்கள் தங்கள் மூன்று சக்கர மிதிவண்டிகளைக் கொண்டு பக்க நடை பாதைகளைத் தங்கள் ஆதிக்கத்தின்கீழ் கொண்டுவந்திருந்ததையும் நான் பார்த்தேன். இந்தப் பிரபஞ்சமே அவர்களுக்குச் சொந்தமாக இருந்தது. நமது குழந்தைகளுக்குப் பேரச்சம் தகவல் பரிமாற்றம் செய்யப்பட்ட நிலையில் அவர்களுடைய குழந்தைகளுக்கு மேலாதிக்கமே தகவல் பரிமாற்றம் செய்யப்பட்டது.

நீ அதிக விஷயங்களைப் பார்க்கக்கூடும் என்று கிட்டதட்ட உள்ளுணர்வுரீதியாக ஏற்பட்ட நம்பிக்கையில், நகரத்தின் பிற பகுதிகளுக்கு, உதாரணமாக, வெஸ்ட் வில்லேஜுக்கு, உனக்கான தள்ளுவண்டியில் வைத்து உன்னைத் தள்ளிச்சென்றதை நினைக்கும் போது, வேறு யாரோ ஒருவரின் பரம்பரைச் சொத்தை நான் கடன் வாங்கியதுபோல், வேறொருவரின் பெயரில் நான் பயணம் செய்ததுபோல் அசௌகரியமாக உணர்ந்தது என் நினைவுக்கு வருகிறது. விரைவில் அறிவு வரப்பெற்றவனாக ஆகப்போகிறவ னாகவும், தன்னுடைய பிரபஞ்சத்தின் அதிகார ஆணைகளைப் புரிந்துகொள்ளக்கூடியவனாகவும், தனித்துவமானதும் பாரபட்ச மானதுமான ஈடுபாட்டுடன் உன்னைக் கவனத்தில் எடுத்துக் கொள்ளும் நாசகரமான அனைத்து நிகழ்வுகளையும் புரிந்து கொள்ளக்கூடியவனாகவும் ஆகப்போகிற என் அழகிய மகனான நீ, இந்தச் சமயத்தில் வார்த்தைகளைப் பேசி, உணர்வுகளை வெளிகாட்டுமளவுக்கு வளர்ந்துகொண்டிருந்தாய்.

ஒரு நாள் நீ வளர்ந்த மனிதனாக ஆகிவிடப்போகிறாய். அத் துடன் இங்கு எனக்குத் தெரிந்தவை அனைத்தும், உன்னுடன் பகிர்ந்துகொண்டவை அனைத்தும் விவாதிக்கப்படவேண்டிய அவசியமற்றதும், தொலைதூரக் கடந்தகாலத்தைச் சேர்ந்ததுமான ஓர் உண்மை என்று சமாதானப்படுத்த முயற்சிப்பவர்களான எதிர் காலத்தில் உன்னைக் கூர்ந்துகவனிப்பவர்களுக்கும், உன்னுடன் பணியாற்றுபவர்களுக்கும் உனக்கும் இடையிலான பாலமிட முடியாத இடைவெளியிலிருந்து உன்னை என்னால் காப்பாற்ற முடியாது. உன்னைப் போலீஸாரிடமிருந்து, அவர்களுடைய கை மின்விளக்குகளிலிருந்து, அவர்களுடைய கைகளிலிருந்து, அவர் களுடைய குண்டாந்தடிகளிலிருந்து, அவர்களுடைய துப்பாக்கி களிலிருந்து என்னால் காப்பாற்ற முடியாது. அவனுக்குப்

பாதுகாவலர்களாக இருக்கவேண்டிய மனிதர்கள் யாரோ அந்த மனிதர்களாலேயே கொல்லப்பட்டவனான பிரின்ஸ் ஜோன்ஸ் எப்போதும் என்னுடன் இருக்கிறான். அத்துடன் விரைவிலேயே உன்னுடனும் அவன் இருக்கப்போகிறான் என்று எனக்குத் தெரியும்.

அந்த நாட்களில் நான் வீட்டைவிட்டு வெளியே வந்து ஃபிளாட்புஷ் அவென்யூவில் நுழைவேன். மெக்ஸிக மல்யுத்த வீரரின் முகமூடிபோல் என் முகம் இறுகும், என் கண்கள் ஒரு ஓரத்திலிருந்து மறு ஓரத்துக்குப் பாயும், கைகள் தளர்ந்து தொங்கித் தயாராகும். எப்போதும் எச்சரிக்கையாக இருக்க வேண்டும் என்ற இந்தத் தேவையானது அளப்பரிய சக்தியைச் செலவழிக்கச் செய்வதாகவும், மெல்லமெல்லச் சாரத்தையே உறிஞ்சியெடுத்துவிடக் கூடியதாகவும் இருந்தது. நமது உடல்கள் வெகுவேகமாக அழிந்து போவதற்கு இது காரணமானது. ஆகையால் நான் இந்த உலகத்தின் வன்முறை குறித்து மட்டுமே அஞ்சியவனாக இருக்கவில்லை. மாறாக அதிலிருந்து உன்னைப் பாதுகாப்பதற்காக வகுத்தமைக்கப் பட்ட விதிமுறைகளான, ஒரு கட்டிடத் தொகுதி மீது நடவடிக்கை எடுப்பதை முன்வைத்து உன் உடல் சிதைக்கப்படுவதற்கான விதிமுறைகளை, சகதோழர்களால் தீவிரமாக எடுத்துக்கொள்ளப் பட வேண்டும் என்பதற்காக மீண்டும் சிதைக்கப்படுவதற்கான விதிமுறைகளைக் குறித்து அஞ்சுபவனாகவும் இருந்தேன். மக்கள் கறுப்பினப் பையன்களிடமும் பெண்களிடமும் ''இருமடங்கு நல்லவர்களாக இருக்க வேண்டும்'' என்று சொல்வதை என் வாழ் நாள் முழுவதும் கேட்டிருக்கிறேன். அப்படிச் சொல்வது, ''சரிபாதி கிடைத்தால் அதுவே அதிகம் என்று ஏற்றுக்கொள்,'' என்று சொல் வதற்கு ஒப்பானதாகும். வெளிப்படையாகத் தெரியவராத தனித் திறத்தை, துலக்கமாக வெளித்தெரியாத துணிவை அடையாளம் கண்டதாகப் பேசப்பட்ட வார்த்தைகள் மதம் சார்ந்த மேட்டுக் குடியினரின் பசப்பல் வார்த்தைகளாக இருந்த அதே சமயத்தில் உண்மையில் அவர்கள் அடையாளம் கண்டதெல்லாம் நமது தலையில் வைக்கப்பட்ட துப்பாக்கியையும் நமது சட்டைப் பையில் வைக்கப்பட்ட கையையும்தான். இப்படித்தான் நாம் நமது மென்மையை இழந்தோம். இப்படித்தான் புன்னகைப்பதற்கான நமது உரிமையை அவர்கள் திருடிக்கொண்டார்கள். இரு மடங்கு நல்லவர்களாக இருக்க வேண்டும் என்று மூன்று சக்கர மிதி

வண்டிகளை வைத்திருக்கும் அந்த வெள்ளையினச் சிறு குழந்தை களிடம் யாரும் சொல்வதில்லை. இரு மடங்குக்கும் அதிகமாக எடுக்க வேண்டும் என்று அவர்களின் பெற்றோர் சொல்வார்கள் என்று நான் கற்பனைசெய்துகொண்டேன். நமது சொந்த விதி முறைகளே சூறையாடலை மீண்டும் இரு மடங்காக்கியது என்று எனக்குத் தோன்றுகிறது. கறுப்பினத்தோடு வலுக்கட்டாயமாகச் சேர்க்கப்படுவது என்னும் வரையறுக்கும் அம்சமே ஒருவேளை காலத்தின் தவிர்க்க முடியாத கொள்ளையாக இருக்குமோ என்று எனக்குத் தோன்றுகிறது. ஏனெனில் முகமூடியைத் தயார்படுத்து வதற்கு அல்லது சரிபாதி கிடைத்தால் அதுவே அதிகமென்று ஏற்றுக்கொள்வதற்கு நாம் செலவழிக்கும் தருணங்கள் திரும்பப் பெற முடியாதவை. கொள்ளையின் காலம் வாழ்நாட்களைக் கொண்டு அளக்கப்படுவதற்கு மாறாக தருணங்களைக் கொண்டு அளக்கப்படுகிறது. இப்போதுதான் உன்னால் திறக்கப்பட்ட ஆனால், குடிப்பதற்கு நேரம் கிடைக்காத கடைசி மதுப்புட்டி அது. அது உன் வாழ்க்கையிலிருந்து அவள் வெளிநடப்பதற்கு முன்பாக, உன்னால் பகிரப்படுவதற்கு நேரம் கிடைக்காமல் போன முத்தம் அது. அவர்களுக்கு அது இரண்டாவது வாய்ப்புகளின் மிதவைப் படகு, நமக்கோ இருபத்துநான்கு மணிநேர நாட்கள்.

ஒரு பிற்பகல் நேரம் மழலையர்பள்ளி ஒன்றைப் பார்ப்பதற் காக நானும் உன் அம்மாவும் உன்னை அழைத்துச் சென்றோம். அதன் அமைப்பாளர் பல்வேறு இனங்களைச் சேர்ந்த நியூயார்க் குழந்தைகள் பொங்கி வழியும் ஒரு பெரிய உடற்பயிற்சிக் கூடத் துக்கு அழைத்துச் சென்றார். குழந்தைகள் ஓடிக்கொண்டும், குதித்துக்கொண்டும், உருண்டுபுரண்டுகொண்டும் இருந்தார்கள். அவர்களை நீ ஒரு பார்வை பார்த்துவிட்டு, எங்களிடமிருந்து பிய்த்துக்கொண்டு அந்தக் கூட்டத்துக்குள் ஓடிவிட்டாய். மனிதர் களைப் பற்றியும் புறக்கணிப்பைப் பற்றியும் நீ என்றும் அஞ்சிய தில்லை. இது குறித்து நான் உன்னை எப்போதும் பாராட்டினேன். இதன் காரணமாக உன்னைக் குறித்து நான் அச்சம் கொண்டிருந் தேன். உன்னால் சற்றும் அறியப்படாத இந்தக் குழந்தைகளுடன் நீ சிரித்துக்கொண்டும் குதித்துக்கொண்டும் இருந்தாய். உடனே எனக்குள் ஒரு சுவர் எழுந்தது. உன் கையைப் பிடித்துப் பின்னே இழுத்து, "இவர்களை நமக்குத் தெரியாது. அமைதியாக இரு!"

என்று சொல்ல வேண்டும் என்று எனக்குத் தோன்றியது. ஆனால், அதை நான் செய்யவில்லை. நான் வளர்ந்துகொண்டிருந்தேன். என் தவிப்பை என்னால் துல்லியமாகப் பெயரிட்டு அழைக்க முடியவில்லை என்றபோதிலும் அதில் மேன்மையானது ஏது மில்லை என்பது எனக்கு முன்பே தெரிந்திருந்தது. ஆனால், நான்கு வயதுக் குழந்தையொன்று எச்சரிக்கையாக, முன்மதி கொண்டதாக, கூருணர்வு கொண்டதாக இருக்க வேண்டும் என்றும், உன் மகிழ்ச்சியை நான் கட்டுப்படுத்தி, உன்னைக் கால இழப்பு ஒன்றுக்குக் கீழ்ப்படியச்செய்ய வேண்டும் என்றும் நினைத்து நான் முன்பு முன்வைத்த கருத்தின் முக்கியத்துவத்தை இப்போது புரிந்து கொள்கிறேன். இந்த அச்சத்திற்கு எதிராக பிரபஞ்சத்தின் எஜ மானர்கள் தங்கள் சொந்தக் குழந்தைகளுக்கு வழங்கும் துணிவை அளந்து பார்க்கும் இந்த நேரத்தில் நான் அவமானத்திற்கு ஆளாகிறேன்.

நியூயார்க் தன்னளவில் இன்னொரு நிறப்பிரிகையாக இருந்தது. ஹோவார்டில் கறுப்பின மக்களிடையே நான் கண்ட மகத்தான பன்முகத்தன்மை இப்போது பெருநகரம் ஒன்றிலும் பரவியிருக் கிறது. ஒவ்வொரு மூலையிலும் வித்தியாசமான ஏதோ ஒன்று காத்திருக்கிறது. ஆப்பிரிக்க முரசறைவோர் இங்குதான் யூனியன் சதுக்கத்தில் குழுமியிருந்தார்கள். உயிரற்ற அலுவலகக் கோபுரங்கள் இருக்கும் இடமான இங்குதான் பரிமாறப்பட்ட சிறிய பியர் குவளைகளுடனும் கொரியாவின் வறுத்த கோழி இறைச்சியுடனும் புதையுண்டிருந்த உணவகங்கள் இரவு நேரத்தில் உயிர் பெற் றெழுந்தன. இங்குதான் கறுப்பினப் பெண்களுடன் வெள்ளையினப் பையன்களும், கறுப்பினப் பையன்களுடன் சீன-அமெரிக்கப் பெண்களும், சீன-அமெரிக்கப் பெண்களுடன் டொமினிக்கன் பையன்களும், டொமினிக்கன் பையன்களுடன் ஜமைக்கப் பையன் களும், கற்பனைக்கெட்டிய எல்லாவிதமான கூட்டுச் சேர்க்கை களும் இருந்தன. வீட்டின் வசிப்பறைகளின் அளவே இருந்த உணவகங்களைப் பார்த்து வியந்தபடி வெஸ்ட் வில்லேஜினூடாக நான் நடந்து செல்வேன். ஒரு விகடத்துணுக்குக்குச் சிரிப்பது போலவும், மீதியுள்ள இந்த உலகம் அதைப் புரிந்துகொள்வதற்குப் பத்தாண்டுகளுக்கு மேலாகும் என்பது போலவும், இந்த மிகச்

சிறிய உணவகங்கள் அதன் வாடிக்கையாளர்களுக்கு ஒருவகை யான அறிவார்ந்த நேர்த்தியை வழங்கியதை என்னால் பார்க்க முடிந்தது. கோடைகாலம் மாயத் தோற்றம் கொண்டதாக இருந் தது. நகரத்தின் பரந்தகன்ற பகுதிகள் முழுவதும் நவநாகரிகக் கண்காட்சிகளாக மாறியிருந்தன. அகன்ற சாலைகள் இளைஞர் களின் ஓடுபாதைகளாக மட்டுமே இருந்தன. சுரங்க ரயில் வண்டிகளினுள்ளும், மது விடுதிகளினுள்ளும், நான் எப்போதும் பார்த்திராத மிகுந்த உயிரோட்டத்தைக்கொண்ட, மிகச் சிறியதான அதே உணவு விடுதிகளினுள்ளும், காபி விடுதிகளினுள்ளும் நெருக்கியடித்துக்கொண்டிருந்த பல லட்சம் மக்களினாலான சுற்றுச்சுவர் கொண்ட மிகப் பெரிய கட்டிடங்களிலிருந்து வந்த ஒரு வெப்பம், வேறு எதிலிருந்தும் எப்போதும் என்னால் உணரப் படாத ஒரு வெப்பம் அங்கு இருந்தது. அத்துடன் அத்தகைய உயிரோட்டம் பல்வேறு வகைப்பட்டதாக இருக்க முடியும் என்று ஒருபோதும் என்னால் கற்பனை செய்திருக்க முடியாது. ஒவ் வொருவரின் தனிப்பட்ட மெக்காவாக இருந்த அது தனித்துவ மான நகரமாக்கப்பட்டிருந்தது.

ஆனால், நான் ரயிலிலிருந்து இறங்கி, என் இருப்பிடத்துக்கு, என் ஃபிளாட்புஷ் அவென்யூவுக்கு, அல்லது என் ஹார்லெம்முக்குத் திரும்பிவரும்போது அச்சம் இன்னும் இருந்துகொண்டிருந்தது. அந்த அச்சம் என் வாழ்நாள் முழுவதும் எனக்குத் தெரிந்திருந்த, அதே குறுகத்தரித்த முடியுடனும், அதே பனிக்கோடரியுடனும், அதே சங்கேத வார்த்தைகளுடனும் இருந்தது. நியூயார்க்கில் ஒரே ஒரு வித்தியாசம் இருந்தது என்றால், அது இங்கிருந்த பியூர்டோ ரீகன், டொமினிக்கன் பிரதேசத்தைச் சேர்ந்தவர்களுக்கு உயர்-மஞ்சள் இனத்தைச் சேர்ந்த ஒன்றுவிட்ட சகோதரசகோதரிகள் இருந்தார்கள் என்பதுதான். அத்துடன் அவர்களுடைய நடை முறைச் சடங்குகள் கிட்டத்தட்ட ஒரே மாதிரியாக இருந்தன. அவர்கள் நடக்கும் விதம், தோளைத் தட்டிகொடுக்கும் விதம் ஆகிய அனைத்தும் எனக்கு நன்கு பரிச்சயமானதாக இருந்தது. அதன் காரணமாக குறிப்பிட்ட ஒவ்வொரு நாளும் ஒரே சமயத்தில் ஆற்றல்மிக்க, முரட்டுத்தனமான, பணம் படைத்த, சில சமயங் களில் இவையனைத்தும் ஒரே சமயத்தில் ஒன்றுகலந்திருந்த பல நியூயார்க்குகளின் வழியாகப் பயணம் செய்தேன்.

ஹவுல்ஸ் மூவிங் கேஸ்டிலில் படம் பார்ப்பதற்காக நாம் ஒரு சமயம் அப்பர் வெஸ்ட் சைடுக்குப் போனது உனக்கு ஒரு வேளை நினைவிருக்கலாம். நீ கிட்டத்தட்ட ஐந்து வயதை எட்டியிருந்தாய். திரையரங்கில் கூட்டம் நிரம்பியிருந்தது. நாம் வெளியே வந்தபோது நகரும் படிக்கட்டுகளில் தரைத்தளத்துக்குச் சவாரி செய்தோம். அதைவிட்டு வெளியே வந்தபோது நீ ஒரு சிறு குழந்தையின் வேகத்தோடு தள்ளாடி ஓடினாய், ஒரு வெள்ளையினப் பெண் உன்னைப் பிடித்துத் தள்ளியபடி, "எதிரில் வருகிறாயா!" என்று சொன்னாள். இப்போது ஒரே சமயத்தில் பல விஷயங்கள் நடந்தன. அந்நியர் ஒருவரின் கை தன் குழந்தையின் மீது படும்போது, அந்தக் குழந்தையின் பெற்றோர் ஆணாக இருந்தாலும், பெண்ணாக இருந்தாலும் அவரிடம் ஓர் எதிர்வினை இருக்கும். உன் கறுப்பு உடலைப் பாதுகாக்கும் என் ஆற்றலில் என் சொந்தப் பாதுகாப்பின்மையும் உள்ளடங்கியிருந்தது. இதைத் தவிரவும் பல விஷயங்கள் இருந்தன. இந்தப் பெண் தராதரத்தை இழக்கிறாள் என்ற உணர்வு எனக்கிருந்தது. உதாரணமாக, எனது ஃபிளாட்புஷ் பகுதியில் ஒரு கறுப்பினக் குழந்தையை அந்தப் பெண் பிடித்துத் தள்ளியிருக்க மாட்டாள். ஏனெனில், அங்கு அந்தப் பெண் அப்படிப்பட்ட ஒரு செயலுக்காக இப்போது இல்லையென்றாலும் வேறொரு சமயத்தில் தண்டனை இருக்கும் என்று அஞ்சியிருப்பாள் என்று எனக்குத் தெரிந்திருந்தது. ஆனால், எனது ஃபிளாட்புஷ் பகுதிக்கு வெளியே நான் போயிருக்கவில்லை. நான் வெஸ்ட் பால்டி மோரில் இருக்கவில்லை. நான் மெக்காவிலிருந்து வெகுதூரத்தில் இருந்தேன். அதையெல்லாம் நான் மறந்துவிட்டிருந்தேன். என் மகனின் உடல் மீதான அவர்களின் உரிமையை அதற்குரியவர்கள் யாரோ அவர்கள் கோருகிறார்கள் என்ற எச்சரிக்கை மட்டும் தான் எனக்கு இருந்தது. நான் திரும்பி அந்தப் பெண்ணிடம் பேசினேன். என் வார்த்தைகளில் அந்தத் தருணம் முழுவதற்குமான, என் வரலாறு முழுவதற்குமான கோபம் இருந்தது. அந்தப் பெண் அதிர்ச்சியடைந்து பின்வாங்கினாள். பக்கத்தில் நின்றிருந்த வெள்ளையினத்தைச் சேர்ந்த ஓர் ஆண் அவளுக்கு ஆதரவாகப் பேசினார். ஒரு மிருகத்திடமிருந்து அந்தப் பெண்ணைக் காப்பாற்றும் அவரது முயற்சியாக அதை நான் உணர்ந்தேன். என்

மகன் பொருட்டு அப்படியொரு முயற்சியை அவர் எடுத்திருக்க மாட்டார். சேர்ந்துகொண்டிருந்த கூட்டத்தில் வெள்ளையினத்தைச் சேர்ந்த பிற மனிதர்கள் இப்போது அவருக்கு ஆதரவாக இருந்தார்கள். அவர் நெருங்கிவந்தார். அவர் குரலை உயர்த்தினார். நான் அவரை விலக்கித் தள்ளினேன். அவர் சொன்னார், "உன்னை என்னால் கைது செய்யவைக்க முடியும்." நான் கவலைப்படவில்லை. நான் கவலைப்படவில்லை என்றும், நான் இன்னும் என்னவெல்லாமோ செய்ய ஆசைப்படுகிறேன் என்றும் எனக்குள்ளிருந்து எழுந்த ஆத்திரத்தோடு அவரிடம் சொன்னேன். இந்த ஆசையை நான் கட்டுப்படுத்திக்கொண்டதற்கு ஒரே காரணம் என்னிடம் இவ்வளவு பெரிய கோபத்தை என்றுமே பார்த்திராத ஒருவர் அதற்குக் கண்கண்ட சாட்சியாக அங்கு ஒரு ஓரத்தில் ஒதுங்கி நின்றிருந்தார் என்பதுதான் - அது நீதான்.

நான் நிலைகுலைந்துபோய் வீடுவந்து சேர்ந்தேன். "உன்னை என்னால் கைதுசெய்ய வைக்க முடியும்" - என்று அவர் சொன்னார். வீதிகளின் சட்டத்திற்குத் திரும்பிச் செல்லும் இந்தக் கோபம் கலந்த நிலையில் ஓர் அவமானமும் கலந்திருந்தது. இது, "உன் உடலை என்னால் எடுத்துக்கொள்ள முடியும்," என்று சொல்வதாகும்.

என்னைப் பற்றிய நல்லெண்ணம் ஏற்பட வேண்டும் என்பதற்காக அல்ல. மாறாக குற்றப்பொறுப்பிலிருந்து விடுவிக்கப்பட வேண்டியதன் அவசியம் காரணமாகவே இந்தக் கதையை நான் பலமுறை சொல்லியிருக்கிறேன். நான் என்றும் வன்முறையாளனாக இருந்ததில்லை. நான் இளைஞனாகவும், வீதியின் சட்ட திட்டங்களைப் பின்பற்றியவனாகவும் இருந்தபோதே என்னை அறிந்திருந்த ஒவ்வொருவரும் எனக்கு வன்முறை சரியாகப் பொருந்தி வரவில்லை என்பதை அறிந்திருந்தார்கள். நேர்மையான தற்காப்போடும், நியாயப்படுத்தப்பட்ட வன்முறையோடும் வருவதாகக் கருதப்படும் தற்பெருமையை நான் ஒருபோதும் உணர்ந்ததில்லை. வேறொருவருக்கு மேலானவனாக இருந்தபோதெல்லாம், அந்தத் தருணத்தில் நான் எவ்வளவுதான் கோபமானவனாக இருந்தபோதிலும், அதன் பிறகு தகவல்பரிமாற்றத்தின் பக்குவமற்ற வடிவத்திற்கு கீழிறங்கிவிட்டது குறித்து நான் எப்போதும் அருவருப்படைவேன். மால்கம் எனக்கு அர்த்தமுள்ளவராக

இருப்பது வன்முறையின் மீதான நேசம் காரணமாக அல்ல. மாறாக, கறுப்பின வரலாற்று மாதத்தைச் சேர்ந்த சிவில் உரிமை இயக்கத் தியாகிகளைப்போல் கண்ணீர்புகைக் குண்டுகளை விடு தலையாகக் கருதும்படி என் வாழ்க்கையில் எதுவும் என்னை ஆயத்தப்படுத்தவில்லை. ஆனால், எனக்கே உரித்தான என் சொந்த வன்முறை குறித்து நான் உணரும் எப்படிப்பட்ட அவமானத்தைக் காட்டிலும் உன் பாதுகாப்பை நாடியதில் எனக்கு ஏற்பட்ட மாபெரும் வருத்த உணர்வே உண்மையில் உனக்கு ஆபத்து ஏற்படுத்துவதாக இருந்தது.

“உன்னை என்னால் கைதுசெய்யவைக்க முடியும்,” என்று அவர் சொன்னார். அதன் பொருள், “உன் மகன்களில் ஒருவரின் தொடக்ககால நினைவுகள், அப்னெர் நூயிமாவை ஒருபால் புணர்ச்சி செய்தவர்களும், அந்தோனி பையஸை மூழ்கடித்துக் கொன்றவர்களுமான அந்த மனிதர்கள், உனக்குக் கை விலங் கிட்டு, தடியால் அடித்து, டேஸர் துப்பாக்கியால் மின் அதிர்ச்சி கொடுத்து அடக்கியொடுக்குவதைக் கூர்ந்துகவனித்துக்கொண் டிருந்ததாக இருக்கப்போகிறது” என்பதாகும். நான் சட்டதிட்டங் களை மறந்துபோய்விட்டேன். இந்த மறதி, பால்டிமோரின் வெஸ்ட் சைடைப் போலவே மன்ஹாட்டனின் அப்பர் வெஸ்ட் சைடிலும் அபாயகரமான ஒரு தவறாகும், இங்கு ஒருவர் எந்தத் தவறும் செய்யாதவராக இருக்க வேண்டும். ஒருவர் பின் ஒருவராக ஒற்றை வரிசையில் நடந்துசெல்ல வேண்டும். மௌன மாக வேலை செய்ய வேண்டும். இரண்டாம் எண் பென்சில் ஒன்றை மேலதிகமாகப் பையில் வைத்திருக்க வேண்டும். பிழைகள் ஏதும் செய்துவிடக் கூடாது.

ஆனால், நீ மனிதப்பிறவி. நீ பிழைகளைச் செய்வாய். நீ தவறாக மதிப்பிடுவாய். நீ உரக்கக் கத்துவாய். நீ அளவுக்கு அதிக மாகக் குடிப்பாய். யாருடன் சேரக் கூடாதோ அவர்களுடன் அடிக்கடி சேர்ந்திருப்பாய். நம்மில் யாரும் எப்போதும் ஜாக்கி ராபின்சன்னாக இருக்க முடியாது - ராபின்சன்னேகூட எப் போதும் ராபின்சன்னாக இருக்கவில்லை. ஆனால், தவறுக்கான விலை உன் நாட்டைச் சேர்ந்தவர்களைவிட உனக்கு மிகவும் அதிகமானதாக இருக்கிறது. அதன் மூலமாக அமெரிக்கா தன்னைத் தானே நியாயப்படுத்திக்கொள்ளவேண்டியிருந்திருக்கலாம். ஒரு

கறுப்பு உடலின் அழிவின் கதை உண்மையானதாக அல்லது கற்பனைசெய்யப்பட்டதாக இருக்கலாம். அது எரிக் கார்னரின் கோபத்திலிருந்து, டிரேவான் மார்டினின் புராணிக வார்த்தை களிலிருந்து (''இன்று இரவு நீ சாகப்போகிறாய்''), தவறான கூட்டத்துடன் ஓடிய சான் பெல்லின் பிழையிலிருந்து, என் விஷயத்தில் சிறு கண்களைக் கொண்டவனும் என்னை வெளியே இழுத்துக்கொண்டிருந்தவனுமான சிறுவனோடு மிகவும் நெருங்கி நின்றது - என அவனுடைய அல்லது அவளுடைய தவறிலிருந்தே எப்போதும் தொடங்குகிறது.

ஒரு சமூகம் தனது வெற்றிகரமான ஒவ்வொரு கதையையும் தனக்கு அதிகச் சாதகங்களைக் கொண்டிருக்கிற அத்தியாயத்தி லேயே தொடங்க வேண்டியது பெரும்பாலும் அவசியமானதாக இருக்கிறது. அமெரிக்காவில், முன்னுக்குப்பின் முரணான இந்த அத்தியாயங்கள் எப்போதும் விதிவிலக்கான தனிநபர்களின் தனித் துவமான நடவடிக்கையாகவே பெரும்பாலும் முன்வைக்கப்படு கின்றன. ''ஒரு மாற்றத்தைக் கொண்டுவருவதற்கு ஒரே ஒரு நபரே போதும்,'' என்று உங்களிடம் அடிக்கடி சொல்லப்படுகிறது. இதுவும் ஒரு கட்டுக்கதைதான். ஒருவேளை ஒரு நபரே ஒரு மாற்றத்தைக் கொண்டுவரலாம். ஆனால், உங்கள் உடலை உங்கள் நாட்டு மக்களுக்குச் சமமாக உயர்த்தும் வகையிலான மாற்றத்தை அல்ல.

கறுப்பின மக்கள் - அநேகமாக எந்த இன மக்களுமே எப்போதும் - தங்கள் சொந்த முயற்சிகளினால் மட்டுமே தங்களைத் தாங்களே விடுதலை செய்துகொள்ளவில்லை. ஆப்பிரிக்க அமெரிக்கர்களின் வாழ்க்கைகளில் ஏற்பட்ட ஒவ்வொரு பெரிய மாற்றத்திலும் நமது தனிநபர் கட்டுப்பாட்டுக்கு அப்பாற்பட்ட நிகழ்வுகளின், கலப்பட மற்ற சரக்குகளாக இல்லாத நிகழ்வுகளின் கைவரிசையை நாம் காண்கிறோம் என்பது வரலாற்று உண்மையாகும். வடக்கத்திய காலனிகளில் புரட்சிகரப் போரில் நாம் சிந்திய இரத்தத்திலிருந்து நமது விடுதலையை உன்னால் பிரித்துப் பார்த்துவிட முடியாது. தெற்கில் நிலவிய அடிமைமுறையிலிருந்து உள்நாட்டுப்போரின் கல்லறை எலும்புக்கிடங்குகளை இனியும் உன்னால் பிரித்துப் பார்த்துவிட முடியாது. ஜிம் குரோவிலிருந்தும், இரண்டாம் உலகப் போரின் இனப்படுகொலைகளிலிருந்தும் நமது விடுதலையை

உன்னால் இனிமேலும் பிரித்துப் பார்த்துவிட முடியாது. வரலாறு தனிப்பட்ட முறையில் நம் கைகளில் மட்டுமே இருக்கவில்லை. இருப்பினும் நீ போராடுவதற்கு அழைக்கப்படுகிறாய். அது உன் வெற்றிக்கு உறுதியளிக்கிறது என்பதன் காரணமாக அல்ல. மாறாக அது மரியாதைக்குரிய, அறிவுத் தெளிவுள்ள ஒரு வாழ்க்கைக்கு உறுதியளிக்கிறது என்பதன் காரணமாகத்தான். அன்று அப்படி நடந்துகொண்டதற்காக நான் வெட்கப்படுகிறேன். உன் உடலை ஆபத்துக்குள்ளாக்கியதற்காக நான் வெட்கப்படுகிறேன். ஆனால், ஒரு மோசமான தந்தையாக, மோசமான தனிநபராக அல்லது தவறான பழக்கவழக்கம் கொண்டவனாக இருப்பதற்காக நான் வெட்கப்படவில்லை. நான் ஒரு தவறைச் செய்தேன் என்பதற்காக வெட்கப்படுகிறேன். நமது தவறுகளுக்கு நாம் எப்போதும் அதிக விலை கொடுக்கவேண்டியிருக்கும் என்பதை அறிந்திருந்ததால் நான் வெட்கப்படுகிறேன்.

மிகச் சிலரே இது குறித்துச் சிந்திக்கக்கூடியவர்களாக இருந்த போதிலும் நம் அனைவரையும் சுற்றிலுமுள்ள வரலாற்றின் முக்கியத்துவம் வாய்ந்த உட்கருத்து இதுதான். என் மகனை அந்தப் பெண் பிடித்துத் தள்ளியபோது, அந்தப் பெண் கறுப்பு உடல்கள் தாழ்ந்தவை என்ற மரபின்படியே நடந்துகொண்டார் என்று அவரிடம் சொல்லியிருந்தால், ''நான் இனவாதி அல்ல,'' என்பது போலத்தான் அவருடைய பதில் இருந்திருக்கும். அல்லது அப்படி இல்லாமலும் இருந்திருக்கலாம். ஆனால், இந்த உலகத்தில் எனது அனுபவம், வெள்ளையராக இருக்கப்போவதாகத் தங்களைத் தாங்களே நம்பிக்கொண்டிருப்பவர்கள், தங்களை தனிப்பட்ட குற்றப்பொறுப்பிலிருந்து விடுவித்துக்கொள்ளும் அரசியலில் முழுக் கவனத்தையும் செலுத்துபவர்களாக இருக்கிறார்கள் என்பதாகத் தான் இருந்தது. ''இனவாதி'' என்ற வார்த்தை அவர்களின் கண் முன் புகையிலையை மென்று துப்பும் மட்டிப் பிள்ளையைக் கொண்டுவந்து நிறுத்தவில்லையென்றால், பிறகு அது ஏதோ ஒரு விசித்திரமான - ஒரு திமிங்கிலமாக, பூதமாக அல்லது கோர உருவம் கொண்ட அரக்கனாகத் தோன்றுகிறது. கடினமான கேள்விகளால் பேச்சாளரைக் குறுக்கீடு செய்தவரைப் பார்த்து, ''அவன் ஒரு நீக்ரோ! அவன் ஒரு நீக்ரோ!'' என்று உரக்கக் கத்துவதைச் சினிமாப் படம் எடுத்ததற்குப் பிறகு ஒரு பொழுதுபோக்குக் கலைஞர்

சொல்கிறார், ''நான் இனவாதி அல்ல.'' கறுப்பர்களைத் தனியாகப் பிரித்துவைக்க வேண்டும் என்ற கொள்கையை ஆதரிக்கும் பிரி வினைவாதியான ஸ்ட்ராம் துர்மாண்ட் பற்றி சொல்லவந்த ரிச்சர்ட் நிக்சன், ''ஸ்ட்ராம் இனவாதி அல்ல,'' என்று முடிவுக்கு வரு கிறார். அமெரிக்காவில் இனவாதிகள் என்று யாருமில்லை. அல்லது குறைந்தபட்சம் வெள்ளையராக இருக்கவேண்டிய அவசியத் திலுள்ளவர்கள் இனவாதிகள் யாரையும் தனிப்பட்ட முறையில் அறிந்திருக்கவில்லை. கும்பல் சித்திரவதை நடக்கும் யுகத்தில், குறிப்பாக தண்டனையளிப்பவராகச் செயல்பட்டவர் யார் என்று கண்டுபிடிப்பது சிரமம். ஏனென்றால் அத்தகைய சாவுகள் எப் போதும் ''அடையாளம் தெரியாத நபர்களால்'' நிகழ்த்தப்பட்டவை என்றே பத்திரிக்கைகளால் தெரிவிக்கப்பட்டன. 1957இல், பென் சில்வேனியா லெவிட் நகரத்தில் குடியிருந்த வெள்ளையர்கள் தங்கள் நகரத்தைக் கறுப்பர்களைத் தனியாகப் பிரித்துவைத் திருக்கும் நகரமாக வைத்திருப்பதற்கான உரிமைக்காக வாதிட் டார்கள். அந்தக் கூட்டம் எழுதியது, ''நன்னடத்தையும், மத நம்பிக்கையும் கொண்டவர்களும், சட்டத்துக்குப் பணிந்து நடப் பவர்களுமான நாங்கள், எங்கள் சமுதாயத்தை மூடுண்ட ஒரு சமுதாயமாக வைத்திருக்க வேண்டும் என்ற விருப்பத்தில் தப் பெண்ணம் அற்றவர்களாகவும் மற்றவர்களை வேறுபடுத்திப் பார்க்காதவர்களாகவும் இருக்கிறோம்.'' இது, வெட்கக்கேடான ஒரு செயலைச் செய்கிற அதேசமயத்தில் சட்டமீறலுக்கான அனைத்துத் தண்டனைகளிலிருந்தும் தப்புவதற்கான ஒரு முயற்சி யாகவும் இருந்தது. தீமை செய்பவர்கள் தங்கள் வேலையைச் செய்துவிட்டு, அதை உரக்கப் பிரகடனப்படுத்தும்போது இங்கே பொற்காலம் என்று ஏதும் இருந்ததில்லை என்பதைக் காட்டு வதற்குத்தான் இதை எடுத்துச் சொல்கிறேன்.

''அப்படிப்பட்ட மனிதர்கள் இருக்க முடியாது, அப்படி யாரும் இங்கே இருக்கவுமில்லை என்று சொல்வதற்கே நாம் தயாராக இருப்போம்,'' என்று சோல்செனிட்சன் எழுதினார். ''தீமை செய் வதற்கு ஒரு மானுடன் முதலில் தான் செய்வது நல்லதுதான் என்று நம்ப வேண்டும். இல்லையென்றால் இயற்கை விதியோடு ஒத்துப்போகிற, ஆழ்ந்து சிந்தித்து மேற்கொள்ளப்பட்ட ஒரு செயலாக அது இருக்க வேண்டும்.'' அந்தப் பெருங்கனவின் அடிப் படை இதுதான் - அதன் ஆதரவாளர்கள் அதை வெறுமனே

நம்பினால் மட்டும் போதாது. அது நியாயமானது என்றும், அந்தப் பெருங்கனவு சொந்தமாகக் கொண்டிருப்பது மனஉறுதி, பெரு மிதம், நல்ல செயல்களின் இயற்கையான விளைவு என்றும் நம்ப வேண்டும். மோசமான பழைய நாட்களைப் பற்றிய, போகிற போக்கிலான ஒப்புக்கொள்ளல்கள் இங்கு இருக்கின்றன. மேலும், அப்படிச் சொல்வதன் மூலம், நமது நிகழ்காலத்தின் மீது தொடர்ந்து பாதிப்புச் செலுத்தும் அளவுக்கு மிகவும் மோசமானவையாக அந்தப் பழைய நாட்கள் இருக்கவில்லை என்று கூறப்படுகிறது. பேரச்சம் ஏற்படுத்தும் நமது சிறையமைப்பின் மீதிருந்தும், இராணுவப் படையாக மாற்றியமைக்கப்பட்ட போலீஸ் படையின் மீதிருந்தும், கறுப்பு உடல்களுக்கு எதிரான நீண்ட போரின் மீதிருந்தும், நமது பார்வையை விலக்கிக்கொள்வதற்கான மனஉறுதி ஓரிரவில் வார்க்கப்பட்டதல்ல. இது ஒருவரது கண்களைத் தோண்டி யெடுப்பதும், அந்த வேலையைச் செய்த கைகளுக்குச் சொந்தக் காரரை மறந்துவிடுவதுமான நடைமுறைப்பழக்கமாகும். இந்தப் பயங்கரக்கொடுமைகளை ஒப்புக்கொள்வது என்பதன் பொருள் தன்னைப்பற்றித் தானே எப்போதும் பிரகடனப்படுத்திக்கொண் டதும், பிரகாசமாக வழங்கப்பட்டதுமான உங்கள் நாட்டின் ஒருதரப்பு வாதத்திலிருந்து பார்வையை விலக்கி, இருண்ட, அறியப்படாத ஏதோ ஒன்றை நோக்கிப் பார்வையைத் திருப்புவது என்பதுதான். இப்படிச் செய்வது இப்போதும்கூட பெரும்பாலான அமெரிக்கர்களுக்கு மிகவும் சிரமமாகத்தான் இருக்கிறது. ஆனால், அது உங்கள் பணி. உங்கள் மனத்தூய்மையைப் பாதுகாத்துக் கொள்ளவேண்டுமானால் அதுவே உங்கள் பணியாக இருக்க வேண்டியிருக்கும்.

இந்த நாட்டின் கதையாடல் முழுக்கவும் நீங்கள் யாராக இருக் கிறீர்கள் என்ற உண்மைக்கு எதிராக வாதிடுவதாகவே இருக்கிறது. பீட்டர்ஸ்பர்க், ஷெர்லிபண்ணை மற்றும் வைல்டர்னெஸ்ஸில் என்ன எஞ்சியிருக்கிறது என்று பார்ப்பதற்காக உன்னையும், உடன் பிறவாச் சகோதரன் கிறிஸ்டோபரையும் ஒரு வாடகைக்காரில் பின்இருக்கையில் ஏற்றிக்கொண்டு போனது உனக்கு நன்றாக நினைவிருக்கலாம். அந்தக் கோடைகாலத்தை நான் நினைத்துப் பார்க்கிறேன். உள்நாட்டுப் போரே என் முழுக்கவனத்தையும்

ஆட்கொண்டிருந்தது. ஏனெனில் அந்தப் போரில் ஆறுலட்சம் பேர் இறந்துபோனார்கள். இருப்பினும் என் கல்வியில் அது குறித்து விரிவாகப் பேசுவது தவிர்க்கப்பட்டது. சாதாரண மக்களின் கலாச் சாரத்தில் போர் குறித்த சித்தரிப்புகளும், அதன் விளைவுகளும் மூடிமறைக்கப்பட்டதாகத் தோன்றியது. இருந்தபோதிலும் 1859இல் நாம் அடிமைகளாக இருந்தோம் என்றும், 1869இல் நாம் அடிமை களாக இருக்கவில்லை என்றும் எனக்குத்தெரியும். அந்த ஆண்டு களில் நமக்கு என்ன நேர்ந்ததோ அது மிகுந்த முக்கியத்துவம் வாய்ந்ததாக எனக்குப் பட்டது. ஆனால், அந்தப் போர்க்களங்களில் ஏதொன்றையும் நான் பார்க்கச் சென்றபோது அங்கு வரவு செலவு களை ஆய்வு செய்யவந்த வேண்டாத கணக்காய்வாளராக நான் இருந்ததைப் போலவும், கணக்குப் புத்தகங்களை யாரோ மறைத்து வைத்து விட்டதைப்போலவும் உணர்ந்தேன்.

பீட்டர்ஸ்பர்க் போர்க்களம் குறித்து நாம் பார்த்த அந்த திரைப்படம் எப்படி தென்மாநிலங்களின் கூட்டமைப்பின் வீழ்ச்சியை ஒரு விழாக்கொண்டாட்டமாக அல்லாமல், ஒரு துன்பியலின் தொடக்கம் என்பதுபோல் காட்டி முடிந்தது என்பது உனக்கு நினைவிருக்கிறதா என்று எனக்குத் தெரியவில்லை. நமது சுற்றுப்பயணத்தின்போது தெற்கு மாநிலங்களின் கூட்டமைப்புக் குரிய சீருடையுடன் வந்திருந்த அந்த மனிதர் அல்லது ஒவ்வொரு பார்வையாளரும் பக்கப்படையணிகளின் சாமர்த்தியமான இடப் பெயர்வுகளில், கெட்டியான அந்த பிஸ்கோத்துகளில், நயமான குழாய்களின் உட்பகுதிகொண்ட துப்பாக்கிகளில், சிதறி விழும் பீரங்கித் தெறிகுண்டுகளில், இரும்புத் தகடு வேய்ந்த ராணுவ வண்டிகளில் எவ்வளவு ஆர்வம் காட்டினார்கள் என்றும், ஆனால், இவற்றைச் சாதித்துக் காட்டியதயற்கான பொறியியல் நுட்பத்தில், கண்டுபிடிப்பில், வடிவமைப்பில் எப்படி யாருமே ஆர்வம் காட்ட வில்லை என்பதும் உனக்கு நினைவிருக்குமா என்று நான் சந்தேகிக்கிறேன். உனக்கு பத்து வயதுதான் ஆகியிருந்தது. அந்த வயதிலும் நான் உன்னைத் தொல்லைக்குள்ளாக்கவேண்டியிருக்கும் என்பதை அறிந்தே இருந்தேன். அதன் பொருள் உன் புத்திசாலித் தனத்தை அவமதிக்கும் மனிதர்கள் இருக்கும் அறைகளுக்குள் உன்னை இட்டுச்செல்வதும், உன்மீதான கொள்ளையில் உன்னையே சேர்த்துவிடுவதற்கும், தாங்கள் நிகழ்த்தும் தீவைப்பு

களையும் கொள்ளைகளையும் கிறித்தவ அறக்கொடை என்று மூடிமறைப்பதற்கு முயற்சிப்பவர்களான திருடர்களின் இடங் களுக்கு இட்டுச் செல்வதுமாகும். இருப்பினும் கொள்ளை என்பது இதுதான். எப்போதும் கொள்ளை என்பது இப்படியாகத்தான் இருந்தது.

திருடப்பட்ட நமது உடல்களின் மதிப்பு உள்நாட்டுப்போரின் தொடக்கத்தில் நான்கு பில்லியன் டாலர்களாக இருந்தது. அது அமெரிக்கத் தொழில்துறை அனைத்தையும் அமெரிக்க இருப்புப் பாதைகள், பட்டறைகள், தொழிற்சாலைகள் உள்ளிட்ட அனைத் தையும் விட அதிக மதிப்புவாய்ந்ததாக இருந்தது. திருடப்பட்ட நமது உடல்களின் மூலம் உற்பத்தி செய்யப்பட்ட முதன்மைப் பொருளான பருத்தி, அமெரிக்காவின் முதன்மையான ஏற்றுமதிப் பொருளாக இருந்தது. அமெரிக்காவின் மிகப்பெரிய பணக்காரர்கள் மிஸ்ஸிஸிப்பி ஆற்றுப்பள்ளத்தாக்கில்தான் இருந்தார்கள். திருடப் பட்ட நமது உடல்களின் மூலமாகவே தங்கள் செல்வச்செழிப்பை அவர்கள் உருவாக்கினார்கள். தொடக்ககாலக் குடியரசுத் தலைவர் களால் நமது உடல்கள் அடிமைப்படுத்தி வைக்கப்பட்டிருந்தன. வெள்ளை மாளிகையிலிருந்து ஜேம்ஸ்.கே. போல்க்கால் நமது உடல்கள் வாங்கி விற்கப்பட்டன. நமது உடல்கள்தான் கேப்பி டோலையும், நேஷனல் மாலையும் கட்டியமைத்தன. உள்நாட்டுப் போரின் முதல் துப்பாக்கிச் சூடு தென்கரோலினாவில்தான் நடந்தது. அங்கிருந்த மனித உடல்களில் நமது உடல்கள்தான் அந்த மாநிலத்திலேயே பெரும்பான்மையானவையாக இருந்தன. மாபெரும் உள்நாட்டுப் போருக்கான முகாந்திரம் இங்குதான் இருந்திருக்கிறது. அது ரகசியமானதல்ல. தவிரவும் நாம் நன்றாகச் செயல்பட்டு திருடனே தனது குற்றத்தை ஒப்புக்கொள்வதைக் கண்டுகொள்ள முடியும். யூனியனிலிருந்து பிரிந்து சென்றபோது மிஸ்ஸிஸிபி மாநிலம், 'உலகத்தின் மகத்தான பொருளியல் நலனாக இருக்கும் அடிமைமுறை என்னும் நிறுவனத்தின் மூலமே நமது நிலைப்பாடு முழுநிறைவாக அடையாளப்படுத்தப்படுகிறது,' என்று பிரகடனம் செய்தது.

கெட்டிஸ்பர்க் பயணங்கள் ஒன்றின்போது, ஆப்ரகாம் பிரியனின் வீட்டுக்கு வெளியே நானும் உன் அம்மாவும் நின்றிருந்தது நினை விருக்கிறதா உனக்கு? கெட்டிஸ்பர்க்கில் இருந்த கறுப்பின மக்களின் வரலாறு குறித்துத் தானாகவே கற்றுக்கொண்ட ஓர் இளைஞருடன்

நாங்கள் இருந்தோம். கெட்டிஸ்பர்க்கின் இறுதி நாட்களில் ஜார்ஜ் பிக்கெட் தாக்குதல் நடத்தியபோது பிரியன் பண்ணை தான் இறுதி எல்லைக்கோடாக இருந்தது என்று அவர் விளக்கினார். பிரியன் ஒரு கறுப்பர் என்றும், கெட்டிஸ்பர்க் சுதந்திரமான கறுப்பர் சமுதாயம் ஒன்றின் இருப்பிடமாக இருந்தது என்றும், அந்தச் சமயத்தில், கறுப்பின மக்களைச் சேர்ந்தவர்களிடமிருந்தே திருடி, அவர்களைத் தெற்கே விற்று வந்தவர்களான, கான்பெடரேட் கூட்டுக்குழுவின் தலைமையில் முன்னேறி வந்துகொண்டிருந்த ராணுவத்திடம் தங்கள் உடல்களை இழந்துவிடக் கூடாது என்ற அச்சத்தில் பிரியனும், அவரது குடும்பத்தாரும் அங்கிருந்து தப்பியோடிவிட்டனர் என்றும் அவர் எங்களுக்குச் சொன்னார். ஜார்ஜ் பிக்கெட்டும் அவரது துருப்புகளும் யூனியன் ராணுவத்தால் முறியடிக்கப்பட்டனர். ஒன்றரை நூற்றாண்டுக்குப் பிறகு, அந்த இடத்தில் நின்றுகொண்டு, "தெற்கத்திய" பையன்கள் அனைவரின் உள்ளங்களையும் இந்தத் தோல்வி எப்படி ஆவல்காட்டி ஏமாறச் செய்தது என்பதை - "எல்லாம் சமநிலையில்தான் இருக்கிறது. அது இன்னும் நிகழ்ந்து விடவில்லை. அது இன்னும் தொடங்கக்கூட இல்லை..." என்று ஃபாக்னரின் கதாப்பாத்திரம் ஒன்று நினைவுகூர்ந்ததை நான் எண்ணிப்பார்த்தேன். ஃபாக்னரின் தெற்கத்திய பையன்கள் அனைவரும் வெள்ளையர்களாக இருந்தார்கள். ஆனால், நான், தெற்கிடமிருந்து சுதந்திரமாக இருப்பதற்காகத் தன் குடும்பத்தாரோடு தப்பியோடிய ஒரு கறுப்பு மனிதனின் பண்ணையில் நின்றுகொண்டு, தங்கள் விநோதப் பிறப்புரிமையான - கறுப்பு உடலை அடித்து நொறுக்குவதற்கும், வன்புணர்ச்சி செய்வதற்கும், கொள்ளையடிப்பதற்கும், சூறையாடுவதற்குமான பிறப்புரிமைக்கான காட்டுத்தனமான தேடுதல் வேட்டையில் பிக்கெட்டின் ராணுவ வீரர்கள் வரலாற்றினுள் படையெடுத்துவருவதைப் பார்த்தேன். எல்லாம் "சமநிலையில்தான்" இருந்தது என்னும் ஏக்கத்திற்குரிய அந்தத் தருணத்தின் பேசத் தகுதியற்ற, இழிவான உண்மையும் இதுதான்.

ஆனால், அடிமைப்படுத்துதல் என்பது நற்செயலாற்றும் பரந்த மனப்பான்மையின் அடிப்படையிலானது என்றும், வெள்ளையரான வீரப்பெருந்தகைகள் கறுப்பு உடல்களைப் பறித்தெடுத்துக் கொண்டதையும் போரில் நிகழ்ந்த மனிதப் படுகொலைகளையும்

ஒருவகையான விளையாட்டு என்றும், அதில் இரு தரப்பும் தங்கள் விவகாரங்களைத் துணிவுடனும், நேர்மையுடனும், திறம்படவும் வழிநடத்தினார்கள் என்றும் ஒருவர் முடிவுக்கு வரக்கூடிய விதத்திலான, வசதியான, மாற்றியமைக்கப்பட்ட ஒரு கதையாடலின் மீது அமெரிக்க மாநிலங்களின் மீள்கூட்டமைவு கட்டியமைக்கப்பட்டது. உள்நாட்டுப் போர் குறித்த இந்தப் பொய், குற்றமற்றதன்மை குறித்த ஒரு பொய்யாகும். இது பெருங்கனவாகும். இந்தப் பெருங்கனவிற்கு வரலாற்றாளர்கள் மாயத்தன்மையை ஏற்றுகிறார்கள். இந்தப் பெருங்கனவிற்கு ஹாலிவுட் அரணமைத்துத் தருகிறது. நாவல்களும், சாகசக்கதைகளும் இந்தப் பெருங்கனவிற்கு பொன்முலாம் பூசுகின்றன. தென் மாநிலங்களின் உடைந்துபோன கான்ஃபெடரசியிலிருந்து ஜான் கார்ட்டர் செவ்வாய் கிரகத்துக்குப் பறந்து போகிறார். அவர் எதிலிருந்து தப்பியோடுகிறார் என்று நாம் கேட்கக் கூடாது என்று கருதப்படுகிறது. எனக்குத் தெரிந்த எல்லாக் குழந்தைகளையும் போல நானும் த டியூக்ஸ் ஆஃப் ஹஸ்ஸார்ட் நூலை நேசிக்கிறேன். ஆனால், தளபதி லீ என்று பெயரிடப்பட்ட ஒரு காரை ஓட்டும் இரண்டு சட்ட விரோதிகள் எப்போதும் எந்தத் தீங்கும் நினைத்திராத நல்ல பையன்கள் - என்று சித்தரிக்கப்பட்டிருக்கவேண்டியதன் அவசியமென்ன என்று சிந்தித்ததன் மூலம் நான் நன்றாகச் செயல்பட்டிருந்தேன். மேற்கண்ட இந்தச் சித்தரிப்பு அந்தப் பெருங்கனவைக் காண்பவர்களுக்கான - அப்படியான ஒன்று என்றேனும் இருந்திருந்தால் - மந்திரமாக இருக்கிறது. ஆனால், இந்தத் "தீங்கு நினையாமைக்கு" எந்த முக்கியத்துவமும் இல்லை. எந்த இயைபுப் பொருத்தமும் இல்லை. எரிக் கார்னரை மூழ்கடித்துக் கொன்ற அந்த அதிகாரி அன்று ஓர் உடலை அழித்துவிடுவது என்ற தீர்மானத்தோடு புறப்பட்டு வந்தார் என்று நீ நம்பவேண்டிய அவசியமில்லை. அந்த அதிகாரி அமெரிக்க அரசின் அதிகாரத்தையும், மரபுரிமைப் பண்பொன்றின் பாரத்தையும் தன்னோடு வைத்திருந்தார் என்பதையும், அவை ஒவ்வொரு வருடமும் ஏராளமான உடல்களை அழிக்கவேண்டிய அவசியத்தைக் கோரின என்பதையும், அந்த உடல்களில் கட்டுக்கடங்காததும் கணக்கில்லாததுமான அளவில் கறுப்பர்களின் உடல்கள் இருக்கப்போகின்றன என்பதையும் மட்டுமே நீ புரிந்துகொள்வது அவசியம்.

இதைத்தான் நீ புரிந்துகொள்ள வேண்டும் என்று நான் விரும்பு கிறேன். அமெரிக்காவில் கறுப்பு உடலை அழிப்பது மரபானது - அது பாரம்பரியம். அடிமைப்படுத்துதல் என்பது வெறுமனே உழைப்பைக் கடனாகப்பெறும் நோய்க்காப்பாக மட்டுமே இருக்க வில்லை. ஒரு மனித உயிரியிடம் தனது இன்றியமையாத இயற் பண்புகளுக்கு எதிராக தன் சொந்த உடலையே அர்ப்பணிக்கச் செய்வது என்பது எளிதான காரியமல்ல. அதன் காரணமாக அடிமைப்படுத்துதல் என்பது தற்செயலான சீற்றமாகவும், திட்ட மிடப்படாத உருச்சிதைப்புகளாகவும் இருக்கவேண்டியிருந்தது. உடலானது தப்பிச்செல்ல யத்தனிக்கும்போது மண்டைகள் பிளக் கப்பட்டு மூளைகள் ஆற்றில் வீசியெறியப்படவேண்டியிருந்தது. தொழில் சார்ந்ததாக இருப்பதற்காக வேண்டி வன்புணர்ச்சி என்பது நிலையான வழக்கமாக இருக்கவேண்டியிருந்தது. இதைச் சொல்வதற்கு மேம்பட்ட வழி எதுவுமில்லை. என்னிடம் வாழ்த்துப் பாடல்கள் எதுவுமில்லை. நீக்ரோக்களின் சமயப் பாடல்களு மில்லை. உயிரும் ஆன்மாவுமே உடலும் மூளையுமாகும். அவை அழிக்கப்படக்கூடியவை - அதன் காரணமாகவே துல்லியமான விதத்தில் அவை பெருமதிப்பு வாய்ந்தவையாக இருக்கின்றன. ஆன்மா எங்கும் தப்பிச் செல்லவில்லை. உயிர் நற்செய்திச் சிறகு களால் கவர்ந்துசெல்லப்படவில்லை. புகையிலைக்கு ஊட்டம் தந்த உடல்தான் ஆன்மாவாக இருந்தது. பருத்திக்கு நீர் பாய்ச்சிய ரத்தம் தான் உயிராக இருந்தது. அமெரிக்கத் தோட்டத்தின் முதற்கனி களைப் படைத்தவை இவைதான். அந்தக் கனிகள் குழந்தைகளைக் கணப்படுப்பு விறகால் அடித்துநொறுக்கப்பட்டதன் மூலமும், சோளத்திலிருந்து உமியைப்பிரிப்பதுபோல் சூடான இரும்பால் தோலுரிக்கப்பட்டதன் மூலமும் பத்திரப்படுத்தப்பட்டன.

அது ரத்தமாக இருக்கவேண்டியிருந்தது. அது ஆணிகள் அடிக்கப்பட்ட நாக்காக, அறுத்தெறிப்பட்ட காதுகளாக இருக்க வேண்டியிருந்தது. "கொஞ்சம் கீழ்ப்படியாமை, "மிகுந்த சோம் பேறித்தனம், முரண்டு பிடித்தல், ஒழுங்கீனம்... பிரம்படித் தண்டனை செயல்படுத்தப்பட்டது" என்று எழுதினார் ஒரு தெற்கத்திய குடும்பத்தலைவி. அது, மத்தைத் தொய்வாகப் பிடித்து வெண்ணெய் கடைந்தெடுத்த குற்றத்திற்காக, சமையலறையில் வேலைசெய்தவர்களுக்குக் கிடைத்த அடியுதையாக இருக்க

வேண்டியிருந்தது. "சனிக்கிழமை முப்பது கசையடிகளையும், மீண்டும் செவ்வாய்க்கிழமை அதைவிட அதிகமான கசையடி களையும்... தாங்கிக்கொண்ட" ஏதோ ஒரு பெண்ணாக இருக்க வேண்டியிருந்தது. கறுப்பின உடலை, கறுப்பினக் குடும்பத்தை, கறுப்பினச் சமுதாயத்தை, கறுப்பின தேசத்தை அடக்கிப் பணிய வைப்பது வண்டிச்சவுக்குகள், பற்றுக்குறடுகள், சூடுபோடுவதற் கான இரும்புக் கம்பிகள், கை ரம்பங்கள், கற்கள், காகிதங்கள் பறக்காமல் இருக்கப் பயன்படுத்தப்படும் தாள் கட்டைகள் அல்லது கைக்குக் கிடைக்கும் ஏதோ ஒரு பொருளின் வேலையாகவே இருந்திருக்கும். உடல்கள் கையிருப்புப் பொருளாக நொறுக்கப் பட்டு, காப்பீட்டினால் அடையாளம் இடப்பட்டன. கறுப்பு உடல்கள் இந்தியர்களின் நிலம், முற்றம், அழகிய மனைவி அல்லது மலையிலுள்ள ஒரு கோடை வீடுபோல் நாடித்தேடக்கூடிய, ஆதாயம் தரக்கூடிய பொருட்களாக இருந்தன. தங்களைத் தாங்களே வெள்ளையர்கள் என்று நம்பிக்கொண்டிருக்கவேண்டிய தேவை கொண்ட மனிதர்களுக்கு கறுப்பு உடல்கள் சமூக மன்றங்களுக்கான திறவுகோல்களாகவும், அந்த உடல்களை உடைத்து நொறுக்குவது, நாகரிகத்திற்கான அடையாளமாகவும் இருந்தது. "சமூகத்தின் மிகப் பெரும் பிரிவுகள் ஏழைகளும் பணக் காரர்களும் அல்ல. மாறாக, கறுப்பர்களும், வெள்ளையர்களும் தான்," என்று சொன்னார். மாபெரும் தென்கரோலினா செனட்டர் ஜான் சி. கல்ஹவுன். "வெள்ளையர்கள் அனைவரும் அவர்கள் ஏழைகளாக இருந்தாலும் பணக்காரர்களாக இருந் தாலும் மேல் வர்க்கத்தைச் சேர்ந்தவர்கள். அவர்கள் மதிக்கப்பட வேண்டும், சமமாக நடத்தப்பட வேண்டும்." வெள்ளையர் களுடைய புனிதமான சமத்துவத்தின் அர்த்தம் கறுப்பு உடலை உடைத்துநொறுக்குவதற்கான உரிமை என்பதில்தான் அடங்கி யிருக்கிறது. இந்த உரிமைதான் அவர்களுக்கு எப்போதும் ஓர் அர்த்தத்தை வழங்குவதாக இருக்கிறது. அது கீழே பள்ளத்தாக்கில் யாரோ இருக்கிறார்கள் என்று பொருள்படத்தக்கதாகவே எப் போதும் இருக்கிறது. ஏனெனில் கீழே ஏதும் இல்லையென்றால் மலை என்பது மலையாக இருக்காது.*

---

* Thavolia Glymph, Out of the House of Bondage.

மகனே, நீயும் நானும்தான் அந்தக் ''கீழே''வாக இருக்கிறோம். 1776இல் இதுதான் உண்மையாக இருந்தது. இன்றும் இதுதான் உண்மையாக இருக்கிறது. நீயில்லாமல் அவர்கள் இல்லை. உன்னை உடைத்துநொறுக்கும் உரிமை இல்லாவிட்டால் அவர்கள் மலையிலிருந்து தவிர்க்க முடியாமல் வீழ்ந்தே தீர வேண்டும். அவர்களது தெய்வீகத்தன்மையை இழந்தே தீர வேண்டும். அந்தப் பெருங்கனவிலிருந்து புரண்டு வீழ்ந்தே தீர வேண்டும். அதன் பிறகு, மனித எலும்புகளைத் தவிர வேறு எதை வைத்துத் தங்கள் நகர்ப்புறங்களைக் கட்டியமைப்பது என்றும், தங்கள் சிறைக் கூடங்களை மனித சேமிப்புக்கிடங்குகளாக அல்லாமல் வேறு எந்தக் கோணத்தில் அமைப்பது என்றும், மனிதரைத் தின்பதி லிருந்து விடுபட்டு நிற்கும் ஒரு ஜனநாயகத்தை எப்படிக் கட்டி யெழுப்புவது என்றும் அவர்கள் தீர்மானிக்க வேண்டும். ஆனால், அவர்கள் தங்களைத் தாங்களே வெள்ளையர்கள் என்று நம்பிக் கொண்டிருப்பதால், திரைப்படத்தில் ஒரு மனிதன் நீரில் மூழ் கடித்துக் கொல்லப்படுவதைக் காட்டுவதற்குத் தங்கள் சட்டங் களின் கீழ் இசைவளிக்கக்கூடும். கை நிறைய இனிப்புப் பண்டமும் மென்பானங்களும் வைத்திருந்த பதின்ம வயதுச் சிறுவன் டிரேவான் மார்டினை மனிதப் பலிகேட்கும் கொலைகாரனாக மாற்றும் புராணிகத்துக்குப் பங்களிக்கக் கூடும். ஒரு மனிதனைப்போல் நடந்துகொண்டதற்காக பிரின்ஸ் ஜோன்ஸை ஒரு போலீஸ் அதி காரி மூன்று சட்ட அதிகார எல்லைகளினூடாகப் பின்தொடர்ந்து சென்று சுட்டுக் கொல்வதை அவர்கள் பார்த்துக்கொண்டிருக்கக் கூடும். தங்கள் முழுமுற்றான நல்லறிவு நிலையில் எனது நான்கு வயது மகனை எட்டிப் பிடித்து, அவர்களுடைய மிகவும் முக்கிய மான நாளின் பாதையில் ஒரு தடையாக இருந்ததுபோல் தள்ளி விடக்கூடும்.

நான் சமோரியில் இருந்தேன். இல்லை. நான் திரும்பவும் பால்டிமோரில் அந்தப் பையன்கள் புடைசூழ இருந்தேன். என் பெற்றோரின் வீட்டில், வசிப்பறைத் தரையில் என்னால் உட்புக முடியாத அந்தத் தூரத்து உலகத்தை வெறித்துப் பார்த்தபடி இருந்தேன். வருடக்கணக்கிலான என் கோபம் முழுவதும் ஒன்று சேர்ந்தவனாக இருந்தேன். ''இது இன்றோடு நிற்கப் போகிறது,'' என்று எரிக் கார்னர் சொன்னதும், அவர் கொல்லப்பட்டதுமான

அவரது கடைசித் தருணங்களில் அவர் இருந்திருக்கவேண்டி யிருந்த இடத்தில் நான் இருந்தேன். நான் அதைப் புரிந்து கொள்ளவில்லை என்றபோதிலும், உலகளாவிய ஒரு அநீதியை நான் உணர்ந்தேன். இதுவரையில் நான் கெட்டிஸ்பர்க்குக்குப் போயிருக்கவில்லை. தாவோலியா கிளிம்ப்பை நான் படித் திருக்கவில்லை. எனக்கு இருந்ததெல்லாம் அந்த உணர்வு, அந்த பாரம் மட்டுமே. அப்போது நான் இன்னும் அறிந்திருக்கவில்லை. இப்போதும் நான் முழுமையாக அறிந்துவிடவில்லை. ஆனால், நான் அறிந்ததன் ஒரு பகுதி பெருங்கனவு காண்பவர்கள் மத்தியில் வாழ்வதன் சுமை இங்கு இருக்கிறது என்பதும், மேலதிகச் சுமை யாக, அந்தக் கனவு நியாயமானது, மேன்மை வாய்ந்தது, மேலும் யதார்த்தமானது என்றும், அந்த ஊழலை நீ பார்த்துவிட்ட தாலும், கந்தக நெடியை நுகர்ந்துவிட்டதாலும், நீ பைத்தியக்காரன் என்று உன் நாடே சொல்வதும் இங்கே இருக்கிறது என்பதும்தான். நீ அங்குமிங்கும் நடமாடிக்கொண்டிருக்கும்வரை, அவர்களுடைய குற்றமற்றத் தன்மையை முன்னிட்டு, உன்னுடைய கோபத்தையும், உன்னுடைய அச்சத்தையும் அவர்கள் செல்லுபடியாகதாக ஆக்கு கிறார்கள். "கறுப்பின மக்கள் மட்டுமே இப்படிப்பட்ட மக்க ளாக இருக்கிறார்கள், இவர்கள்..." - என்று உனக்கு எதிராக நீயே பழிதூற்றிக் கொள்வதை நீயே காண்கிறாய். உண்மை யிலேயே உன் சொந்த மனிதாபிமானத்துக்கு எதிராக நீயே பழிதூற்றுகிறாய். உனக்கென ஒதுக்கப் பட்டிருக்கும் உன் மோச மான சேரிப் பகுதியில் நடக்கும் குற்றங்களுக்கு எதிராகப் பொங்கியெழுகிறாய். ஏனெனில், சேரிகளை நடைமுறைக்குக் கொண்டுவந்த அந்த மாபெரும் வரலாற்றுக் குற்றத்தின் முன்னால் நீ வலிமையற்றவனாக இருக்கிறாய்.

உனது நாட்டின் ஆகக்கீழ்நிலையில் இருப்பதாக உன்னை நீயே புரிந்துகொள்வது உண்மையிலேயே பயங்கரமானது. அது, நம்மைப் பற்றி, நமது வாழ்க்கைகளைப் பற்றி, நாம் ஊடாடும் இந்த உலகத்தைப் பற்றி, நம்மைச் சுற்றிலுமுள்ள மக்களைப் பற்றி நாம் என்ன நினைக்க விரும்புகிறோமோ அதைப் பெருமளவில் உடைத்துநொறுக்கிவிடுகிறது. இந்தப் பைத்தியக்காரத்தனத்தைத் தாண்டிப் புரிந்துகொள்வதற்கான நமது போராட்டமே நமக்கு இருக்கும் ஒரே அனுகூலம். அந்தப் போர்க்களங்களை நான்

பார்ப்பதற்குச் சென்ற சமயத்தில், அவை மாபெரும் மோசடி ஒன்றுக்கான நாடக மேடையாக மாற்றியமைக்கப்பட்டிருந்ததை நான் அறிந்துகொண்டேன். அத்துடன் இதை அறிந்திருந்தது மட்டுமே எனக்கான ஒரே பாதுகாப்பாக இருந்தது. ஏனெனில் என்னிடம் பொய் சொல்வதன் மூலம் அவர்கள் என்னை இனியும் அவமதிக்க முடியாது. எனக்குத் தெரிந்திருந்தது - எனக்குத் தெரிந் திருந்த முக்கியமான விஷயம் என்னவென்றால், அவர்களுடைய அடியாழத்தில் ஏதோ ஓரிடத்தில் அவர்களுக்கும் அது தெரிந் திருந்தது என்பதுதான். தெரிந்திருப்பது என்பது உன்னை ஆபத்திற் குள்ளாக்குவதிலிருந்து என்னை விலக்கி வைப்பதாக இருந் திருக்கக்கூடும் என்றும், கோபத்தைப் புரிந்துகொள்வதன் மூலம், அதை ஏற்று அங்கீகரிப்பதன் மூலம் அதை நான் கட்டுப்படுத்த முடிந்திருக்கும் என்றும் நினைக்கத் தோன்றுகிறது. அந்தப் பெண் ணிடம் பேசவேண்டிய வார்த்தைகளைப் பேசிவிட்டு, அங்கிருந்து போய்விடுவதற்கு அது என்னை அனுமதித்திருக்கக்கூடும் என்றும் நினைக்கத் தோன்றுகிறது. இப்படி நினைக்கத் தோன்றுகிறதே தவிர என்னால் வாக்குறுதியளிக்க முடியாது. உனக்கென உண் மையிலேயே என்னிடம் இருப்பதெல்லாம் போராட்டம் மட்டுமே தான். ஏனெனில், இந்த உலகத்தில் உனது கட்டுப்பாட்டின் கீழுள்ள ஒரே பகுதி அதுமட்டும்தான்.

இதைச் சரிசெய்வதற்கு என்னால் முடியாது என்பதற்காக நான் வருந்துகிறேன். ஆனால், உன்னைக் காப்பாற்ற என்னால் முடியாது என்பதற்காக நான் அந்த அளவுக்கு வருந்தவில்லை. மற்றவர்களைக் கொண்டுசென்றது போலவே உனது பாதுகாப் பற்ற தன்மை உன்னை வாழ்வின் அர்த்தத்துக்கு நெருக்கமாகக் கொண்டுசெல்லும். தங்களைத் தாங்களே வெள்ளையராக நம்ப வேண்டிய வேட்கை அவர்களை வாழ்க்கையின் அர்த்தத்தி லிருந்து பிரித்துவைத்துவிடுகிறது. அவர்களுடைய கனவுகளுக்கு மாறாக, அவர்களுடைய வாழ்க்கைகளும்கூட முழுப்பாதுகாப் புடையதாக இருக்கவில்லை என்பதே உண்மை. அவர்களுடைய சொந்தப் பாதுகாப்பின்மையே யதார்த்தமாக மாறும்போது கறுப்பர்களின் மோசமான குடியிருப்புப் பகுதிகளுக்குகெனத் திட்டமிடப்பட்ட காவல்துறை உத்திகள் பரந்த அளவில் பயன் படுத்தப்பட வேண்டும் என்று காவல்துறை முடிவு செய்யும்போது

- ஆயுதம் தரித்த அவர்களுடைய சமூகம் அவர்களுடைய குழந்தைகளையே சுட்டு வீழ்த்தும்போது, இயற்கை அவர்களது நகரங்களுக்கு எதிராக சூறாவளிகளை அனுப்பிவைக்கும்போது, இதற்கெல்லாம் காரணகாரியத் தொடர்பு எதுவும் இருக்க முடியாது என்று புரிந்துகொள்ளக்கூடியவிதத்தில் பிறந்து வளர்ந்த நம்மைப் போலவே அவர்களும் அதிர்ச்சியடைகிறார்கள். அவர் களைப்போல் நீ வாழ்வதற்கு நான் விடப்போவதில்லை. காற்று எப்போதும் உன் முகத்தின் மீது வீசும்படியானதும், நாய்கள் எப்போதும் உன் குதிகால்களினிடத்தில் இருப்பதுமான ஓர் இனத் தினுள் நீ தூக்கியெறியப்பட்டிருக்கிறாய். அனைவரது வாழ்க் கையிலும் வெவ்வேறு மட்டங்களில் இதுதான் உண்மை. இந்த இன்றியமையாத உண்மை பற்றிய அறியாமையில் வாழ்வதற்கான சிறப்புச் சலுகை உனக்குக் கிடையாது என்பதுதான் ஒரே வித்தி யாசம்.

தனது மனித உணர்வுகளுக்காக வருத்தப்படாத மனிதனாக, தனது உயரம், தனது நீண்ட கைகள், தனது அழகிய புன்னகைக்காக மன்னிப்புக்கோராத மனிதனாக, காத்திரமான, பணிவடக்கமான மனிதனாக நீ இருக்க வேண்டும் என்று எப்போதும் விரும்பினேன். எப்போதும் அப்படி இருக்க வேண்டும் என்று விரும்பியே உன்னிடம் நான் பேசுகிறேன். நீ விழிப்புணர்வுகொண்ட மனித னாக வளர்ந்து வருகிறாய். மற்ற மக்களுக்கு வசதி ஏற்படுத்தித் தருவதற்காக உன்னை நீயே குறுக்கிக்கொள்வது அவசியம் என்று நீ உணரக் கூடாது என்பதே என் விருப்பம். இதுவெல்லாம் கணக்கை எந்த விதத்திலும் மாற்றிவிட முடியாது. அவர்களைப் போல் நீ எப்போதும் இருமடங்கு நல்லவனாக இருக்க வேண்டும் என்று நான் ஒருபோதும் விரும்பியதில்லை. அதுபோலவே போராட்டத்திற்குட்பட்ட, குறுகிய, பிரகாசமான உன் வாழ்க் கையின் ஒவ்வொரு நாள் மீதும் நீ தாக்குதல் தொடுக்க வேண்டும் என்றே நான் எப்போதும் விரும்புகிறேன். தங்களை வெள்ளை யர்கள் என்று நம்பவேண்டியிருக்கும் மக்கள் என்றைக்குமே உனக் கான அளவுகோலாக இருக்க முடியாது. உன் சொந்தக் கனவினுள் இறங்கிவிடுவதற்கு உன்னை நான் விட மாட்டேன். இந்த பயங் கரமான, அழகிய உலகத்தின் விழிப்புணர்வு வாய்ந்த ஒரு குடி மகனாக இருப்பதற்கே உன்னை நான் விடப்போகிறேன்.

ஒருநாள், வடக்கு நகர்புறத்தில் பிரித்துவைத்தலின் வரலாறு குறித்தும், அரசின் கொள்கை மூலம் அது எப்படி ரகசியமாகத் திட்டமிடப்பட்டு நடத்தப்பட்டது என்பது குறித்துமான ஒரு செய்தியைச் சேகரிப்பதற்காக நான் சிக்காகோவில் இருந்தேன். சுற்றுக்காவல் மேற்பார்வைக்குச் சென்ற கவுண்ட்டி காவல்துறை அதிகாரிகளைப் பின்தொடர்ந்து நானும் சென்றேன். அன்று தனது வீட்டை இழந்த ஒரு கறுப்பு மனிதரை நான் பார்த்தேன். காவல் துறை அதிகாரிகளைப் பின்தொடர்ந்து நானும் வீட்டினுள் நுழைந்தேன். அந்த அதிகாரிகளில் ஒரு குழுவினர் அங்கு தனது இரு குழந்தைகளைப் பேணிப்பராமரித்துவந்த அந்தக் கறுப்பு மனிதரின் மனைவியிடம் பேசிக்கொண்டிருந்தனர். காவல்துறை அதிகாரி வரப்போகிறார் என்று அந்தப் பெண்ணிடம் தெளிவாக எச்சரிக்கப்பட்டிருக்கவில்லை. இருப்பினும் அவரது கணவருக்கு அது தெரிந்தே இருக்க வேண்டும் என்று அவருடைய நடத்தையில் இருந்த ஏதோ ஒன்று எனக்குச் சொல்லிவிட்டது. அவருடைய மனைவியின் கண்களில் உடனடியாக அந்தச் சூழ்நிலையின் அதிர்ச்சியும், அந்த அதிகாரிகளின் மீதான கோபமும், தன் கணவர் மீதான கோபமும் தெரிந்தன. அந்த மனிதரின் வசிப்பறையில் அந்த அதிகாரிகள் நின்றுகொண்டு, இப்போது என்ன நடக்கப் போகிறதோ அதற்கான உத்தரவுகளை அவரிடம் வழங்கிக்கொண் டிருந்தனர். அந்தக் குடும்பத்தின் உடைமைகளை அப்புறப்படுத்து வதற்காகக் கூலிக்கு அமர்த்தப்பட்ட ஆட்கள் வெளியே நின்றிருந் தனர். அந்த மனிதர் அவமதிக்கப்பட்டார். தனது குடும்பத்துக்கு அச்சுறுத்தலாக இருந்தது எதுவோ அதைச் சிறிது காலமாகவே அவர் தன் தலைக்குள் தனியாக வைத்திருந்திருக்க வேண்டும் என்றும், தானோ தன் மனைவியோ அதை ஏற்றுக்கொள்வதைத் தன்னளவில் தாங்கிக்கொள்ள முடியாதவராக இருந்திருக்க வேண்டும் என்றும் நான் கற்பனைசெய்துகொண்டேன். அதனால் அவர் அந்தச் சக்தியையெல்லாம் கோபமாக மாற்றி அதனை அந்த அதிகாரி களுக்கு எதிராகச் செலுத்தினார். அவர் சபித்தார். உரக்கக் கத்தினார். வெறித்தனமாக விமர்சித்தார். குறிப்பிட்ட அந்தக் காவல்துறை அதிகாரியின் அலுவலகம் பெரும்பாலான அலுவலகங்களைக் காட் டிலும் முன்னேறிச் செயல்படுவதாக இருந்தது. மக்களைப் பெரு மளவில் சிறையிலடைப்பது குறித்து அக்கறைகொண்டவர்களாக

அவர்கள் இருந்தார்கள். வீட்டைக் காலி செய்யும் நடவடிக்கை யின்போது அவர்கள் அடிக்கடி ஒரு சமூக சேவகரையும் அழைத்து வருவார்கள். ஆனால், சமூக சேவகரை அழைத்து வரும் இந்தச் செயலுக்கும் அந்தக் கறுப்பு மனிதர் தனது வாழ்விடமாகக் கொண்டிருக்கும் இந்த உலகத்தின் அடியோட்டமானதும், ஈவிரக்க மற்றதுமான தர்க்கத்துக்கும் எந்தத் தொடர்பும் இல்லை. அந்தத் தர்க்கம் சட்டங்களால் கட்டியமைக்கப்பட்ட தர்க்கம், வரலாற்றால் கட்டியமைக்கப்பட்ட தர்க்கம், இந்த மனிதனின் மீதும், அவனது குடும்பத்தின் மீதும், அவனது தலைவிதியின் மீதுமான வெறுப்பால் கட்டியமைக்கப்பட்ட தர்க்கம்.

அந்த மனிதர் தொடர்ந்து சினத்தை வெளிப்படுத்திக்கொண் டிருந்தார். அதிகாரிகள் அங்கிருந்து திரும்பிப் போனதும், அவர் தனது குடும்பத்தைத் தெருவில் நிறுத்துவதற்காக கூலிக்கு அழைத்து வரப்பட்ட கறுப்பினத்தவரின் குழுவை நோக்கித் தன் சினத்தை வெளிப்படுத்தினார். தங்களால் தடுத்து நிறுத்த முடியாத ஓர் அடிப்படைச் சூறையாடல் நடப்பதை மூடி மறைப்பதற்காக, தங்கள் உடல்களால் அதை மிகைப்படுத்திக் காட்டுகிற, எனக்குத் தெரிந்த, சக்தியற்ற கறுப்பின மக்கள் அனைவரையும் போலவே அவருடைய நடத்தையும் இருந்தது.

காலியிடங்களினூடாக நடந்து சென்று. இலக்கு ஏதுமற்ற பையன்கள் ஈடுபாட்டுடன் செயல்படும் திருச்சபையின் மர இருக்கைகளில் உட்கார்ந்துகொண்டும், தெருக்களிலிருந்த, செத்துப் போனவர்களுக்கான வீதிச் சுவரோவியங்களின் முன்னால் தள்ளாடிக்கொண்டும் இருப்பதை நான் கவனித்தபடி இருந்தேன். இந்த நகரத்தைச் சேர்ந்த, வாழ்வின் பத்தாவது தசாப்தத்தில் நுழைந்துகொண்டிருந்த கறுப்பின மக்களின் அடக்கமான வீடு களில் அவ்வப்போது நான் அமர்ந்தேன். அவர்கள் அழுத்தமானவர் களாக இருந்தார்கள். அவர்களுடைய வீடுகள் மதிப்பிற்குரிய வாழ்வின் அடையாளச் சின்னங்களால் - குடியுரிமை விருதுகள், காலஞ்சென்ற கணவன் மனைவிகள், தொப்பியும் நீளங்கியும் அணிந்த, பல தலைமுறைகளைச் சேர்ந்த குழந்தைகளின் உருவப் படங்கள் - நிறைந்திருந்தன. இந்த நகரத்திற்கு வருவதற்கு முன் அலபாமாவின் ஒற்றை அறைக் கொட்டில்களில் இருந்துகொண்டு, பெரிய வீடுகளைச் சுத்தம் செய்ததன் மூலம் இந்தப் பரிசுகளை

அவர்கள் பெற்றார்கள். ஒரு தற்காலிக இடைநிறுத்தம் என்று கருதப்பட்ட இந்த நகரம் கொள்ளையின் உட்சிக்கல்கள் மிகுந்த வகை மாதிரியாகத் தன்னை வெளிப்படுத்திக்கொண்டதற்கு மாறாக அவர்கள் இதைச் செய்தார்கள். அவர்கள் இரண்டு மூன்று வேலை களைச் செய்து, தங்கள் குழந்தைகளை மேல்நிலைப் பள்ளிகளிலும் கல்லூரிகளும் படிக்கவைத்து, தங்கள் சமுதாயத்தின் தூண்களாக மாறினார்கள். அவர்களை நான் பாராட்டினேன். எனினும் கீழ்க்கண்டவற்றிலிருந்து தப்பிப்பிழைத்தவர்களை மட்டுமே நான் எதிர்கொண்டேன் என்பதை எல்லா நேரமும் நான் அறிந்தே இருந்தேன். அவர்கள், வங்கிகளையும் அவற்றின் கல்முகம் கொண்ட வெறுப்பையும், நில விற்பனையாளர்களையும் அவர் களின் போலிப்பரிவையும் - அந்த வீடு நேற்றுத்தான் விற்பனை யானது - தங்களை, கறுப்பர்களுக்கென ஒதுக்கப்பட்ட இடங் களுக்கு அல்லது ஒதுக்கிவைக்கப்படப்போவதாகக் குறியிடப் பட்ட இடங்களுக்கு இட்டுச்செல்லும் நில விற்பனையாளர் களையும், அகப்பட்டுக்கொண்டவர்களாக இருக்கும் இந்த வர்க் கத்தைச் சேர்ந்தவர்களைத் தேடிப்பிடித்து அவர்களிடமிருந்த எல்லாவற்றையும் உறித்து எடுத்துக்கொண்டவர்களான வட்டிக்கு கடன் வழங்குபவர்களையும் பொறுத்துக்கொண்டவர்களாக இருந் தார்கள். அந்த வீடுகளில் நம்மில் மிகச் சிறந்தவர்களை நான் பார்த்தேன். ஆனால், அவர்கள் ஒவ்வொருவருக்கும் பின்னால் அழிந்துபோனவர்கள் பல லட்சக்கணக்கில் இருந்தார்கள் என்பதை நான் அறிந்தே இருந்தேன்.

வெஸ்ட் சைடின் கூண்டுகள் போலமைந்த சுற்றுவட்டாரங் களில் பிறந்த குழந்தைகள் அங்கே இருந்தார்கள். கறுப்பர்கள் மோசமான சூழ்நிலையில் வாழ்க்கை நடத்தும் இந்தக் குடியிருப்புப் பகுதிகள் ஒவ்வொன்றும் ஒவ்வொரு உட்பகுதியைப்போல் திட்ட மிட்டு அமைக்கப்பட்டவை. அவை இனவாதத்தின் நேர்த்தி வாய்ந்த செயலாக, கூட்டாட்சிக் கொள்கைகளால் அதிகாரம் வழங்கப்பட்ட கொலைக்களங்களாக இருந்தன. இங்கு நாமெல் லோரும் நமது கண்ணியத்தை, நமது குடும்பங்களை, நமது செல்வ வளங்களை மற்றும் நமது உயிர்வாழ்க்கைகளை மீண்டும் கொள்ளை கொடுத்தவர்களாக இருக்கிறோம். பிரின்ஸ் ஜோன் ஸின் கொலைக்கும், இந்தக் கொலைக்களங்களில் நடந்த

கொலைகளுக்கும் இடையில் எந்த வித்தியாசமும் இல்லை. ஏனெனில், இரண்டுமே கறுப்பின மக்களிடம் இருந்ததாக ஊகிக்கப்பட்ட மனிதத்தன்மையற்ற காட்டுமிராண்டித்தனத்தில் வேரூன்றியவையாக இருந்தன. மரபுப் பண்பாக வந்த ஒரு கொள்ளையிடல், சட்டங்கள் மற்றும் மரபுகளின் ஒரு வலைப் பின்னல், ஒரு பாரம்பரியம், ஒரு பெருங்கனவு பிரின்ஸ் ஜோன்ஸைக் கொன்றது. அதைப்போலவே நிச்சயமாக அது வடக்கு லான்டேலின் கறுப்பின மக்களை அச்சுறுத்தும் விதத்திலான கால ஒழுங்கில் கொன்றுகுவித்தது. 'கறுப்பர்களின் குற்றங்கள் மீதாக கறுப்பர்கள்' என்பது வார்த்தை ஜாலமாகும், மொழியின் மீதான வன்முறையாகும். அது, இந்தக்கூட்டு உடன்படிக்கைக்குச் சதித் திட்டம் தீட்டியவர்களும், கடன்தொகையை நிர்ணயித்தவர்களும், சிவப்பு மையை பீப்பாய்க் கணக்கில் விற்றவர்களுமான அந்த மனிதர்களை மறைந்துபோகச் செய்துவிடுகிறது. இது நமக்கு அதிர்ச்சியூட்டும் செய்தியாக இருக்காது கறுப்பின மக்களின் வாழ்க்கையைக் கொள்ளையிடுவது இந்த நாட்டின் பச்சிளம் பருவத்திலேயே பதியவைக்கப்பட்டு, அதன் வரலாறு நெடுகவும் வலுப்படுத்தப்பட்டுள்ளது. அதனால், அந்தக் கொள்ளை வாரி சுரிமையாக மாறிவிட்ட ஓர் அறிவுத்திறமாக, ஒரு தண்டனைத் தீர்ப்பாக, நமது வாழ்நாள் முடியும்வரை மாறாமல் திரும்பத் திரும்ப வந்துசேரவேண்டிய ஒரு தவறான நடைமுறை அமைப்பாக மாறிவிட்டது.

சிக்காகோவின், பால்டிமோரின், டெட்ராயிட்டின் கொலைக் களங்கள் பெருங்கனவு காண்பவர்களின் கொள்கையால் உரு வாக்கப்பட்டவை. ஆனால், அந்தக் கொலைக்களங்களின் சுமையும், அவற்றின் அவமானமும், அவற்றில் இறந்துபோகிறவர்களின் மீதே சுமத்தப்படுபவையாக இருக்கின்றன. இதில் ஒரு மாபெரும் சதி அடங்கியிருக்கிறது. 'கறுப்பர்களின் குற்றங்கள் மீதாகக் கறுப் பர்கள்' என்பது ஒரு மனிதனைச் சுடுவதற்கும், அதன்பிறகு அவன் ரத்தம் சிந்தியதற்காக அவனை அவமானப்படுத்துவதற்கும் ஆனதாகும். இந்தக் கொலைக்களங்களுக்கு அனுமதியளிக்கும் கறுப்பு உடலை அழித்தொழித்தல் என்னும் இந்த முற்கூற்று, பிரின்ஸ் ஜோன்ஸைக் கொல்வதற்கு அனுமதியளிக்கும் முற்கூற்றி லிருந்து வேறானதல்ல. வெள்ளையராக நடந்துகொள்ளும்,

வெள்ளையராகப் பேசும், வெள்ளையராக உயிர்வாழும் பெருங் கனவு என்பதுதான் சிக்காக்கோவில் இருந்த கறுப்பின மக்களை அச்சமூட்டும் விதத்திலான காலஒழுங்கில் கொன்று குவித்ததைப் போலவே நிச்சயமாக பிரின்ஸ் ஜோன்ஸையும் கொன்றது. பொய்யை ஏற்றுக்கொள்ள வேண்டாம். விஷத்தைப் பருக வேண்டாம். பிரின்ஸ் ஜோன்ஸின் உயிர்வாழ்க்கையைச் சுற்றி சிவப்புக் கோடுகள் வரைந்த அதே கைகள்தான் கறுப்பர்கள் வாழும் பகுதியைச் சுற்றிலும் சிவப்புக் கோடுகள் வரைந்தன.

அச்சத்தில் அல்லது போலி நினைவுகளில் உன்னை வளர் தெடுக்க நான் விரும்பவில்லை. உன் மகிழ்ச்சிகளுக்குத் திரை யிடவும், உன் கண்களைக் கட்டிக்கொள்ளவும் உன்னைக் கட்டாயப்படுத்த நான் விரும்பவில்லை. நீ விழிப்புணர்வோடு வளர வேண்டும் என்பதைத்தான் நான் விரும்பினேன். உன் னிடமிருந்து எதையும் மறைக்கக் கூடாது என்பதில் நான் தீர் மானமாக இருந்தேன்.

நீ பதின்மூன்று வயதினனாக இருந்தபோது, உன்னை முதன் முதலாக நான் வேலைக்கு இட்டுச் சென்றது உனக்கு நினை விருக்கிறதா? இறந்துபோன ஒரு கறுப்பினப் பையனின் தாயைப் பார்ப்பதற்காக நான் போயிருந்தேன். ஒரு வெள்ளையரிடம் வார்த்தைகளைப் பரிமாறிக்கொண்டதால் அவன் கொல்லப் பட்டான். தனது இசையின் ஒலி அளவைக் குறைத்துக்கொள்ள மறுத்ததே அவன் கொல்லப்பட்டதற்குக் காரணம். கொலையாளி தனது துப்பாக்கியைக் காலி செய்துவிட்டு, தன் நண்பியை ஓர் உணவுவிடுதிக்குக் காரில் இட்டுச் சென்றார். அவர்கள் குடித் தார்கள். ஒரு பிஸ்ஸாவை வரவழைத்தார்கள். அதன் பிறகு மறு நாள் தானாகவே நிதானமாக வந்து அவர் சரணடைந்தார். ஒரு வேட்டைத் துப்பாக்கியைப் பார்த்ததாக அவர் உறுதி யாகச் சொன்னார். தான் உயிருக்கு அஞ்சிய நிலையில் இருந்த தாகவும், நேர்மையான வன்முறை மூலமாகவே தான் வெற்றி யடைந்தாகவும் அவர் வலியுறுத்திக் கூறினார். இதற்கு முந்தைய பல தலைமுறையைச் சேர்ந்த அமெரிக்கக் கொள்ளைக்காரார்கள் உறுதிபடக் கூறியது போலவே, ‘‘நான் பலியானவனாகவும் வெற்றி யாளனாகவும் இருந்தேன்,’’ என்று அவரும் உறுதிப்படக் கூறி னார். வேட்டைத்துப்பாக்கி எதுவும் கண்டுபிடிக்கப்படவில்லை. இருந்தபோதிலும் அவரது கோரிக்கை சான்றாயர்களின் மீது

செல்வாக்குச் செலுத்தியது. அந்தப் பையனைக் கொலை செய்த தற்காக அவர் தண்டிக்கப்படவில்லை. மாறாக, பின்வாங்கிச் செல்ல முயன்ற அந்தப் பையனின் நண்பர்களைத் திரும்பத் திரும்பச் சுட்டதற்காகவே அவர் தண்டிக்கப்பட்டார். கறுப்பு உடலை அழிப்பது அனுமதிக்கப்பட்டது - ஆனால், அதைத் திறம் படச் செய்ய வேண்டும்.

கொல்லப்பட்ட அந்தக் கறுப்பினப் பையனின் தாயார் தனது வழக்கைப் பிறகு பத்திரிகையாளர்கள் மற்றும் எழுத்தாளர்களின் முன்னிலையில் கொண்டுசென்றார். டைம்ஸ் ஸ்கொயர் உணவு விடுதியின் முகப்புக்கூடத்தில் அவரை நாங்கள் சந்தித்தோம். அவர் நடுத்தர உயரமும், பழுப்பு நிறத் தோலும், தோள்வரை தொங்கும் தலைமுடியும் கொண்டவராக இருந்தார். தீர்ப்பு வழங்கப்பட்டு ஒருவாரம்கூட ஆகியிருக்கவில்லை. ஆனாலும், அவர் அமைதியாகவும் முழுமுற்றான தன்னம்பிக்கையோடும் இருந்தார். கொலை செய்தவருக்கு எதிராக அவர் பொங்கியெழ வில்லை. தனக்குத் தெரிவிக்கப்பட்ட சட்டவிதிகள் போது மானவைதானா என்று அவர் வியப்படைந்தார். தன் மகன் எதன் மீது நம்பிக்கை வைத்தானோ அதற்காக அவன் நிற்க வேண்டும் என்றும், அதன்மீது மிகுந்த மரியாதை செலுத்துபவனாக இருக்க வேண்டும் என்றும் அவர் விரும்பினார். தங்கள் இசையை உரக்க ஒலிக்கச்செய்வதற்கும், பதின்மவயது அமெரிக்கர்களாக இருப்பதற்கும் தன்னுடைய நண்பர்கள் உரிமையுடையவர்கள் என்று நம்பியதற்காகவே அவன் உயிர்துறந்தான். அந்தத் தாய் இன்னும் வியப்பிலேயே ஆழ்ந்திருக்கும்படி விடப்பட்டார். "என் மனதிற்குள் இன்னும் நான் தொடர்ந்து சொல்லிக்கொண்டிருக் கிறேன், 'அவன் பதில் பேச மாட்டானா, உரக்கப் பேச மாட் டானா, இனியும் இங்கே இருக்க மாட்டானா?'"

தன் மகனின் தனித்தன்மையை, அவனுடைய தனித்துவமான உயிர்வாழ்க்கையை அவரால் மறக்க முடியவில்லை. அவனை நேசித்த தந்தை ஒருவர் இருந்தார் என்பதையும், புற்றுநோயோடு தான் போராடிக்கொண்டிருந்தபோது அவர்தான் அவனைப் பரா மரித்தார் என்பதையும் அவரால் மறக்க முடியவில்லை. அந்தக் கூட்டத்தாரின் உயிராக அவன் இருந்தான் என்பதையும், தனது மினி வேனில் அங்குமிங்கும் போய்வருவதற்கென்று அவனுக்கு

எப்போதும் புதிய நண்பர்கள் இருந்தார்கள் என்பதையும் அவரால் மறக்க முடியவில்லை. தான் வேலைசெய்து அதனைக் கொண்டு அவனை அவர் வாழவைக்கவேண்டியிருந்தது. அந்தத் தீர்ப்பு என்னைக் கோபப்படுத்தியதாக அவரிடம் சொன்னேன். காரில் இருந்த ஒரு துப்பாக்கி மனதைத் தடுமாறச் செய்தது என்பது நம்பத்தகுந்ததாக இருந்ததாக சான்றாயர் ஒருவர் நம்பினார் என்ற கருத்து நிலவுகிறது என்று நான் அவரிடம் சொன்னேன். தானும் மனத்தடுமாற்றத்தில் இருந்ததாகவும், கோபப்படாமல் இருந்ததற்குக் காரணம் அமைதியாக ஆய்வு செய்வதில் ஈடு பட்டிருந்ததுதான் என்றும், அதனால் அதைத் தவறாக எடுத்துக் கொள்ள வேண்டாம் என்றும் அவர் கூறினார். ஆனால், தன் கோபத்தைப் பழிவாங்கலிலிருந்து விலக்கி மீட்பை நோக்கிக் குவிமையப்படுத்தக் கடவுள் உதவினார் என்று அவர் கூறினார். கடவுள் அவருடன் பேசினார் என்றும், தன்னை ஒரு புதிய செயலாக்கத்துக்கு அர்ப்பணிக்கச் செய்தார் என்றும் அவர் கூறினார். அதன்பிறகு, கொல்லப்பட்ட அந்தப் பையனின் தாய் எழுந்து நின்று, உன்னிடம் திரும்பி, “நீ உயிரோடிருக்கிறாய், நீ முக்கியமானவன். உனக்கு மதிப்பிருக்கிறது. உனது தலைக் கவிகையை அணிந்துகொள்வதற்கும், உனது இசையை நீ விரும்பு மளவுக்கு உரக்க ஓடவிடுவதற்கும் உனக்கு உரிமையிருக்கிறது. நீ நீயாக இருப்பதற்கு உனக்கு அனைத்து உரிமையும் இருக்கிறது. நீ நீயாக இருப்பதிலிருந்து உன்னை யாரும் தடுக்கமுடியாது. நீ நீயாகத்தான் இருக்க வேண்டும். நீ நீயாக இருப்பதற்கு அஞ்சக் கூடியவனாக இருக்கக் கூடாது,” என்றும் கூறினார்.

அவர் இதைச் சொன்னதற்காக நான் மகிழ்ச்சி அடைந்தேன். அதையே நானும் உனக்குச் சொல்ல முயன்றேன். அதே திசை வழியில் அதே தெளிவுடன் அதை நான் உனக்குச் சொல்ல வில்லையென்றால் அதற்குக் காரணம் நான் அச்சத்தில் இருந்தேன் என்பதை ஒப்புக்கொள்ள வேண்டும். என்னை ஆதரிப்பதற்கு கடவுள் யாருமில்லை, உடலை உடைத்தெறியும் போது அவர்கள் எல்லாவற்றையும் உடைத்தெறிந்துவிடுகிறார்கள் என்று நம்பு கிறேன். கிறித்தவர்கள், முஸ்லிம்கள், நாத்திகவாதிகள் ஆகிய நாம் அனைவரும் இந்த உண்மை குறித்த அச்சத்தில்தான் வாழ்ந்து வருகிறோம் என்று எனக்குத் தெரியும். உடலிலிருந்து உயிரைப்

பிரித்தெடுப்பது ஒரு வகையான பயங்கரவாதம். அது குறித்த அச்சுறுத்தலே நம் அனைவரின் வாழ்க்கைப்பாதையையும் மாற்றி யமைத்துவிடுகிறது. பயங்கரவாதத்தைப் போலவே இந்தச் சிதைப்பும் மனமாரத் திட்டமிட்டுச் செய்யப்படுவதாகும். அது உடலிலிருந்து உயிரைப் பிரித்தெடுப்பது. நீண்ட காலமாக எனக்குத் தெரிந்த அந்தப் பையன்களைக் கட்டாயப்படுத்தும் கொடிய மிருகம் மட்டுமீறிய உடைமை உரிமையின் செயற்களமாகும். அது உடலிலிருந்து உயிரைப் பிரித்தெடுப்பது. நடுத்தர வர்க் கத்தைச் சேர்ந்த, தப்பிப்பிழைத்த கறுப்பர்களைத் தீவிர சாத் வீகத்தன்மைக்குள் தள்ளும் அந்தப் பேயானது, பொது வெளியில் கட்டுப்படுத்தப்படும் நமது உரையாடல், நாம் வெளிக்காட்டும் நமது நல்ல பழக்கவழக்கங்கள், சட்டைப்பையை விட்டு வெளியே தெரியாத நமது கைகள், "திடுமென எதுவும் செய்துவிட மாட்டேன்" என்று சொல்வது போன்று ஒழுங்குபடுத்தப்பட்ட நமது முழுமையான நடைப்பாங்கு அது. உடலிலிருந்து உயிரை பிரித்தெடுப்பது. பள்ளி வருடங்கள் என்னும் பாம்பு, நான் ஒரு சிறுவனாக இருந்தபோதும் இருமடங்கு நல்லவனாக இருக்க வேண்டும் என்று வற்புறுத்தியது. நம்மைச் சுற்றிலும் கொலைகள் நடந்தன. இந்தக் கொலைகளுக்கு காரணமானவர்கள் நமக்கு அப்பால் இருந்தார்கள் என்றும், வேறு யாரோ ஒருவரது நோக் கத்தின் பாற்பட்டவையாக அவை இருந்தன என்றும், நமது மனத்தின் அடியாழத்தில் ஏதோ ஒரு அமைதியான இடத்தில் நமக்குத் தெரிந்திருந்தது. நாம் நினைத்ததே சரி.

என் வாழ்க்கையின் முன்னேற்றத்தை எப்படி அளவிடுகிறேன் என்பதை இங்குத் தருகிறேன். பள்ளிகளையும் வீதிகளையும் குறித்து அச்சம் மிகுந்தவனாக, நார்த்திலும் பொலஸ்கியிலும் போக்குக் காட்டுபவனாக, மர்ஃபிஹோம்ஸில் தலைகுனிந்திருப் பவனாக அந்தக் காலத்தில் வெஸ்ட் பால்டிமோரில் நான் இருந்தது குறித்து என்னை நானே கற்பனைசெய்துபார்க்கிறேன். எனது நிகழ்கால உருவப்படம் ஒன்றை அந்தக் கடைசிப் பையனிடம் காட்டி, அதைப் பற்றி அவன் என்ன நினைக்கிறான் என்று கேட் டதைக் கற்பனைசெய்து பார்க்கிறேன். நீ பிறந்த பிறகான இரண்டு வருடங்களில் ஒரே ஒருமுறை - எனது வாழ்க்கைப் போராட் டத்தின் முதல் இரண்டு சுற்றுக்களில் - இவன் ஏமாற்றமடையப்

போகிறான் என்று நான் நம்பினேன். எனது நாற்பதாவது வயதின் உச்சத்தில், வாழ்க்கையின் ஒரு புள்ளிக்கு வந்துவிட்ட பிறகு - மிகுந்த சிறப்பு வாய்ந்த நிலையல்ல - ஆனால், அந்தப் பையனால் கற்பனைசெய்ய முடிந்ததற்கு வெகுதூரம் அப்பால் இருந்து நான் உனக்கு எழுதுகிறேன். நான் வீதிகளைத் தன்வயப்படுத்தவில்லை. ஏனெனில் உடல்மொழியைப் போதுமான அளவு விரைவாகப் படித்தறிய என்னால் முடியவில்லை. பள்ளிகளை என்னால் தன் வயப்படுத்த முடியவில்லை. ஏனெனில் அவற்றில் எதுவும் என்னை எங்கே இட்டுச்செல்லக் கூடும் என்று என்னால் பார்க்கமுடிய வில்லை. ஆனாலும் நான் வீழ்ந்துவிடவில்லை. எனக்கு என் குடும்பம் இருந்தது. எனக்கு என் வேலை இருந்தது. இனியும் விருந்துகளில் தலையைக் குனியவும், ''நான் ஓர் எழுத்தாளனாக முயன்றுகொண்டிருக்கிறேன்'' என்று மக்களிடம் சொல்லிக்கொண் டிருக்கவும் வேண்டியிருக்கவில்லை. நான் கடவுள் நம்பிக்கை இல்லாதவனாக இருந்தபோதிலும், நான் மனிதனாக இருக்கும் மெய்ம்மையின் காரணமாக, நான் கல்வியின் வரம் பெற்றவனாக இருக்கும் மெய்மையின் காரணமாக, இவ்வாறு, பிரபஞ்சத்தில் மிதக்கும் அனைத்துப் பொருட்களின் மத்தியில் தனிச்சிறப்பு வாய்ந்தவனாக இருப்பது இன்னும் எனக்கு வியப்பூட்டுவதாகவே இருக்கிறது.

சரியான கேள்வியைத் தேடியே எனது படிப்பின் பெரும் பகுதியைப் பயன்படுத்தித் தீர்த்தேன். அதன்மூலம் எனக்கும் இந்த உலகத்துக்கும் இடையிலான முறிவை நான் முழுமையாகப் புரிந்து கொண்டிருக்கக்கூடும். ''இனம்'' குறித்த பிரச்சினையைப் பற்றி ஆய்வு செய்வதில் என் நேரத்தை நான் கழிக்கவில்லை. ''இனம்'' என்பது அதனளவில் பிரச்சினையை மீண்டும் எடுத்துரைப்பதாகவும், வெட்டிக்குறைப்பதாகவுமே இருக்கிறது. மந்தபுத்திகொண்ட ஒருவர், தன்னைத் தானே வெள்ளையராக நம்பிக்கொண்டிருக்கும் ஒருவர், முன்னோக்கிய வளர்ச்சிப்பாதை என்பது கறுப்பர்கள் மற்றும் வெள்ளையர்களின் மாபெரும் காமக்களியாட்டமாக இருக்கும் என்றும், நாமெல்லோரும் சாயமிடப்படாத கம்பளித் துணியாக இருக்கும்போதும், அதன்மூலமாக ஓரே ''இனமாக'' இருக்கும்போதும்தான் இது முடிவுக்கு வரும் என்றும் கருத்தை முன்வைப்பதை நீ அடிக்கடி பார்த்திருக்கலாம். ஆனால், பெரு மளவிலான ''கறுப்பின'' மக்கள் ஏற்கனவே சாயமிடப்படாத

கம்பளித்துணியாகவே இருக்கிறார்கள். நாகரிகத்தின் வரலாற்றில் பிற்காலத்தில் கைவிடப்பட்ட இறந்துபோன ''இனங்கள்'' (பிராங்கிஷ், இத்தாலியன், ஜெர்மன், ஐரிஷ்) கொட்டிக் கிடக்கின்றன. அவை கைவிடப்பட்டதற்குக் காரணம் அவற்றுக்கான இலக்கை - உரிமைகளின் குடையின்கீழ் அடிமட்டத்திலும் அதற்கு அப்பாலும் உள்ள மக்களை ஒருங்கிணைப்பது - நிறைவேற்றுவதாக இனியும் அவை இருக்கவில்லை என்பதுதான்.

இன்றே என் வாழ்க்கை முடிவதாக இருந்தாலும் அது மகிழ்ச்சியானதாக இருக்கும் என்று நான் உனக்குச் சொல்வேன் - அதாவது இப்போது நான் உன்னை எதற்குத் தூண்டுகிறேனோ அந்தக் கல்வியிலிருந்து, அந்தப் போராட்டத்திலிருந்து நான் மிகுந்த மகிழ்ச்சியைப் பெற்றேன் என்று கூறுவேன். பால்டிமோரில், மெக்காவில், தந்தையாக இருப்பதில், நியூயார்க்கில், அந்தப் போராட்டம் பலமுறை என்னைத் தகர்த்தது, மீளுருவாக்கம் செய்தது என்பதை இந்த உரையாடலில் நீ பார்த்திருப்பாய். அந்த மாற்றங்கள் எனக்கு ஒரு ஆனந்தப் பரவசத்தை அளித்தது. அந்தப் பரவசம், இனியும் உன்னிடம் பொய் சொல்லிக் கொண்டிருக்க முடியாதபோது, அந்த பெருங்கனவை நீ மறுதலிக்கும்போது வருவதாக இருந்தது. ஆனால், அந்த மாற்றங்கள் தனித்துவம் வாய்ந்த படித்தலின் வரத்தை நன்கு பயன்படுத்திக்கொள்வது எப்படி என்றும், நான் எதைப் பார்க்கிறேனோ அதைக் கேள்விக் குள்ளாக்குவதற்கும், அப்படிக் கேள்விக்குள்ளாக்கிய பிறகு, நான் எதைப் பார்க்கிறேனோ அதையும் கேள்விக்குள்ளாக்குவதற்கு எனக்குக் கற்றுக் கொடுத்தது. ஏனெனில் கேள்விகளே முக்கியத்துவம் வாய்ந்தவையாக - ஒருவேளை பதில்களை விடவும் அதிக முக்கியத் துவம் வாய்ந்தவையாக இருக்கக்கூடும்.

ஆனால், என் கண்கள். நான் சிறுவனாக இருந்தபோது, என் கண்களை விடவும் உடலில் அதிகமாகத் துன்புற்ற உறுப்பாக வேறெதும் இருந்ததில்லை. குழந்தைப் பருவத்திற்கான அளவு கோல்களின்படி நான் நன்றாகச் செயல்பட்டிருக்கிறேன் என்றால், அந்த அளவுகோல்கள் அவற்றினளவில் எப்படி இடையூறுகளுக் குள்ளாக்கபட்டிருந்தன என்பதை சிறைப்பட்ட எனது வர்க்கத்தைச் சேர்ந்த ஒரு சிறுவன் பார்த்திருந்தான் என்பதையும், அதனுடன் அவசியம் சேர்த்துக்கொள்ள வேண்டும். அந்தப் பெருங்கனவு கோபுர

முகடுபோல் தோற்றமளிக்கப்போவதாக இருந்தது. பிறகு, நாட்டில் பிரிந்து கிடக்கும் வீடுகளில் ஒன்றில், அந்தச் சிறு சமுதாயங்களில் ஒன்றில், மென்னயமாக வளையும் வழிகளைக் கொண்ட முட்டுச் சந்துகளில் ஒன்றில், செழித்து வளரவும், வாழவும் போவதாக இருந்தது. அங்கு பதின்ம வயதினருக்கான திரைப்படங்களை அவர்கள் திரையிட்டார்கள்; குழந்தைகள் மரவீடுகளைக் கட்டி னார்கள். கல்லூரிக்கு முந்தைய அந்தக் கடைசி ஆண்டில் குளத் தடியில் நிறுத்தப்பட்டிருந்த கார்களில் பதின்ம வயதினர் புணர்ந் தார்கள். அந்தப் பெருங்கனவு எனக்கு உலகத்தின் முடிவாக, அமெரிக்கப் பெருவிருப்பமாகத் தோற்றமளிப்பதாக இருந்தது. அஞ்சல் செய்திகளுக்கு அப்பால், புறநகர்களுக்கு அப்பால், இதற்கு மேல் வேறேதும் இருப்பதற்கான சாத்தியம் இருக்கிறதா?

உன் அம்மாவுக்குத் தெரிந்திருந்தது. ஒருவேளை அப்படிப்பட்ட ஒரு இடத்தின் இயற்பியல் எல்லைக்குள் அவள் வளர்ந்தது அதற்குக் காரணமாக இருக்கலாம். பெருங்கனவு காண்பவர்களின் அரு காமையில் வாழ்ந்தது அதற்குக் காரணமாக இருக்கலாம். ஒரு வேளை தங்களைத் தாங்களே வெள்ளையர்கள் என்று நினைத்துக் கொள்பவர்கள் அவளைப் பாராட்டும் அளவுக்கு அவள் அறிவுத் திறம் வாய்ந்தவள் என்றும், அதைத் தொடர்ந்து உண்மையில் அவள் கறுப்பினத்தைச் சேர்நதவளே அல்ல என்றும் அவளிடம் சொன்னது அதற்குக் காரணமாக இருந்திருக்கலாம். ஒருவேளை அங்கிருந்த, உண்மையில் கறுப்பினத்தைச் சேர்ந்த சிறுவர்கள் அவளிடம், "கறுப்புத்தோல் கொண்ட அழகான பெண்," என்று கூறியது அதற்குக் காரணமாக இருக்கலாம். உன் அம்மா அதை என்றும் இயல்பான விஷயமாக உணரவில்லை. அது வேறொரு இடத்தை முக்கியமானதாகக் கொள்வதற்கான சாத்தியத்தை அவளுக்கு வழங்கி, மெக்காவை நோக்கி அவளை உந்தித்தள்ளியது. நியூயார்க்கை நோக்கியும், அதற்கு அப்பாலும் உந்தித்தள்ளியது. அவளது முப்பதாவது பிறந்த நாளில் அவள் பாரிஸுக்குப் பயணம் மேற்கொண்டாள். உனக்கு நினைவிருக்குமா என்று எனக்கு உறுதி யாகத் தெரியவில்லை. அப்போது உனக்கு ஆறுவயதுதான் ஆகி யிருந்தது. காலை உணவாக வறுத்த மீனும், மதிய விருந்தாக கேக்கும் சாப்பிட்டு, உள்ளாடையைப் பொருளகமேடைமீது விட்டுவிட்டு, கோஸ்ட்ஃபேஸ் கில்லாவின் பாடலை உரக்கப்

பாடவிட்டு, அந்த வாரத்தை நாம் கழித்தோம். அமெரிக்காவை விட்டு - தற்காலிகமாகக்கூட - போக வேண்டும் என்று எனக்குத் தோன்றியதில்லை. என் கண்கள். என்னைப் போலவே மேலே வந்தவனான என் நண்பன் ஜெலனி, பயணம் செய்வது என்பது, வாடகைக்கான காசோலையை இளஞ்சிவப்பு நிற ஆடைத் தொகுதியை வாங்குவதற்காக வீணடிப்பதுபோல் அர்த்தமற்ற சொகுசு என்று தான் நினைப்பது வழக்கம் என்று ஒருமுறை சொன்னான். அந்தச் சமயத்தில் நானும் அப்படித்தான் உணர்ந்தேன். உன் அம்மாவின் பாரிஸ் கனவுகள் குறித்து நான் மனங்குழம்பியிருந்தேன். அவற்றை என்னால் புரிந்துகொள்ள முடியவில்லை. அவற்றைப் புரிந்துகொள்ள வேண்டியது அவசியம் என்றும் நான் நினைக்கவில்லை. பிரான்ஸைப் பொறுத்தவரையில் அதை ஒருவர் ரோமரின் மழைக் கடவுள் ஜுபிடராகக் கருதுவதுபோல், எனது உடலின் உடனடிப் பாதுகாப்பை மட்டுமே சிந்திப்பவனாக, ஏழாம் வகுப்பு பிரெஞ்சுப் பாடத்திலேயே என்னில் ஒரு பகுதி இன்னும் தங்கியிருந்தது.

ஆனால், உன் அம்மா இப்போது பாரிஸுக்குப் போய் தன் கனவை நிறைவேற்றிவிட்டாள். அவள் திரும்பிவந்தபோது, அங்கு அவளுக்கானவையாக இருந்தவை மட்டுமல்லாமல், உனக்கும், எனக்குமானவையாக இருந்த அனைத்துச் சாத்தியங்களையும் குறித்து அவளது கண்கள் நடமாடின. அந்த உணர்வு எப்படிப் பரவியது என்பது மிகவும் கேலிக்குரியதாகும். அது காதலில் வீழ்வது போன்றிருந்தது - உன்னைப் பற்றிக்கொள்ளும் விஷயங்கள் மிகச் சிறியனவாக இருந்தன. இரவெல்லாம் உன்னை விழித்திருக்கச் செய்த விஷயங்கள் உனக்கு மிகவும் பிரத்யேகமானவையாக இருந்தன. இதை விளக்க முயற்சிக்கும்போது, மற்றவர்கள் யாரும் உனக்கு வழங்கும் பரிசு பேச்சற்ற, பணிவான ஒரு தலையாட்டல் மட்டுமே. உன் அம்மா பாரிஸ் முழுக்கவும் ஏராளமான புகைப்படங்களை எடுத்திருந்தாள் - கதவுகள், ராட்சதக் கதவுகள் - கரு நீலத்தில், கருங்காலி போன்ற கருநிறத்தில், ஆரஞ்சு நிறத்தில், இளநீலத்தில் மற்றும் எரியும் சிவப்பு நிறத்திலான கதவுகள். ஹார்லம்மில் இருந்த நமது அடுக்குமாடிக்குடியிருப்பில் இருந்து கொண்டு அந்த ராட்சதக் கதவுகளின் புகைப்படங்களை நான் ஆய்வு செய்தேன். அவற்றைப் போன்ற எதையும் நான் எப்போதும்

பார்த்ததில்லை. அதைப் போன்ற கதவுகள் இருக்க முடியும் என்றும், உலகத்தின் ஒரு பாதியில் மிகவும் சாதாரணமாக இருக்கவும், இன்னொரு பாதியில் முற்றிலுமாக இல்லாமலிருக்கவும் முடியும் என்று எனக்குத் தோன்றியிருக்கவில்லை. உன் அம்மா சொன்னதை உற்றுக் கேட்டபோது, பிரான்சு என்பது ஒரு சிந்தனைப் பரி சோதனை அல்ல, மாறாக அது மெய்யான ஒரு இடம் என்றும், அங்கு மெய்யான மக்கள் நிறைந்திருக்கிறார்கள் என்றும், அவர் களது மரபுகள் வித்தியாசமானவை, அவர்களது உயிர்வாழ்க்கை உண்மையிலேயே வித்தியாசமாக இருந்தது, அவர்களது அழகியல் உணர்வு வித்தியாசமானது என்றும் எனக்குத் தோன்றியது.

நான் திரும்பிப் பார்க்கும்போது, எல்லா இடங்களிலிருந்தும் அந்தச் செய்தியை நான் பெற்றிருந்தேன் என்பது எனக்குத் தெரிந்தது. அந்தச் சமயத்தில் என் நண்பர்கள் வேறு உலகங் களோடு தொடர்புகளை ஏற்படுத்தி, பெரும் எண்ணிக்கையிலான மக்களிடம் இணைப்பை உருவாக்கியிருந்தார்கள். ‘‘இந்த இனத் தைத் தற்பெருமை கொண்டதாக ஆக்குங்கள்,’’ என்று முதிய வர்கள் சொல்வது வழக்கம். ஆனால், அந்தச் சமயத்தில் ஒரு மக்கள் கூட்டம் என்ற விதத்திலான உயிரியல் ‘‘இனம்’’ ஒன்றினுள் அதிகம் கட்டுப்பட்டவனாக நான் இருக்கவில்லை என்றும், இந்த மக்கள் எந்தவொரு சீரான நிறத்தின் காரணமாகவும், எந்தவொரு உடற்கூற்று வடிவத்தின் காரணமாகவும் கறுப்பின மக்களாக இருக்கவில்லை என்றும் நான் அறிந்திருந்தேன். பெருங்கனவின் சுமையின் கீழ் துன்புற்றிருந்ததன் காரணமாகவே அவர்கள் கட்டுண்டிருந்தார்கள். அழகிய பொருட்கள் அனைத்தின் மூலமாகவும், மொழி மற்றும் பழக்கவழக்கங்கள் அனைத்தின் மூலமாகவும், உணவு மற்றும் இசை அனைத்தின் மூலமாகவும், இலக்கியம் மற்றும் தத்துவம் அனைத்தின் மூலமாகவும், பெருங் கனவின் சுமையின்கீழ் வைரங்கள்போல் அவர்களால் வடிவமைக் கப்பட்ட பொதுமொழி அனைத்தின் மூலமாகவும் அவர்கள் கட்டுண்டிருந்தார்கள். சிறிது காலத்திற்கு முன்னால், பொருட் களை ஓரிடத்திலிருந்து மற்றொரு இடத்திற்கு ஏற்றிச் செல்லும் இயங்கு வார்ப்பட்டையிலிருந்து ஒரு பையைத் திரும்ப எடுப் பதற்காக விமானநிலையமொன்றில் நின்றிருந்தேன். ஒரு கறுப்பு இளைஞரை மோதிவிட்டதால், ‘‘என் தவறு’’ என்றேன். நிமிர்ந்து

கூடப் பார்க்காமல் அவர் சொன்னார், ''நீங்கள் தவறாக நடந்து கொள்ளவில்லை.'' அந்தப் பேச்சுப் பரிமாற்றத்தில் மிகுந்த மன ஒருமைப்பாடு இருந்தது. அது, கறுப்பர் என்று அழைக்கப்படும் இனக்குழுவைச் சேர்ந்த இரண்டு அறிமுகமற்ற மனிதர்களிடையில் மட்டுமே இருக்க முடிந்ததாகும். வேறு வார்த்தைகளில் சொன் னால், நான் ஒரு உலகத்தின் பகுதியாக இருந்தேன். வேறு உலகங்களின் பகுதிகளாக இருந்தவர்கள் எனக்கு நண்பர்களாக இருந்தார்கள் - யூதர்களின் உலகத்தைச் சேர்ந்தவர்கள் அல்லது நியூயார்க்வாசிகள், தெற்கத்தியவர்களின் உலகத்தைச் சேர்ந்த வர்கள் அல்லது ஆண் ஓரினப்புணர்ச்சியாளர்கள், புலம்பெயர்ந்த வர்களின் உலகத்தைச் சேர்ந்தவர்கள், கலிபோர்னியாக்காரர்கள். பழங்குடி இந்தியர்கள் அல்லது இவற்றில் ஏதேனும் ஒன்றின் கூட்டாளிகள், உலகங்களினுள் உலகங்கள் சித்திரத்தையல் வேலைப்பாடுபோல் தைக்கப்பட்டிருந்தன. இருந்தபோதிலும் என்னளவில் நான் இந்த உலகங்கள் ஏதொன்றையும் சேர்ந்த வனாகவும் இருக்கமுடியவில்லை. நமக்கிடையில் இனத்தைப் போல தவிர்க்கவியலாததாக வேறெதுவும் இருக்கப்போவ தில்லை என்று நான் அறிந்திருந்தேன். அந்தச் சமயத்தில் நான் மிக அதிக அளவில் படித்திருந்தேன். என் கண்கள், அழகான, மதிப்பு வாய்ந்த என் கண்கள் - ஒவ்வொரு நாளும் உறுதி வாய்ந்தவையாக வளர்ச்சியடைந்து வந்தன. என்னை இந்த உலகத்திடமிருந்து பிரித்தது நம்மிடம் உள்ளார்ந்ததாக இருக்கும் எந்தவொரு விஷயமும் அல்ல. மாறாக, நம்மைப் பெயரிட்டு அழைக்க வேண்டும் என்ற நோக்கம் கொண்டவர்களாகவும், உண்மையில் நாம் என்னவாக இருக்கிறோம் என்பதைவிடவும், அவர்கள் நம்மை என்ன பெயரிட்டு அழைக்கிறார்கள் என்பதே எல்லாவற்றையும்விட முக்கியமானது என்று நம்ப வேண்டும் என்ற நோக்கம் கொண்டவர்களாகவும் இருந்த மக்கள் நமக்கு இழைத்த தீங்குதான் என்னை இந்த உலகத்திடமிருந்து பிரித்தது. இந்தத் தீங்கு கருநிறத் தோலோடும், பெரிய உதடுகளோடும் அகன்ற மூக்கோடும் பிறந்ததில் இருக்கவில்லை. மாறாக, அதன் பிறகு நடந்தவை எல்லாவற்றிலும்தான் இருக்கிறது. அந்த இளைஞருடன் நடந்த ஒற்றைப்பேச்சுப் பரிமாற்றத்தில் எனது மக்களின் தனிப்பட்ட மொழியை நான் பேசினேன். அது மிகச்

சிறிய நெருக்க உணர்வாக இருந்தது. ஆனால், - உன் அம்மா வுக்கும் எனக்கும் இடையிலான இன்னமைதி, மெக்காவில் இருக்கும் அற்புதம், ஹார்லெம்மின் வீதிகளில் மறைத்துபோய்விடு வதாக என்னை நானே உணர்ந்த விதம் - என் கறுப்பர் உலகின் அழகைப் பெருமளவில் கைப்பற்றிக் கொண்டதாக இருந்தது. அந்த உணர்வை இனவெறி கொண்டது என்று அழைப்பது, நமது மூதாதையர்களால் வடிவமைக்கப்பட்ட வைரங்களை இந்தக் கொள்ளையரிடம் கையளிப்பதாகும். இந்த உணர்வை நாம்தான் உருவாக்கினோம். அது கொலை செய்யப்பட்டவர்களின், வன் புணர்ச்சி செய்யப்பட்டவர்களின், இறந்துபோனவர்களின் நிழலில் வார்த்தெடுக்கப்பட்டதாக இருந்தபோதிலும் அதை நாம்தான் உருவாக்கினோம். என் சொந்தக் கண்களால் பார்த்த அழகிய விஷயம் இதுதான். நான் வெளியே பயணம் மேற்கொள்வதற்கு முன் இந்தப் பார்வைக் கோணம் எனக்குத் தேவைப்பட்டது என்று நான் நினைக்கிறேன். நான் ஏதோ ஓரிடத்திலிருந்து வந்திருக் கிறேன் என்றும், எந்தவொரு வீட்டையும் போல என் வீடும் அழகானது என்றும், நான் அறிந்திருக்கவேண்டியது அவசியம் என்றும் நான் நினைக்கிறேன்.

அந்தக் கதவுகளின் புகைப்படங்களைப் பார்த்து ஏழாண்டு களுக்குப் பிறகு, வயதுவந்தோருக்கான எனது கடவுச்சீட்டை நான் பெற்றேன். விரைவிலேயே அந்த நிலைக்கு வந்துவிட வேண்டும் என்று நான் விரும்பினேன். அந்தக் காலத்தில் நான் பிரெஞ்சு வகுப்பில் இருந்தபோது, வினைமாற்ற வடிவங்கள், வினைச்சொற்கள், பாலினம் காட்டும் பெயர்ச்சொற்களை மேம் பட்ட ஒன்றுடன் தொடர்புபடுத்த வேண்டும் என்று நான் விரும்பினேன். உண்மையில் அந்த வகுப்பு என்னவாக - வேறொரு நீல உலகத்தின் வாயிலாக - இருந்தது என்று யாரேனும் எனக்குச் சொல்ல வேண்டும் என்று நான் விரும்பினேன். அந்த உலகத்தை நானே பார்க்க வேண்டும் என்றும், அந்தக் கதவுகளையும், அவற்றுக்குப் பின்னாலுள்ள அனைத்தையும் பார்க்க வேண்டும் என்றும் நான் விரும்பினேன். நான் புறப்பட இருந்த நாளில், உன் அம்மாவுடன் ஓர் உணவகத்தில் உட்கார்ந்திருந்தேன். அவள் ஏராளமானவற்றை எனக்குக் காட்டினாள். நான் சொன்னேன், "நான் பயந்துபோயிருக்கிறேன்." உண்மையில் அந்த மொழியைப்

பேசக்கூடியவனாக நான் இருக்கவில்லை. பழக்கவழக்கங்களையும் நான் அறிந்திருக்கவில்லை. நான் தனியொருவனாக இருக்கப் போகிறேன். அவள் வெறுமனே கூர்ந்து கேட்டாள், என் கையைப் பற்றிக்கொண்டாள். அன்று இரவு நட்சத்திரக் கப்பலொன்றில் நான் ஏறினேன். அந்த நட்சத்திரக் கப்பல் இருளினுள் வெளி யேறிச் சென்றது. வானத்தினூடாக வெளியேறிச் சென்றது. வெஸ்ட் பால்டிமோரைக் கடந்து வெளியேறிச் சென்றது. மெக் காவைக் கடந்து, நியூயார்க்கைக் கடந்து, எனக்குத் தெரிந்த எந்த மொழியையும், எல்லா நிறபேதங்களையும் கடந்து வெளியேறிச் சென்றது.

எனது பயணச்சீட்டு முதலில் என்னை ஜெனிவாவுக்கு இட்டுச் சென்றது. எல்லாம் விரைவாக நடந்தேறியது. நான் பணத்தை மாற்றவேண்டியிருந்தது. விமான நிலையத்திலிருந்து நகரத்தினுள் செல்வதற்கு ஒரு தொடர் வண்டியைப் பிடிக்கவேண்டியிருந்தது. அதன் பிறகு பாரிஸுக்கு இன்னொரு தொடர்வண்டியைப் பிடிக்கவேண்டியிருந்தது. பிரெஞ்சு மொழியைப் மெல்லமெல்லப் பழகத் தொடங்கியிருந்தேன். இப்போது என்னை முற்றிலுமாக நனைத்த ஒரு பிரெஞ்சுப் புயலில் சிக்கிக்கொண்டேன். அந்த மொழியின் சிறுதுளிகளை - ‘‘யார்’’, ‘‘யூரோ’’, ‘‘நீங்கள்’’, ‘‘வலது பக்கத்தில்’’ - மட்டுமே பற்றிக்கொள்வதற்கான நிலையில் நான் இருந்தேன். இன்னும் நான் மிகுந்த அச்சத்திலேயே இருந்தேன்.

தொடர்வண்டிக் கால அட்டவணையைப் பார்வையிட்டேன். வியன்னா, மிலன் அல்லது நான் கேள்விப்பட்டிராத ஏதோ வொரு அல்பைன் கிராமத்திலிருந்து வருவதற்கான தவறான பயணச்சீட்டு ஒன்றுடன் நான் இருந்தேன் என்பதை நான் தெரிந்து கொண்டேன். சரியாக அப்போதுதான் அது நடந்தது. விஷயம் வெகுதூரம் தாண்டிப்போய்விட்டது குறித்த உணர்வு, அந்த அச்சம், அறிய முடியாத சாத்தியப்பாடுகள் - இவை அனைத்தின் காரணமான பேரச்சம், வியப்பு, மகிழ்ச்சி - எல்லாம் கலந்து இன்பமயமான சிலிர்ப்பாக ஆனது. அந்தச் சிலிர்ப்பு முற்றிலும் அந்நியமானதாக இருக்கவில்லை. அது மூர்லேண்டில் என்மீது சாடிய அலைக்கு நெருக்கமாக இருந்தது. மேற்கு பிராட்வேயில் தங்கள் கைகளில் ஒயின் கிண்ணங்களை ஏந்திய மக்கள் தடு மாறிக்கொண்டிருந்ததைக் கண்டபோது எனக்கு ஏற்பட்டது

போன்ற ஒரு மிடறு போதைமருந்தின் திடீர்த் தாக்கஉணர் வோடு நெருக்கமான உறவுகொண்டதாக இருந்தது. பாரிஸைச் சேர்ந்த அந்தக் கதவுகளைப் பார்த்தபோது இவையெல்லா வற்றையும் நான் ஒருசேர உணர்ந்தேன். அந்த மாற்றங்கள் அவற்றின் அனைத்து வேதனையுடனும், பொருத்தமற்ற தன்மை யுடனும், குழப்பத்துடனும் எனது வாழ்க்கையின் மெய்ம்மையை விளக்குபவையாக இருந்தன என்பதை நான் உணர்ந்தேன். அப்படி உணர்ந்ததோடு மட்டுமல்லாமல், நான் உயிரோடிருக் கிறேன், கருத்தூன்றிப் பயில்கிறேன், கூர்ந்து நோக்குகிறேன் என்பதையும், அத்துடன் நான் நீண்டகாலமாக உயிரோடுதான் இருந்தேன் - பால்டிமோரில் இருந்தபோதும்கூட - என்பதையும் முதன்முறையாக உணர்ந்தேன். நான் எப்போதும் உயிரோடிருந் தேன். நான் எப்போதும் மாறிக்கொண்டிருந்தேன்.

நான் பாரிஸுக்குப் போய்ச்சேர்ந்தேன். 6ஆவது வட்ட கையி லுள்ள ஓர் உணவு விடுதியில் என் வருகையைப் பதிவுசெய்தேன். உள்ளூர் வரலாறு குறித்து எனக்கு எந்தவிதமான புரிதலும் இல்லை. ஜேம்ஸ் பால்ட்வின் அல்லது ரிச்சர்ட் ரைட் குறித்து நான் அதிகம் யோசிக்கவில்லை. நான் சார்த்தரையோ காம்யூவையோ படித்திருக்கவில்லை. கஃபே த ஃப்ளோர் அல்லது லெ தியூஸ் மக்காட்டைக் கடந்து நடந்து சென்றிருந்தால், அப்போது, அதை நான் குறிப்பாக கவனித்திருக்க மாட்டேன். இதெல்லாம் ஒரு பொருட்டாக இருக்கவில்லை. அன்று வெள்ளிக்கிழமை, வீதி களில் வேடிக்கையான வடிவங்களில் குழுமியிருந்த மக்கள்தான் பொருட்டாக இருந்தனர். காபி விடுதிகளில் பதின்மவயதினர் ஒன்றுகூடியிருந்தார்கள். தங்கள் முதுகுப்பைகளை ஓரமாக வைத்து விட்டு, பள்ளிக் குழந்தைகள் வீதியில் கால்பந்து ஒன்றை உதைத்துக் கொண்டிருந்தார்கள். வயதான தம்பதிகள் நீண்ட கோட்டும், காற்றில் அலையும் கழுத்துப்பட்டையும் வண்ணச் சட்டையும் அணிந்திருந்தார்கள். இருபதையொட்டிய வயதினர் அழகானதும், புதிய பாணியிலானதாகவும் இருந்த சில நிறுவனங்களை முன் னோக்கி சாய்ந்து பார்த்துக்கொண்டிருந்தார்கள். அது நியூயார்க்கை நினைவுபடுத்துவதாக இருந்தது. ஆனால், தாழ்ந்த படித்தரத்தி லான, என்றும் நிலைத்திருக்கும் அச்சத்திற்கு இடம் தராததாக இருந்தது. மக்கள் கவசம் எதுவும் அணிந்திருக்கவில்லை அல்லது

அப்படிப்பட்ட எதையும் என்னால் அடையாளம் காண முடிய வில்லை. பக்க வீதிகளும், குறுக்குச் சந்துகளும் மதுவிடுதிகள், உணவகங்கள், காபி விடுதிகளால் நிறைந்திருந்தன. எல்லோரும் நடந்துகொண்டிருந்தார்கள். நடக்காதவர்கள் தழுவிக்கொண்டிருந் தார்கள். எந்தவொரு இயல்பான உரிமைக்கும் அப்பாற்பட்டவ னாக இருந்ததாக என்னை நானே உணர்ந்தேன். எனது சீஸர் வடிவப் பொருத்தம் உடையவராக இருந்தார். எனது அணிவரிசை ஒரு கத்தியைப்போல் கூர்மையாக இருந்தது. நான் வெளியே நடந்துசென்று, குழம்பில் வெண்ணெய்போல் நகரத்தினுள் கரைந் தேன். என் மனதில் பிக்பாயின் பாடலைக் கேட்டேன்:

நான் வெறுமனே ஒரு விளையாட்டுவீரன் போலிருந்தேன்,
என்னுடைய ஜீன்ஸ் கூர்மையான மடிப்புக் கொண்டிருந்தது,
எனக்கு புத்தம்புதிய வெள்ளைச் சட்டை ஒன்று கிடைத்தது,
என் தொப்பி சற்றே கிழக்கு நோக்கித் திரும்பியிருந்தது.

ஒரு நண்பனோடு மதிய விருந்து சாப்பிட்டேன். இரண்டு வசிப்பறைகளின் அளவில் அந்த உணவகம் இருந்தது. மேசைகள் நெருக்கமாக, ஆனால், உட்காரத் தகுந்த விதத்தில் போடப் பட்டிருந்தன. பரிசாரகி ஒருவகை மாயாஜாலத்தைச் செய்தார். ஒரு மேஜையை வெளியே இழுத்து ஒரு குழந்தையை உயரமான நற்காலியில் உட்காரச் செய்வதுபோல, உங்களை ஆப்பாகச் செறுகினார். கழிவறையைப் பயன்படுத்துவதற்கு நீங்கள் அவருக்கு அழைப்பாணை விடுக்கவேண்டியிருந்தது. உணவை வரவழைப் பதற்கான நேரம் வந்தபோது, அவரிடம் என் தலைதடுமாறிய பிரெஞ்சு மொழியில் விளாசித்தள்ளினேன். அவர் தலையசைத் தார். ஆனால், சிரிக்கவில்லை. அவர் தவறான முகக்குறிப்பு எதையும் காட்டவில்லை. எங்களுக்கு விசித்திரமான ஒயின் புட்டி யொன்று வழங்கப்பட்டது. நான் இறைச்சி வறுவல் சாப்பிட் டேன். எலும்புக்கறியும், பிரெஞ்சு ரொட்டியும் சாப்பிட்டேன். ஈரல் சாப்பிட்டேன். எஸ்பிரஸ்ஸோவையும், சாப்பாட்டுக்குப் பிறகான இனிப்பு வகையாக என்னால் பெயர் சொல்லக்கூட முடியாத ஒன்றையும் சாப்பிட்டேன். என்னால் திரட்ட முடிந்த பிரெஞ்சு மொழி முழுவதையும் பயன்படுத்தி உணவு மிகச் சிறப்பாக இருந்ததாக அந்தப் பரிசாரகியிடம் சொல்ல முயன்றேன்.

அந்தப் பெண் ஆங்கிலத்தில் குறுக்கிட்டு "நீங்கள் இதுவரை சாப்பிட்டதிலேயே மிகச் சிறந்தது, சரிதானே," என்றாள். நடப்பதற்கு எழுந்தேன். உணவுப் பட்டியலில் பாதியை மூச்சோடு உள்ளிழுத்துக்கொண்ட போதிலும், நான் கனமற்ற மனிதன்போல் எளிதாக உணர்ந்தேன். அடுத்த நாள் முன்கூட்டியே எழுந்து நகரத்தினூடாக நடந்தேன். ரோடின் அருங்காட்சியத்தைப் பார்வையிட்டேன். விருந்தில் ஓர் அழகிய பெண்ணை அணுகும் ஒரு பையனுக்கான முழுமையான அச்சத்துடன் சிறு மது விடுதியொன்றில் நுழைந்து, இரண்டு பியர்களையும் பிறகு ஒரு பர்கரையும் வரவழைத்தேன். லக்ஸம்பர்க் தோட்டத்துக்கு நடந்து சென்றேன். அப்போது ஏறக்குறைய பிற்பகல் நான்கு மணி. இருக்கையொன்றில் அமர்ந்தேன். மறுபடியும் முற்றிலும் மாறுபட்ட தோற்றங்களில் மக்கள் அந்தத் தோட்டத்தில் நிரம்பி வழிந்தார்கள். அந்தச் சமயத்தில் விநோதமான ஒரு தனிமையுணர்வு என்னைப் பற்றிக் கொண்டது. ஒருவேளை நாள் முழுக்க ஆங்கிலத்தில் ஒரு வார்த்தைகூடப் பேசாமல் இருந்ததுகூடக் காரணமாக இருக்கலாம். ஒருவேளை இதுவரை நான் பொது மக்களுக்கான தோட்டம் ஒன்றில் அமராததும், அதுபோன்ற ஒன்றை நான் விரும்பியதை நானே தெரிந்துகொள்ளாமல் இருந்ததும் கூடக் காரணமாக இருக்கலாம். என்னைச் சுற்றிலுமிருந்த மக்கள் வழக்கமாக இப்படி வந்து அமர்பவர்களாக இருந்தார்கள்.

உண்மையில் வேறொருவரின் நாட்டில் நான் இருப்பதாகவும், தவிர்க்க முடியாத விதத்தில் அவர்களின் நாட்டிற்கு வெளியில் இருப்பதாகவும் எனக்குத் தோன்றியது. அமெரிக்காவில் ஒரு சமன்பாட்டின் ஒரு பகுதியாக இருந்தேன் - அந்தப் பகுதியை நான் அனுபவித்து மகிழ்ந்தபோதிலும்கூட. ஒரு வேலைநாளின் மத்தியில் இருபத்து மூன்றாவது வீதியில் போலீஸால் தடுத்து நிறுத்தப்பட்ட ஒருவனாக நான் இருந்தேன். மெக்காவுக்கு விரட்டியடிக்கப்பட்ட ஒருவனாக இருந்தேன். நான் வெறுமனே ஒரு தந்தையாக மட்டும் இருக்கவில்லை. மாறாக, ஒரு கறுப்பினப் பையனின் தந்தையாக இருந்தேன். நான் வெறுமனே ஒரு வாழ்க்கைத்துணையாக மட்டும் இருக்கவில்லை. மாறாக, கறுப்பின அன்பின் கடன் வாங்கப்பட்ட அடையாளச் சின்னமான, ஒரு கறுப்பினப் பெண்ணின் கணவனாக இருந்தேன். ஆனால், அந்தத் தோட்டத்தில் முதன்முறையாக

ஓர் அந்நியனாக, நாடற்றவனும், தொடர்பு துண்டிக்கப்பட்டவனு மான ஒரு மாலுமியாக அமர்ந்திருந்தேன். அத்துடன் இதற்கு முன்பு குறிப்பிட்ட இந்தத் தனிமையுணர்வு எனக்கு ஏற்பட்ட தில்லை என்பதற்காகவும், வேறு யாரோ ஒருவரின் கனவிற்கு வெளியே வெகுதூரம் விலகியிருந்ததாக என்னை நானே உணர்ந் ததற்காகவும் வருந்தினேன். தலைமுறை தலைமுறையாகத் தொடர்ந்துவரும் எனது சங்கிலிகளின் கனத்த சுமையையும், வரலாற்றாலும் கொள்கையாலும் குறிப்பிட்ட பிரதேசங்களுக்குள் எனது உடல் கட்டுப்படுத்தப்பட்டு இருந்ததையும் இப்போது நான் உணர்கிறேன். நம்மில் சிலர் இதை நன்றாகப் புரிந்து கொண்டிருக்கிறார்கள். ஆனால், விளையாட்டு, பளுவேற்றப் பட்ட பகடைக்காய்களைக்கொண்டு விளையாடப்படுகிறது. நான் மேலதிகம் அறிந்திருப்பானாக இருக்க வேண்டும் என்று விரும்பி னேன். அதை உடனடியாக அறிந்துகொள்ள வேண்டும் என்றும் விரும்பினேன். அன்று இரவு, செய்ன் நதிக்கு அருகிலிருந்த நடைபாதை நெடுகவும், தங்கள் பதின்ம வயதுக் காரியங்களைச் செய்வதற்காக பதின்ம வயதினர் கூடியதை நான் கவனித்துக் கொண்டிருந்ததை நினைத்துப் பார்க்கிறேன். அது என்னுடைய உயிர் வாழ்க்கையாக இருந்தது என்பதற்காக அதை நான் எவ்வளவு தூரம் நேசிக்கவேண்டியிருந்தது என்பதையும், அச்சத்துக்கு அப்பாற் பட்ட ஒரு கடந்தகாலத்தைக் கொண்டவனாக இருக்க வேண்டும் என்று நான் எவ்வளவு தூரம் விரும்பினேன் என்பதையும் நான் நினைத்துப்பார்க்கிறேன். என் கைவசத்திலோ அல்லது நினை விலோ அந்தக் கடந்தகாலத்தை வைத்திருப்பவனாக நான் இருக்க வில்லை.

அந்தக் கோடை காலத்தில் நாம் மீண்டும் பாரிஸுக்கு வந்தோம். ஏனெனில், உன் அம்மா அந்த நகரத்தை விரும்பினாள். ஏனெனில், நான் அந்த மொழியை விரும்பினேன். ஆனால், எல்லாவற்றுக்கும் மேலாக நீ அதற்குக் காரணமாக இருந்தாய்.

அச்சத்திற்கு அப்பாற்பட்டதாகவும், எனக்கு அப்பாற்பட்ட தாகவும் உனக்குச் சொந்தமென ஒரு உயிர்வாழ்க்கை இருக்க வேண்டும் என்று நான் விரும்பினேன். நான் காயமடைந்திருக் கிறேன். பழைய விதிமுறைகளால் நான் அடையாளமிடப்பட் டிருக்கிறேன். அவை ஒரு உலகில் என்னைத் தடுத்துப் பாது

காப்பவையாகவும், பிறகு அடுத்ததில் எனக்கு விலங்கிடுபவை யாகவும் இருந்தன. உன் பாட்டி என்னை அழைத்து, நீ எப்படி உயரமாக வளர்கிறாய் என்றும், எப்படி ஒரு நாள், "என்னையே சோதிப்பதற்கு" முயற்சிக்கப் போகிறாய் என்றும் சுட்டிக்காட்டி யதை நினைக்கிறேன். அப்படிப்பட்ட ஒரு நாள் வருமென்றால், அதை தந்தமையின் ஒட்டுமொத்தத் தோல்வியாகக் கருதுவேன் என்றும், ஏனென்றால் உனக்கு மேலாக என்னிடம் இருப்ப தெல்லாம் என் கைகள் மட்டும்தான் என்றால், அதன்பின் உண்மையில் என்னிடம் எதுவுமே இல்லை என்றும் அவரிடம் நான் சொன்னேன். ஆனால், என்னை மன்னித்துக்கொள், மகனே. அவர் சொன்னதன் அர்த்தம் என்னவென்று எனக்குத் தெரியும், நீ இளவயதினனாக இருந்தபோது நானும் அப்படித்தான் நினைத் தேன். அப்படி நினைத்ததற்காக இப்போது நான் வெட்கப்படு கிறேன். என் அச்சத்திற்காகவும், தலைமுறைதலைமுறையாகத் தொடரும் சங்கிலிகளை உன் மணிக்கட்டுகளில் பூட்ட முயன்ற தற்காகவும் நான் வெட்கப்படுகிறேன். எங்கள் கடைசி வருடங் களில் நாங்கள் ஒன்றாக நுழைந்தோம். உன்னிடம் மென்மையாக இருக்க வேண்டும் என்று நான் விரும்பினேன். உன்னை எப்படி நேசிக்க வேண்டும் - ஒவ்வொரு நாளும் எப்படி முத்தமிட்டு நான் உன்னை நேசிக்கிறேன் என்று சொல்ல வேண்டும் என்று உன் அம்மா எனக்குக் கற்றுத்தந்தாள். இப்போதும்கூட அது ஒரு சடங்கைப்போல் உணரப்படுவதால் முற்றிலும் இயல்பான ஒரு காரியமாக என்னால் உணரப்படவில்லை. அதற்குக் காரணம் நான் காயப்பட்டிருக்கிறேன் என்பதுதான். அதற்குக் காரணம் கடும் கண்டிப்பான வீட்டில் நான் கற்றுக்கொண்ட பழைய வழிமுறை களிலேயே நான் கட்டுண்டு இருப்பதுதான். தனது நாட்டால் முற்றுகையிடப்பட்டிருப்பதாக இருந்தபோதிலும் அது நேசத்திற் குரிய ஒரு வீடாக இருந்தது. ஆனாலும் அது கடும் கண்டிப்பான வீடாக இருந்தது. பாரிஸில் இருந்த போதும்கூட அந்தப் பழைய வழிமுறைகளை, ஒவ்வொரு குறுகிய பாதையிலும் என் பின்னால் எச்சரிக்கையோடு திரும்பிப்பார்க்கச் செய்வதும், எப்போதும் அங்கிருந்து போய்விடத் தயராக இருப்பதுமான இயல்பான உள்ளுணர்வை என்னால் உதறியெறிய முடியவில்லை.

நாங்கள் அங்கே தங்கியிருந்த சில வாரங்களுக்குள், எனது பிரெஞ்சு மொழியை நான் மேம்படுத்திக்கொள்ள விரும்பியது போலவே தனது ஆங்கிலத்தை மேம்படுத்திக்கொள்ள விரும்பிய ஒருவரை நண்பராக்கிக்கொண்டேன். ஒருநாள் நாட்டர் டேம் முன்னாலிருந்த கூட்டத்தில் நாங்கள் சந்தித்துக்கொண்டோம். லத்தின் குவார்ட்டருக்கு நாங்கள் நடந்துசென்றோம். ஓர் ஒயின் கடைக்கு முன்னால் இருக்கைகள் போடப்பட்டிருந்தன. நாங்கள் அமர்ந்து ஒரு புட்டி சிவப்பு ஒயின் குடித்தோம். இறைச்சியும், ரொட்டியும், பாலாடைக்கட்டியும் எங்களுக்கு ஏராளமாகப் பரிமாறப்பட்டன. இதுதான் முழுஉணவா? மக்கள் இதைத்தான் செய்கிறார்களா? இதை எப்படிக் கற்பனை செய்வது என்றும் கூட எனக்குத் தெரிந்திருக்கவில்லை. மேலும், இவையெல்லாம் என்னைப் பற்றிய ஒரு பார்வைக் கோணத்தைப் பெறுவதற்கான விரிவான ஒரு சடங்கா? என் நண்பர் பணம் செலுத்தினார். நான் அவருக்கு நன்றி கூறினேன். ஆனால், நாங்கள் வெளியேறியபோது, அவர் முன்னால் செல்வதை நான் உறுதிசெய்துகொண்டேன். அந்த நகரத்தின் ஒவ்வொரு மூலையிலும் இருப்பதாகத் தோற்றமளித்த அந்தப் பழைய கட்டிடங்களை அவர் எனக்குக் காட்ட விரும்பினார். அந்த நேரம் முழுவதும் அவர்தான் எனக்கு முன்னால் சென்றார். ஒரு குறுக்குச் சந்தில் அவர் திடீரெனத் திரும்பப் போகிறார். அங்கே என் ஆடையை அவிழ்ப்பதற்குச் சிலர் தயாராக இருக்கப்போகிறார்கள் என்று நான் உறுதியாக இருந்தேன்... அதுதானே நடக்கப்போகிறது? ஆனால், என் புதிய நண்பர் அந்தக் கட்டிடங்களைக் காட்டினார். என் கையைக் குலுக்கினார். இனிய இரவு வணக்கம் சொன்னார். அங்கிருந்து அகலத் திறந்திருந்த இரவினுள் நடந்து சென்றார். அவர் நடந்து சென்றதைப் பார்த்துக் கொண்டிருந்ததில் அந்த அனுபவத்தில் பாதியை என் கண்களின் காரணமாக இழந்துவிட்டதாக உணர்ந்தேன். ஏனென்றால் என் கண்கள் பால்டிமோரில் ஆக்கப்பட்டவையாக இருந்தன. ஏனென்றால் என் கண்கள் அச்சத்தால் கண்கட்டுக் கட்டப்பட்ட வையாக இருந்தன.

நான் விரும்பியது என்னவென்றால், உனக்கும், கண்ணைக் குருடாக்கும் அந்த அச்சத்துக்கும் இடையில் எவ்வளவு முடியுமோ அவ்வளவு இடைவெளியை இட்டுவைக்க வேண்டும் என்பது

தான். வெவ்வேறு மக்கள் வெவ்வேறு விதிமுறைகளின்படி வாழ்கிறார்கள் என்பதை நீ பார்க்க வேண்டும் என்று நான் விரும்பினேன். காபி விடுதிகளில் வீதியைக் கவனித்தவாறு தம்பதிகள் அக்கம்பக்கமாக அமர்ந்திருந்ததையும், வீதிகளில் பெண்கள் நீண்ட வெண்ணிற ஆடைகளில், தலைக்கவசம் அணியாமல் தங்கள் பழைய இருசக்கர வாகனங்களை ஓட்டிச்சென்றதையும், டெய்சி டியூக்களிலும் செந்நீல ரோலர் ஸ்கேட்களிலும் சீறிப்பாய்ந்ததையும் நீ பார்க்க வேண்டுமென்று நான் விரும்பினேன். சால்மன் நிறக் கால்சட்டையும் வெண்ணிற லினனும் அணிந்து, பிரகாசமான ஸ்வெட்டர்களை கழுத்துகளில் சுற்றிக்கொண்டிருந்த மனிதர்கள் அடுத்த திருப்பத்தில் மறைந்துபோய், மேற்பகுதி கீழே இறக்கிவிடப்பட்ட சொகுசுக் கார்களில் தங்கள் உயிர்வாழ்க்கையை நேசித்தபடி திரும்பவும் சுற்றிவந்ததை நீ பார்க்க வேண்டும் என்று நான் விரும்பினேன். அவர்கள் அனைவரும் புகைபிடித்தார்கள். அவர்கள் அனைவரும் அடுத்த திருப்பத்தில் பயங்கரச் சாவோ அல்லது கட்டுக்கடங்காத பரவசமோ தங்களுக்காகக் காத்திருந்ததை அறிந்தவர்களாக இருந்தார்கள். செயின்ட் - ஜெர்மெய்ன் - தெ - ப்ரேவின் முன்னால் நாம் நிமிர்ந்து நின்றபோது, மெழுகுவர்த்திகளைப் போல் உன் கண்கள் எப்படி ஒளிரத் தொடங்கின என்று உனக்கு நினைவிருக்கிறதா? அந்தப் பார்வை ஒன்றுக்காகவே நான் வாழ்ந்தேன்.

அப்போதேகூட நீ விழிப்புணர்வோடு இருக்க வேண்டும் என்றும், அச்சத்திலிருந்து ஒரு கணமேனும் விலகியிருப்பது போராட்டத்திலிருந்து விலகியிருப்பதற்கான ஒரு கடவுச்சீட்டாக இருக்காது என்று நீ புரிந்துகொள்ள வேண்டுமென்றும் நான் விரும்பினேன். கறுப்பராக இருப்பது என்பதன் பொருள் வெவ்வேறு இடங்களில் வெவ்வேறானதாக இருந்தபோதிலும், நீயும் நானும் கறுப்பர்களாகவே எப்போதும் இருக்கப்போகிறோம். பிரான்ஸ் தனது சொந்தக் கனவின் மீது, அதன் உடல்களின் சேகரிப்பின் மீது கட்டியமைக்கப்பட்டிருக்கிறது. உனது பெயரேகூட, பிரான்ஸையும், அதன் காலனியாதிக்கத்தின் மூலமான கொள்ளைக்கான தேசியத் திட்டத்தையும் எதிர்த்த ஒரு மனிதரிடமிருந்துதான் பெறப்பட்டது என்பதை நினைவுபடுத்திக்கொள். பிரெஞ்சு மொழியை நாம் மோசமாகக் கையாள்வது நமது

அமெரிக்கத் தன்மையைப் பிரதிநிதித்துவம் செய்வதுபோல், அங்கு நமது நிறம் வித்தியாசப்படுத்திப் பார்ப்பதற்கான அம்சமாக இருப்பதில்லை என்பது உண்மைதான். தங்களை வெள்ளையர்கள் என்று எண்ணும் அமெரிக்கர்கள் எப்படி நம்மைப் பாலுணர்வு மிக்கவர்கள் என்றும், ஆபாசமானவர்கள் என்றும் கருதுகிறார்கள் என்பதில் கவனிக்கவேண்டிய ஏதோ ஒரு விஷயம் இருக்கிறது என்பதும் உண்மைதான். பிரான்ஸில் நாம் அடிமைப்படுத்தப் பட்டவர்களாக இருக்கவில்லை. நாம் அவர்களுடைய குறிப்பிடத் தக்க ''பிரச்சினையாக'' இருக்கவில்லை. அவர்களுடைய தேசியக் குற்றவுணர்வாகவும் இருக்கவில்லை. அவர்களுடைய நீக்ரோக்க ளாக நாம் இருக்கவில்லை. இதில் ஆறுதல் ஏதாவது இருக்கு மானால், அதை நீ அடைய வேண்டும் என்று நான் உன்னை ஊக்கப்படுத்தும் வகையைச் சேர்ந்ததாக அது இருக்காது. உன் பெயரை நினைவுபடுத்திக்கொள். நீயும் நானும் சகோதரர்களாக, அட்லாண்டிக்கைக் கடந்த வன்புணர்ச்சியின் குழந்தைகளாக இருக் கிறோம் என்பதை நினைவுபடுத்திக்கொள். அந்த வன்புணர்ச்சி யுடன் வந்திருக்கும் பரந்துவிரிந்த விழிப்புணர்வை நினைவுபடுத்திக் கொள். இந்த விழிப்புணர்வு முழுமுற்றாக இனவெறி கொண்டதாக ஒருபோதும் இருக்க முடியாது. அது பிரபஞ்ச ரீதியானதாகவே இருக்க வேண்டும். வீதியில் தங்கள் குழந்தைகளுடன் பிச்சை யெடுத்துக் கொண்டிருந்த ரோமா இனத்தவரை நீ பார்த்ததையும், எந்த மாதிரியான விஷத்தன்மையோடு அவர்கள் பேசப்பட்டார்கள் என்பதையும் நினைவுபடுத்திக்கொள். பாரிஸ்மீதான தனது வெறுப்பைக் குறித்து வெளிப்படையாகப் பேசியவரும் பிறகு, உன் அம்மாவைப் பார்த்து, ஆப்பிரிக்காவின் கீழ் நாம் அனைவரும் ஒன்றுதிரண்டிருக்க வேண்டும் என்று சொன்னவருமான அந்த அல்ஜீரியக் காரோட்டியை நினைவுபடுத்திக்கொள் பாம்ப்பே நகரத்திற்கான தற்காலிகத் தயக்கத்தோடு அந்த நகரமும் கட்டி யமைக்கப்பட்டதுபோல் பாரிஸ் நகரத்தின் அழகுக்கு ஆட்பட்டு நாம் எல்லோரும் உணர்ந்த மனக்கிளர்ச்சியை நினைவுபடுத்திக் கொள். நமது சட்டதிட்டங்களின் உடன்பிறவா உறவாகவும் நமது சொந்த நாட்டின் மதிப்பீடாகவும் இருப்பதும், இயற்பியல் ஒன்றி னால் கட்டவிழ்த்துவிடப்பட்டதாக இருக்கக்கூடியதுமான பொதுத் தோட்டங்கள், நீண்ட மதிய உணவுகள் இவையெல்லாம் ஏற்படுத்துவதும், நம்மால் முழுமையாகப் புரிந்துகொள்ள முடி

யாததுமான அந்த உணர்வை நினைவுபடுத்திக்கொள்.

இந்த மக்கள் கட்டியமைத்தவையும், அதன்மீது ஏராளமான வற்றைக் கட்டியமைத்தவர்கள் யார் என்ற உண்மையும் ஏற்படுத்தும் திகைப்பைச் சமன் செய்யவேண்டியவர்களாக இருந்தவர்களும், இளவயதிலேயே பயணம் செய்யக் கற்றுக்கொண்டவர்களும், அமெரிக்காவில் கறுப்பினத்தைச் சேர்ந்தவர்களாக இருந்தவர்களும், தங்கள் உடல்களின் பாதுகாப்பு குறித்து மிகுந்த கவலை கொண்டவர்களாக இருந்த மக்களுமான - உன் அத்தை ஜனாயும், உன் மாமா பென்னும் அங்கு இருந்தது நல்லாதாகப் போயிற்று. நமது உடல்களை நமது வீட்டிலேயே தடுத்து வைத்திருக்கும் சக்திகள் பிரான்ஸுக்கு அதன் செல்வவளத்தை வழங்கிய சக்திகளோடு தொடர்பற்றவையாக இருக்கவில்லை என்று நம் எல்லோருக்கும் தெரியும். அவர்கள் செய்து முடித்தவற்றில் பெரும் பகுதி, ஹெய்டிய உடல்களைக் கொள்ளையிட்டதன் மூலம், வோலோஃப் உடல்களைக் கொள்ளையிட்டதன் மூலம், துருலேரை அழித்தொழித்ததன் மூலம், பிஸான்டுகுவைக் கைப்பற்றியதன் மூலம் கட்டியமைக்கப்பட்டது என்று நமக்குத் தெரியும்.

டிரேவான் மார்ட்டினைக் கொன்ற கொலையாளி குற்ற மற்றவர் என்று விடுவிக்கப்பட்ட அதே கோடைகாலம்தான், தப்பித்தலுக்கான வேக அளவு என்று எதுவும் இல்லை என்பதை நான் ஏற்றுக்கொண்டதாக உணர்ந்த கோடைகாலமாகும். நமது இருப்பிடம் எந்த மொழியிலும், நம்மைக் கண்டுபிடித்துவிடும். ஜனாயோடும், பென்னோடும், குழந்தைகளோடும் உன் பிறந்த நாளைக் கொண்டாடுவதற்காக பிளாஸ் தெ லா நேஷியோன் வரை தொடர்வண்டி பிடித்துச் சென்றது நினைவிருக்கிறதா? சுரங்கப்பாதைக்கு வெளியே எதிர்ப்புத் தெரிவிப்பதற்காக நின்றிருந்த இளைஞனை நினைவிருக்கிறதா? அவன் வைத்திருந்த அந்த அறிவிப்பு அட்டையை நினைவிருக்கிறதா? VIVE LE COMBAT DES JEUNES CONTRE LE CRIMES RACISTES! USA: TRAYVON, 17 ANS ASSASSIVE CAR NOIR ET LE RACISTE ACQUITE.*

---

* இனவாதிகளுக்கு எதிரான இளைஞர்களின் போராட்டம் வெற்றி பெறட்டும்! அமெரிக்கா: 17 வயது டிரேவான் மார்ட்டின் கறுப்பினத்தைச் சேர்ந்தவர் என்பதன் காரணமாகக் கொல்லப்பட்டார். அவரைக் கொன்ற இனவாதி குற்றமற்றவர் என்று விடுவிக்கப்பட்டார்.

இலக்கற்ற என் இளமைப் பருவத்தில் நான் செத்துப்போய் விடவில்லை. அறிந்துகொள்ளாமல் இருந்ததன் வேதனையில் நான் அழிந்துபோய்விடவில்லை. நான் சிறையிலடைக்கப்படவில்லை. பள்ளிகளுக்கும் வீதிகளுக்கும் அப்பால் இன்னொரு பாதை இருந்தது என்பதை எனக்கு நானே நிரூபித்துக்கொள்ளவேண்டி யிருந்தது. மாபெரும் இயற்கைப் பேரழிவிலிருந்து, ஏதோ ஒரு கொள்ளை நோயிலிருந்து, ஏதோ ஒரு பனிச்சரிவிலிருந்து அல்லது நில நடுக்கத்திலிருந்து தப்பிப் பிழைத்தவர்கள் மத்தியில் இருப்ப தாக என்னை நானே உணர்ந்தேன். இப்போது பத்துப்பேருக்கு ஒருவர் கொன்றொழிக்கப்பட்டபின், நீத்தார் விழிப்பில் வாழ்ந்து வந்த நிலையில், இட்டுக்கட்டப்பட்ட கற்பனை என்று ஒரு காலத்தில் என்னால் கருதப்பட்ட நிலப்பகுதிக்கு வந்து சேர்ந்த போது, எல்லாமே ஓர் ஒளிவட்டத்தில் வார்த்தெடுக்கப்பட்டது போல் தோற்றமளித்தது - பாரிஸைச் சேர்ந்த சாயம் பூசப்பட்ட கழுத்துப்பட்டைகள் பிரகாசமாக ஒளிர்ந்தன. அடுமனைகளி லிருந்து காற்றில் மிதக்கும் காலைநேர நறுமணம் மனதை மயக்கு வதாக இருந்தது. என்னைச் சுற்றிச் சூழ்ந்திருந்த மொழி ஒரு மொழியைப் போலன்றி ஒரு நடனத்தைப்போல் எனக்குப்பட்டது.

உனது தடம் வேறுபட்டது. அது அப்படித்தான் இருக்க வேண்டும். எனக்கு இருபத்தைந்து வயதாக இருந்தபோது தெரிந் திராத விஷயங்கள் உனக்கு பதினொரு வயதிலேயே தெரிந் திருக்கின்றன. எனக்கு பதினொரு வயதாக இருந்தபோது என் உடல் குறித்த பாதுகாப்பே நான் மிகுந்த முன்னுரிமை அளிக்கும் விஷயமாக இருந்தது. என் உயிர்வாழ்க்கை - வீட்டுக்குள்ளேயும் வெளியேயும் வன்முறையின் உடனடிப் பேரப்பேச்சாக இருந்தது. ஆனால், உனக்கு ஏற்கனவே எதிர்பார்ப்புகள் இருந்தன. உன்னிடம் அதை நான் பார்த்தேன். தப்பிப்பிழைத்தலும், பாதுகாப்பும் போது மானதாக இருக்கவில்லை. உன் நம்பிக்கைகள் - உன் கனவுகள், நீ விரும்பினால் - என்னை போரிடும் உணர்வெழுச்சிகளின் அணி வரிசைகளோடு விட்டுச்செல். நான் உன்னைப் பற்றிப் பெருமைப் படுகிறேன் - உன் வெளிப்படைத்தன்மை, உன் பேரார்வம், உன் வலியத் தாக்கும் பண்பு, உன் அறிவுக் கூர்மை. நாம் ஒன்றாக இருப்பதற்குக் கிடைத்திருக்கும் சிறிதளவு நேரத்தில் அந்த அறிவுக் கூர்மையுடன் விவேகத்தை இணைப்பதே என் வேலை. அந்த

விவேகத்தில் பாதி, உனக்குக் கொடுக்கப்பட்டிருப்பது என்ன என்பதைப் புரிந்துகொள்வதாகும் - கவனத்திற்குரியதாக இராத ஓரினப் புணர்ச்சியாளர் விடுதிகளையும், விளையாட்டு வீரர்களில் பாதிப்பேர் வேற்று மொழி பேசுபவர்களாக இருக்கும் ஒரு கால் பந்தாட்டக் குழுவையும்கொண்ட ஒரு நகரம். நான் சொல்வது என்னவென்றால், இவையெல்லாம் உனக்குச் சொந்தமானதல்ல. உன்னிடத்தில் இருக்கும் அழகு கறாராக உன்னுடையதல்ல. உனது கறுப்பு உடல் பெருமளவுக்கு அனுபவிக்கும் அசாதாரமான அளவிலான பாதுகாப்பின் விளைவு அது.

மைக் பிரெளனைக் கொன்ற கொலையாளி தண்டிக்கப்படப் போவதில்லை என்பதைக் கண்டுகொண்டபோது, நீ அங்கிருந்து போய்விடப் போவதாக என்னிடம் சொன்னதற்கு ஒருவேளை அதுவே காரணமாக இருக்கலாம். ஒருவேளை, நீ அழுததற்குக் காரணம் அதுவாக இருக்கலாம். ஏனென்றால் ஒப்பீட்டளவிலான உன்னுடைய முன்னுரிமைப் பாதுகாப்பேகூட பெருங்கனவின் பெயரால் மேற்கொள்ளப்படும் இடைவிடாத தாக்குதலுக்கு ஒரு போதும் ஈடானதாக இருக்கமுடியாது என்பதை நீ அந்தக் கணத்தில் புரிந்துகொண்டுவிட்டாய். அப்படிப்பட்ட தாக்குதல் ஒன்றுக்கு நீ பலியாகி வீழ்ந்து உன் உடலை இழக்க நேரிடுமானால், ஏதோ ஒரு விதத்தில் அது உன்னுடைய தவறாகத்தான் இருக்க வேண்டும் என்று நமது சமகால அரசியல் உனக்குச் சொல்கிறது. டிரேவான் மார்ட்டினின் தலைக்கவிகை அவன் கொல்லப்படுவதற்குக் காரண மாக இருந்தது. ஜோர்டான் டேவிஸின் உரத்த இசையும் அதையே தான் செய்தது. காட்சிக்கு வைத்திருந்த துப்பாக்கியை ஜான் கிராஃபோர்ட் தொட்டிருக்கவே கூடாது. தான் கடுஞ்சீற்றம் கொண்டவனாக இருக்கக் கூடாது என்பதை கஜீமி பவ்வல் அறிந்திருக்க வேண்டும். அவர்களுக்கெல்லாம் தந்தையர்கள் இருந் திருப்பார்கள் - அந்தத் தந்தையர்களும், நீயும்கூட அதை அறிந் திருக்க வேண்டும். தனக்கேயுரிய நியாயப்படுத்துதல்கள் இல்லை யென்றால் அந்தப் பெருங்கனவு தன் மீது தானே இடிந்து வீழ்ந்து விடும். இதை நீ முதன்முதலாக மைக்கேல் பிரெளனிடமிருந்து கற்றுக் கொண்டாய். நான் அதை பிரின்ஸ் ஜோன்ஸிடமிருந்து கற்றுக்கொண்டேன்.

மைக்கேல் பிரெளனுக்கு ஆதரவாக நிற்பவர்கள் பலரும் கருதும் விதத்தில் அவருடைய சாவு நிகழ்ந்திருக்கவில்லை. கேள்விகளுக்குப்

பின்னாலிருக்கும் கேள்விகள் இன்னும் கேட்கப்படவேயில்லை. அரசு அதிகாரியாக இருக்கும் ஒருவரை தாக்குவது என்பது, விசாரணையே இல்லாமல், அந்த அதிகாரியே நீதிபதியாகவும் தண்டனையை நிறைவேற்றுபவராகவும் இருந்து, மரண தண்டனை வழங்கக்கூடிய குற்றமா? நாகரிகம் இப்படித்தான் இருக்க வேண்டும் என்று நாம் விரும்புகிறோமா? பெருங்கனவு காண்பவர்கள் நகராட்சி நிர்வாகத்தின் பொருட்டு, எல்லா நேரங்களிலும் பெர்கூசனைச் சூறையாடுகிறார்கள். அவர்கள் முஸ்லிம்களைச் சித்திரவதை செய்கிறார்கள். அவர்களுடைய ஆளில்லாத விமானங்கள் திருமண விருந்துகளில் குண்டு வீசுகின்றன (தவறுதலாக!). பெருங்கனவு காண்பவர்கள் மார்டின் லூதர் கிங்கை மேற்கோள் காட்டுகிறார்கள். பலவீனமானவர்களுக்கு அகிம்சையும், வலிமையானவர்களுக்கு பெரிய துப்பாக்கிகளும் வேண்டுமென்று ஆரவாரம் செய்கிறார்கள். ஒரு போலீஸ் அதிகாரி நம்முடன் தொடர்பு கொள்ளும் ஒவ்வொரு தடவையும் சாவோ, காயம்படுதலோ, ஊனமோ ஏற்படுவதுதான் சாத்தியமாக இருக்கிறது. யாராக இருந்தாலும் இதுதான் உண்மை என்றும், குற்றவாளிகளைப் பொறுத்தவரை இது மேலதிக உண்மை என்றும் சொல்வது போதுமானதல்ல. அதிகாரிகள் பிரின்ஸ் ஜோன்ஸைத் தேடத் தொடங்கிய அந்தக் கணத்திலேயே அவருடைய உயிர் வாழ்க்கை அபாயத்திற்குள்ளாகிவிட்டது. பெருங்கனவு காண்பவர்கள் இதை தொழில் செய்வதற்கான விலை என்று ஏற்றுக்கொள்கிறார்கள். நமது உடல்களை அதற்கான செலாவணிப் பணமாக ஏற்றுக்கொள்கிறார்கள். ஏனென்றால் இதுதான் அவர்களுடைய பாரம்பரியம். அடிமைகள் என்ற விதத்தில் நாம் இந்த நாட்டிற்கு முதன்முதலாகக் கிடைத்த எதிர்பாராத லாபமாக, அதன் சுதந்திரத்திற்காக வழங்கப்பட்ட குறைந்தபட்ச ஊதியமாக இருந்தோம். உள்நாட்டுப்போரினால் ஏற்பட்ட அழிவுக்கும் விடுதலைக்கும் பிறகு, தவறுக்கு வருந்தாத தென்மாநிலங்களுக்கு மீட்சியும், வடமாநிலங்கள் மற்றும் தென்மாநிலங்களின் ஒன்றிணைவும் வந்தன. அத்துடன் நமது உடல்கள் இரண்டாவது முறையாக இந்த நாட்டின் அடமானப்பொருளாக மாறின. நியூ டீல் என்னும் புதிய பொருளாதார அணுகுமுறையில் நாம் அவர்களின் விருந்தினர் அறையாக, கட்டிமுடிக்கப்பட்ட அடித்தளமாக

இருந்தோம். இன்று, கறுப்பு உடல்களைச் சேமித்து வைப்பதற்கான இடமாகவும், பெருங்கனவு காண்பவர்களுக்குப் பணிகளை வழங்குவதற்கான செயல்திட்டமாகவும், பெருங்கனவு காண்பவர்களுக்கு மிகுந்த வருவாய் அளிக்கும் மூலதனமாகவும் மாறிவிட்ட பரந்து விரிந்த சிறைச்சாலை அமைப்போடு இருக்கிறோம். இன்று, உலகத்திலுள்ள சிறைக் கைதிகளில் எட்டு சதவீதம் கறுப்பர்களாக இருக்கும் நிலையில், வெள்ளையராக இருக்கும் பெருங்கனவுக்கு நமது உடல்கள் மறுநிதி வழங்கியிருக்கின்றன. கறுப்பர்களின் உயிர்வாழ்க்கை மலிவானது. ஆனால், அமெரிக்காவில் கறுப்பு உடல்கள் ஒப்பற்ற ஓர் இயற்கை வளமாக இருக்கின்றன.

III

மனிதகுலத்தை மறதியின் விளிம்பிற்கு இட்டுச் செல் கிறார்கள்: ஏனெனில், தங்களை வெள்ளையர்கள் என்று அவர்கள் நினைக்கிறார்கள்.

– ஜேம்ஸ் பால்ட்வின்

பிரின்ஸ் ஜோன்ஸ் இறந்துபோனதற்குப் பிறகான ஆண்டு களில் அவனது சாவின் நிழலில் தங்கள் உயிர்வாழ்க்கையை அமைத்துக்கொள்ளும்படி விடப்பட்டவர்களை அடிக்கடி நான் நினைத்துப் பார்த்தேன். அவனுக்குத் திருமணம் செய்வதாக உறுதிசெய்யப்பட்ட பெண்ணை நினைத்துப் பார்த்தேன். எந்த விதமான விளக்கமும் இல்லாமல் தலைகீழாக மாறிவிட்ட எதிர் காலத்தைப் பார்ப்பது என்பதன் பொருள் என்னவாக இருக்கும் என்று வியப்படைந்தேன். அவனுடைய மகள் தன் தந்தையை எப்படிக் கற்பனைசெய்துபார்ப்பாள் என்றும், தனது பிரிவாற்றமை யின்போது அந்த இழப்பை எப்படி விளக்குவாள் என்றும் வியப்படைந்தேன். ஆனாலும் நான் பிரின்ஸின் தாயாரைப் பற்றித்தான் பெரிதும் வியப்படைந்தேன். என்னை நானே கேட் டுக்கொண்ட கேள்வி எப்போதும் ஒரே கேள்வியாகவே இருந்தது: அவர் எப்படி உயிர்வாழ்கிறார்? அவருடைய தொலை பேசி எண்ணை இணையத்தில் தேடிக் கண்டுபிடித்து மின்னஞ்சல் அனுப்பினேன். அவர் பதிலளித்தார். பிறகு நான் அவரை அழைத்து அவரைச் சந்திப்பதற்கான நேரத்தை உறுதி செய்தேன். அவர் ஃபிலடெல்பியாவுக்கு வெளியே வாயிற்கதவுக்குள் வாழும் சிறு சமூகம் ஒன்றின் செல்வவளமிக்க வீடுகளிலொன்றில் வாழ்ந்து வந்தார். நான் போய்ச்சேர்ந்தது மழை பெய்த செவ்வாய்க்கிழமை. நியூயார்க்கிலிருந்து தொடர்வண்டியில் சென்று, பிறகு ஒரு வாடகைக்காரைப் பிடித்துக்கொண்டேன். அதற்கு முந்தைய மாதங்களில் நான் பிரின்ஸைப் பற்றியே அதிகம் நினைத்துக்கொண் டிருந்தேன். மெக்காவில் நடந்த வீடுதிரும்புதல் நிகழ்ச்சிக்கு நீயும், உன் அம்மாவும், நானும் சென்றிருந்தோம். அங்கு என் நண்பர்கள் பலர் இருந்தார்கள். பிரின்ஸ் இருக்கவில்லை.

கதவருகில் டாக்டர் ஜோன்ஸ் எனக்கு வணக்கம் தெரிவித்தார். அந்தப் பெண் கனிவானவராக, பண்பானவராக, பழுப்பு நிறத் தவராக இருந்தார். கறுப்பினத்தைச் சேர்ந்த ஒருவரின் சரியான வயதைத் துல்லியமாக உறுதிசெய்வது சிக்கலானதாக மாறிவிடும் நிலையில், அவர் நாற்பதுக்கும் எழுபதுக்கும் இடைப்பட்ட ஏதோ ஒரு வயதில் இருப்பவராகத் தோற்றமளித்தார். எங்களுடைய

உரையாடலுக்கான பேசுபொருளைப் பொறுத்தவரையில், அவர் நிதானத்தோடு இருந்தார். நான் எதை உணர்பவனாக இருந் தேனோ அதையே அவரும் உணர வேண்டியவராக இருப்பார் என்பதால், அவருடன் இருந்த நேரத்தில் பெரும்பகுதி நேரம் அவர் உண்மையிலேயே என்ன உணர்ந்தாரோ அதிலிருந்து விலகியிருப்பதற்காக நான் போராடினேன். அந்தச் சமயத்தில் துல்லியமாக நான் உணர்ந்தது என்னவென்றால், வேதனை கொண்ட கண்களினூடாக அவர் புன்னகைத்தார் என்பதையும், நான் அவரைப் பார்க்கச் சென்றதற்கான காரணமே அந்த வீடு முழுவதிலும் இருண்ட பஞ்சுமெத்தை போன்ற ஒரு துயரத்தைப் பரப்புவதாக இருந்தது என்பதையும்தான். பின்புறம் ஜாஸ் அல்லது திருமறை இசை - இசைக்கப்பட்டுக்கொண்டிருந்ததை நினைவுகூரத் தோன்றுகிறது. ஆனால், அதனுடன் முரண்படும் விதத்தில் எல்லாவற்றின் மீதும் ஓர் ஆழ்ந்த அமைதி கவிந்து கொண்டிருந்ததும் என் நினைவுக்கு வருகிறது. ஒருவேளை அவர் அழுதிருக்கலாம், என்னால் உறுதியாகச் சொல்ல முடியவில்லை. அவருடைய பெரிய வசிப்பறைக்குள் அவர் என்னை இட்டுச் சென்றார். வீட்டில் யாருமில்லை. அது ஜனவரி மாதத் தொடக்கம். அறையின் மூலையில் கிறிஸ்துமஸ் மரம் இன்னும் நின்று கொண்டிருந்தது. அவரது மகள் மற்றும் மறைந்துபோன மகனின் பெயர்களைக்கொண்ட காலுறைகள் அங்கே இருந்தன. மகன் பிரின்ஸ் ஜோன்ஸின் சட்டமிடப்பட்ட புகைப்படம் ஒன்று அங்கு மேசை ஒன்றின்மேல் பார்வைக்கு வைக்கப்பட்டிருந்தது. கனத்த கண்ணாடிக் குவளை ஒன்றில் அவர் எனக்குத் தண்ணீர் கொண்டு வந்தார். அவர் தேநீர் அருந்தினார். லூசியானாவைச் சேர்ந்த ஒபிலுசாஸுக்கு வெளியே அவர் பிறந்து வளர்ந்தார் என்றும், அவருடைய மூதாதையர் அதே பகுதியில் அடிமைப்பட்டிருந் தார்கள் என்றும், அந்த அடிமைப்படுத்துதலின் விளைவாக ஓர் அச்சம் காலங்காலமாகக் கீழ்நோக்கி எதிரொலித்து வந்தது என்றும் அவர் சொன்னார். ‘‘எனக்கு நான்கு வயது ஆனபோது முதன் முதலாக அது பற்றிய தெளிவு கிடைத்தது’’ என்று அவர் சொன்னார்.

நானும் என் அம்மாவும் நகரத்துக்குள் சென்றோம். நாங்கள் கிரேஹவுண்ட் பேருந்தில் ஏறினோம். நான் என் அம்மா

வுக்குப் பின்னால் இருந்தேன். அந்தச் சமயத்தில் அவர் என் கையைப் பிடித்திருக்கவில்லை. என் கண்ணில் பட்ட முதல் இருக்கையில் நான் தொப்பென்று விழுந்தேன். சில நிமிடங்களுக்குப் பிறகு என் அம்மா என்னைத் தேடி வந்தார். பேருந்தின் பின்பகுதிக்கு என்னை இட்டுச் சென்றார். நான் ஏன் அங்கே உட்காரக்கூடாது என்று விளக்கினார். நாங்கள் மிகவும் ஏழைகளாக இருந்தோம். எனக்குத் தெரிந்த, எங்களைச் சுற்றிலுமிருந்த கறுப்பின மக்களில் பெரும்பாலானோர் ஏழை களாகவே இருந்தனர். வெள்ளை அமெரிக்கா பற்றிய என் மனப்படிமங்கள், நகரத்துக்குள் போவதிலிருந்தும், பண்டக சாலையின் கல்லாப்பெட்டிக்குப் பின்னால் யார் இருக்கி றார்கள் என்று பார்த்ததிலிருந்தும், என் அம்மா யாரிடம் வேலை செய்தார் என்று பார்த்ததிலிருந்தும் உருவானவை யாக இருந்தன. ஓர் இடைவெளி இருந்தது என்ற தெளிவு கிடைத்தது.

இந்தப் பெரும்பிளவு நம்மிடம் எல்லா வகையான வழி களிலும் தன்னைத் தானே தெரியப்படுத்திக்கொள்கிறது. பள்ளியில் கேலி செய்யப்பட்ட பிறகு, அலைந்து திரிந்து வீடு வந்த சிறுமி தன் பெற்றோரிடம் கேட்கிறாள், ‘‘நாம் நீக்ரோக்களா? அப்படி யென்றால் என்ன?’’ சில நேரங்களில் அது சூட்சுமமானதாக இருக்கிறது - யார் எங்கே வாழ்கிறார்கள், என்ன வேலை செய் கிறார்கள், யார் அப்படியில்லை என்பதைச் சற்று கூர்ந்து கவனித் தாலே போதும். சில சமயங்களில் அதுவெல்லாம் திடீரென்று நடந்தேறுவதாக இருக்கிறது. இந்த இடைத்தூரம் பற்றி உன் னளவில் நீ எப்படித் தெரிந்துகொண்டாய் என்று நான் கேட்கப் போவதில்லை. மைக் பிரௌன்தான் காரணமா? எனக்குத் தெரிய வேண்டுமென்று நான் நினைக்கவில்லை. நீ சிறப்புரிமை பெற்றவன் என்பதை நீ ஊகித்து விட்டாய். அந்தக்காரியம் ஏற்கனவே நிறை வேறிவிட்டது என்றபோதிலும் சிறப்புரிமை பெற்ற மற்ற குழந்தை களிலிருந்து நீ இன்னும் வித்தியாசமானவனாகவே இருக்கிறாய். ஏனென்றால் இந்த நாட்டிலுள்ள வேறு எவருடையதை விடவும் மிக எளிதில் உடையக்கூடிய உடலைக் கொண்டவனாக நீ இருக் கிறாய் என்று எனக்குத் தெரியும். உனக்கு என்ன தெரிந்திருக்க

வேண்டும் என்று நான் நினைக்கிறேன் என்றால், அது முழுக்க முழுக்க உனது பொறுப்பில் இருந்தபோதிலும், அது உன்னுடைய தவறு அல்ல என்பதைத்தான். அது உன்னுடைய பொறுப்பு, ஏனென்றால் நீ பெருங்கனவு காண்பவர்களால் சூழப்பட்டிருக் கிறாய். உன் கால்சட்டைகளை நீ எப்படி அணிகிறாய், உன் தலைமுடியை நீ எப்படி அலங்கரிக்கிறாய் என்பதோடு அதற்கு எந்தச் சம்பந்தமும் இல்லை. இந்த முறிவு ஒரு கொள்கையைப் போல் திட்டமிட்டு உருவாக்கப்படுகிறது. அதைப் பின்தொடர்ந்து வருவனவற்றை மறந்துபோவதும் அதுபோலவே திட்டமிட்டு மேற்கொள்ளப்படுகிறது இந்த முறிவு சூறையாடப்படுவோரை சூறையாடுவோரிடமிருந்து, அடிமைப்பட்டவரை அடிமைப் படுத்துவோரிடமிருந்து, குத்தகை விவசாயிகளை நிலஉரிமையாளர் களிடமிருந்து, மனித மாமிசம் உண்பவர்களை உணவிடமிருந்து திறன்மிக்கவிதத்தில் தனியாகப் பிரித்து வைப்பதை அனுமதிக்கிறது.

டாக்டர் ஜோன்ஸ் உணர்ச்சிகளை வெளிக்காட்டாதவராக இருந்தார். ஒரு காலத்தில் மக்களால் “ஒரு சீமாட்டி” என்று அழைக்கப்பட்டவராக இருந்தார். அந்த அர்த்தத்தில் அவர் என் பாட்டியை நினைவுபடுத்தினார். ஏவி இயக்கப்படுதல்களுக்கு உட் பட்டிருந்த என் பாட்டி ஒற்றைத் தாயாக இருந்தார். ஆனால், எப்போதும் தனக்கு விரும்பத்தக்க விஷயங்களே இருந்ததுபோல் பேசுவார். தன் தந்தை மற்றும் தன்னைச் சுற்றிலுமிருந்தவர்களின் குத்தகை விவசாய வாழ்க்கையின் அடையாளமான பஞ்சநிலை யிலிருந்து தப்ப வேண்டும் என்ற தனது நோக்கம் குறித்து டாக்டர் ஜோன்ஸ் விவரித்தபோது, “இப்படியே நான் வாழ்ந்து கொண்டிருக்கப்போவதில்லை,” என்று தனக்குத்தானே சொல்லிக் கொண்டதை அவர் நினைவுகூர்ந்தபோது, அவர் கண்களில் தெரிந்த உறுதியை நான் பார்த்தேன். என் பாட்டியின் கண்களில் தெரிந்த உறுதியை நினைவுபடுத்திக்கொண்டேன். இப்போதெல் லாம் அவரை உனக்கு அவ்வளவாக நினைவிருக்காது - அவர் இறந்தபோது உனக்கு ஆறுவயது. நிச்சயமாக அவரை நான் நினைவுபடுத்திக் கொள்கிறேன். ஆனால், அவரை நான் அறிந்து கொண்ட சமயத்தில், உதாரணமாக, பகல் நேரத்தில் வெள்ளை இனத்தவரின் தரைகளைத் துடைத்துத் துப்புரவாக்கிவிட்டு, இரவு நேரங்களில் பள்ளிக்குச் சென்றது எப்படி என்பது போன்ற

அவருடைய கடின உழைப்புச் செயல்பாடுகள் மக்கள் விரும்பும் மரபுக் கதைகளாகியிருந்தன. ஆனால், ஏவி இயக்கப்படுதல் களிலிருந்து தன்னை வெளியே செலுத்திக்கொள்வதிலும், சொந்த வீட்டின் உரிமையாளராக ஆக வேண்டும் என்பதிலும், அவருக் கிருந்த சக்தியையும் மனஉறுதியையும் இப்போதும் என்னால் உணர முடிகிறது.

டாக்டர் ஜோன்ஸின் முன்னிலையில் நான் உணர்ந்ததும் இதே வகையான சக்தியைத்தான். அவர் இரண்டாம் வகுப்பில் இருந்த போது, தாங்கள் இருவரும் மருத்துவர்களாக ஆக வேண்டும் என்று இன்னொரு சிறுமியுடன் அவர் ஓர் உடன்படிக்கை செய்து கொண்டார். ஒப்பந்தத்தின் இறுதிவரை அவர் தாக்குப்பிடித்தார். முதலில் தனது நகரத்திலிருந்த உயர்நிலைப்பள்ளியில் இணைந் தார். தொடக்கத்தில் தன்னை அவமானப்படுத்திய வெள்ளை யினக் குழந்தைகளுடன் அவர் சண்டையிட்டார். இறுதியில் அவர்கள் அவரை வகுப்புத் தலைவராக வாக்களித்தனர். அவர் தட களப் போட்டிகளில் கலந்துகொண்டு ஓடினார். அது ''மாபெரும் நுழைவுரிமையாக'' இருந்தது என்று அவர் சொன்னார். ஆனால், அது அவரை அவர்களின் உலகத்தினுள் அந்த எல்லை வரை மட்டுமே இட்டுச்சென்றது. கால்பந்து போட்டிகளின்போது மற்ற மாணவர்கள் பின்னால் ஓடிவரும் கறுப்பின நட்சத்திர வீரரை உற்சாகப்படுத்துவார்கள். பிறகு அடுத்த அணியைச் சேர்ந்த வீரர் பந்தைப் பெற்றுவிட்டால், ''அந்த நீக்ரோவைக் கொல்! அந்த நீக்ரோவைக் கொல்!'' என்று அவர்கள் உரக்கக் கத்துவார்கள். அவருக்குப் பக்கத்திலேயே உட்கார்ந்துகொண்டு, அவர் அங்கே இல்லாதது போல் அவர்கள் இப்படி உரக்கக் கத்துவார்கள். குழந்தையாக இருந்தபோதே விவிலிய ஓதுதல் நிகழ்ச்சியில் அவர் பங்கேற்றார். இந்தப் பணியில் அவர் எவ்வாறு சேர்த்துக் கொள்ளப்பட்டார் என்ற கதையை அவர் என்னிடம சொன்னார். திருக்கோவில் பாடகர் குழுவுக்கான கேட்டல் தேர்வுக்கு அவரது தாய் அவரை இட்டுச் சென்றார். அதன்பிறகு பாடகர் குழுவின் இயக்குனர் சொன்னார், ''தேனே, நீ பேச வேண்டும் என்று நான் நினைக்கிறேன்,'' இப்போது அவர் இன்னும் தன் உடல்மீது கட்டுப்பாடு கொண்டவராக, ஆர்ப்பாட்டமில்லாமல் மென்மை யாகச் சிரித்தார். அவர் ஆயத்தம் செய்துகொள்ளத் தொடங்கி

விட்டார் என்று நான் உணர்ந்தேன். திருக்கோயில் குறித்து அவர் பேசிய போது, உனக்குத் தெரிந்தவரான உன் தாத்தாவின் முதல் அறிவார்த்தச் சாகசங்கள் எப்படி விவிலிய ஏட்டுப் பகுதிகளை ஒப்புவிப்பதில் காணப்படத் தொடங்கின என்பதை நினைத்துக் கொண்டேன். அதே மாதிரி நடந்துகொண்ட உன் அம்மாவையும் நினைத்துக் கொண்டேன். நமது மக்களுக்கு மீண்டும்மீண்டும் ஒரே உறுதுணையாக இருந்த ஒரு நிறுவனத்திடமிருந்து எனக் கிருந்த தூரத்தை நான் நினைத்துக் கொண்டேன். பிரபஞ்ச ரீதியான நம்பிக்கையின் கருத்துகள் எதையாவது, உலகம் பற்றிய என்னுடைய அற்பமான, புறவயமான புலனுணர்வுக்கு அப்பாற் பட்ட எதையாவது, உடலுக்கு அப்பாற்பட்ட மதிநுட்பம் எதை யாவது அந்தத் தூரத்தினால் தவறவிட்டிருக்கிறேனோ என்று நான் அடிக்கடி வியப்படைகிறேன். அந்தக் குறிப்பிட்ட தருணத்தில் நான் வியப்படைந்ததற்குக் காரணம், என்னால் புரிந்துகொள்ள முடியாத, எல்லாவற்றுக்கும் அப்பாற்பட்ட ஏதோ ஒன்று மேபிள் ஜோன்ஸை விதிவிலக்கான ஒரு வாழ்க்கையை நோக்கி விரட்டி யடித்தது.

முழுமையான கல்வி உதவித்தொகையுடன் அவர் கல்லூரி சென்றார். லூசியானா, அரசுப் பல்கலைக்கழகத்தைச் சேர்ந்த மருத்துவப் பள்ளிக்குச் சென்றார். கடற்படையில் பணியாற்றி னார். கதிரியக்கவியல் பயின்றார். அந்தச் சமயத்தில் கறுப்பினத் தைச் சேர்ந்த கதிரியக்கவியலாளர்கள் யாரையும் அவர் அறிந்திருக்க வில்லை. அது அவருக்கு கடினமானதாக இருந்தது என்று நான் ஊகித்தேன். ஆனால், அந்த ஊகத்தின் காரணமாக அவர் மனம் புண்பட்டார். எந்த அசௌகரியத்தையும் உணர்ந்ததாக ஒப்புக் கொள்ள அவரால் முடியவில்லை. தன்னைத் தானே குறிப்பிடத் தக்கவர் என்று அவர் சொல்லிக்கொண்டதில்லை. ஏனெனில் அதை அவர் விரும்பாதபோதிலும் உண்மையென்று ஏற்றுக்கொள்ள வேண்டியிருந்தது. ஏனெனில் மேபிள் ஜோன்ஸ் குறித்த ஒரு மதிப் பீட்டில் வேர்கொண்டிருக்கவேண்டிய பொருட்படுத்தத்தக்க எதிர் பார்ப்பாக பழங்குடி இனம் சார்ந்த எதிர்ப்பார்ப்புகள் இருக்கும் போது, அந்த எதிர்ப்பார்ப்புகளை அது புனிதப்படுத்துவதாக இருக் கிறது. இந்த வெளிச்சங்களின் அடிப்படையில் பார்க்கும்போது அவருடைய வெற்றியில் ஆச்சரியப்படுவதற்கு ஒன்றுமில்லை.

ஏனெனில் மேபிள் ஜோன்ஸ் எப்போதும் தரையில் வண்டியை மிதித்து இயக்குகிறார். தரையை விட்டு மேலேயோ அல்லது சுற்றிலுமோ அல்ல. தரை மீதாக அவர் அதைச் செய்யத் தொடங்கினால் சாகும்வரை அதைச் செய்யவேண்டியிருக்கும். வாழ்க்கை குறித்த அவருடைய மனச்சார்பு ஓர் உயர்நிலைத் தடகள வீரனுடையதாக இருந்தது. அந்தத் தடகளவீரனுக்கு எதிராளி அசிங்கமானவன் என்றும், நடுவர்கள் ஒரு சார்பானவர்கள் என்றும் தெரிந்திருந்தது. ஆனால், முதலிடம் ஒரு ஆட்டத்துக்கு அப்பால் தான் இருக்கிறது என்பதும் அவருக்குத் தெரிந்தே இருந்தது.

''ராக்'' என்ற பெயர்கொண்ட தன் தாத்தாவுக்கு மரியாதை செலுத்தும் விதமாக அவர் தன் மகன் பிரின்ஸ் ஜோன்ஸை ''ராக்கி'' என்று அழைத்தார். பிரின்ஸ் ஜோன்ஸின் குழந்தைப் பருவம் குறித்து அவரிடம் நான் விசாரித்தேன். உண்மையில் பிரின்ஸை எனக்கு அவ்வளவு நன்றாகத் தெரியாது என்பதுதான் அதற்குக் காரணம். ஒரு விருந்தில் பார்த்து மகிழ்ச்சியடையக்கூடிய மக்கள் மத்தியில் இருந்தவனாகவும், ஒரு நண்பரிடம் ''நல்லதொரு சகோதரன்'' என்று விவரிக்கப்படக்கூடியவனாகவும் பிரின்ஸ் இருந்தான். இருப்பினும் அவனுடைய செயல்பாடுகளைப் புரிந்து கொள்ளக் கூடியவனாக நான் இருக்கவில்லை. ஆகவே நான் நன்றாகப் புரிந்துகொள்ளும் விதத்தில் பிரின்ஸைப்பற்றி அவர் சுருக்கமாக எடுத்துரைத்தார். ஒரு சமயம் பிரின்ஸ் ஒரு மின்சார ஸாக்கெட்டில் ஆணி அடித்து வீடு முழுவதும் மின்சாரம் பாயும்படி செய்தான் என்று அவர் சொன்னார். ஒரு சமயம் சூட்டும் கழுத்துப் பட்டையும் அணிந்து ஒரு முழங்காலில் மண்டியிட்டு, ''த்ரி டைம்ஸ் எ லேடி'' பாடலைத் தன்னிடம் பாடினான் என்று அவர் சொன்னார். தன் வாழ்நாள் முழுவதும் - பெருங்கனவு காண்பவர்கள் நிறைந்திருந்த பள்ளிகளான - தனியார் பள்ளிகளுக்கே சென்றான் என்றும், லூஷியானாவிலும், பின்னர் டெக்ஸாஸிலும் அவன் எங்கெங்கு சென்றானோ அங்கெல்லாம் நண்பர்களை உருவாக்கிக் கொண்டான் என்று அவர் சொன்னார். அவனுடைய நண்பர்களின் பெற்றோர் அவரை எப்படி நடத்தினார்கள் என்று அவரிடம் நான் கேட்டேன். ''அந்தச் சமயத்தில் நான் உள்ளூர் மருத்துவமனையில் கதிரியக்கத் துறையின் தலைவராக இருந்தேன்,'' என்று அவர் சொன்னார். ''அதனால் அவர்கள் என்னை

மரியாதையாக நடத்தினார்கள்.'' இதை அவர் தன் கண்களில் நேசபாவம் இன்றி, உணர்ச்சியற்றவிதத்தில், ஒரு கணிதவியல் இயங்குமுறையை விளக்குவதுபோல சொன்னார்.

அவனுடைய தாயைப்போலவே, பிரின்ஸும் மதிநுட்பம் வாய்ந்தவனாக இருந்தான். உயர்நிலைப் பள்ளிப்படிப்புக்காக கணிதம் மற்றும் அறிவியலுக்கான பள்ளியான டெக்ஸாஸ் காந்தப் பள்ளியில் அவன் சேர்க்கப்பட்டான். அங்கு மாணவர்கள் கல்லூரிக் கடன் பெறுபவர்களாக இருந்தார்கள். அங்கோலா, உத்தேசமாக ஆஸ்திரேலியா அல்லது ஆப்கானிஸ்தானின் மக்கள் தொகைக்கு ஒப்பான தொகை கொண்டவர்களை ஈர்த்து வைத்திருக்கும் அந்தப் பள்ளியில் கறுப்பினத்தைச் சேர்ந்த ஒரே குழந்தையாக பிரின்ஸ் இருந்தான். அவன் ஹோவார்டுக்குச் செல்ல வேண்டுமென்று அவர் விரும்பினாரா என்று நான் டாக்டர் ஜோன்ஸிடம் கேட்டேன். அவர் புன்னகைத்தவாறே சொன்னார், ''இல்லை.'' பிறகு, ''அதைப் பற்றிப் பேசுவது மனதிற்கினியது,'' என்றும் அவர் கூடுதலாகச் சொன்னார். இது எனக்குச் சற்று ஆசுவாசம் தருவதாக இருந்தது. ஏனென்றால் எல்லை மீறித் தலையிடுபவனாக என்னை நானே நினைக்கவேண்டியிருந்தது. கல்லூரிப் படிப்புக்காக அவன் எங்கே செல்ல வேண்டும் என்று அவர் விரும்பினார் என்று கேட்டேன். ''ஹார்வார்ட். ஹார்வார்ட் இல்லையென்றால் பிரின்ஸ்டன். பிரின்ஸ்டன் இல்லையென்றால் யேல். யேல் இல்லையென்றால் கொலம்பியா. கொலம்பியா இல்லையென்றால் ஸ்டான்போர்ட். அவன் அந்த அளவு திறமை வாய்ந்த மாணவனாக இருந்தான்,'' என்று அவர் கூறினார். ஹோவார்டுக்கு வந்த மொத்த மாணவர்களில் குறைந்தபட்சம் மூன்றில் ஒரு பங்கினராக இருந்த மாணவர்களைப் போலவே மற்ற மக்களைப் பிரதிநிதித்துவம் செய்யவேண்டியிருந்தது பிரின்ஸுக்குச் சலிப்பூட்டுவதாக இருந்தது. இந்த ஹோவார்ட் மாணவர்கள் என்னைப்போல் இருக்கவில்லை. அவர்கள் மேல்தட்டு ஜாக்கி ராபின்சன்னின் குழந்தைகளாக இருந்தார்கள். அவர்களின் பெற்றோர் கறுப்பினத்தவர்களுக்கு ஒதுக்கப்பட்ட குடியிருப்புப் பகுதியிலிருந்து, குத்தகை நிலங்களிலிருந்து மேலெழுந்து வந்தவர்களாகவும், புறநகர் பகுதிகளுக்குள் சென்றவர்களாகவும் இருந்தார்கள். அங்கு, தப்பமுடியாத முத்திரையைச் சுமந்து

கொண்டிருப்பவர்களாகத் தங்களைத் தாங்களே கண்டுகொள்பவர்களாக மட்டுமே அவர்கள் இருந்தார்கள். பெரும்பாலானவர்களைப் போல அவர்களும் வெற்றியடைந்தவர்களாக இருந்த போதிலும், தனியாகப் பிரிக்கப்பட்டவர்களாக, முன்னுதாரணமாக ஆக்கப்பட்டவர்களாக, பன்மைத்துவத்தின் நீதிக்கதைகளாக உருமாற்றப்பட்டவர்களாக அவர்கள் இருந்தார்கள். அவர்கள் அடையாளச் சின்னங்களாகவும், முத்திரைகளாகவும் இருந்தார்கள், குழந்தைகளாக அல்லது இளவயதினராக இருக்கவேயில்லை. அதனால் இயல்பான நிலையில் இருப்பதற்காகவும், அதைவிடவும் மேலாக கறுப்பின இயல்புநிலை உண்மையிலேயே எவ்வளவு பரந்து விரிந்ததாக இருக்கிறது என்பதைப் பார்ப்பதற்காகவும் அவர்கள் ஹோவார்டுக்கு வருகிறார்கள்.

பிரின்ஸ் ஹார்வார்டுக்கு விண்ணப்பிக்கவில்லை. பிரின்ஸ்டனுக்கும், கொலம்பியாவுக்கும், யேலுக்கும், ஸ்டான்போர்டுக்கும் விண்ணப்பிக்கவில்லை. அவன் மெக்காவை மட்டுமே விரும்பினான். பிரின்ஸ், ஹோவார்டைத் தேர்ந்தெடுத்தற்காக அவர் வருத்தப்பட்டாரா என்று நான் டாக்டர் ஜோன்ஸிடம் கேட்டேன். அவர் ஏக்கப்பெருமூச்சுவிட்டார். கன்றிப்போன காயத்தின் மேல் நான் மிகவும் கடினமாக அழுத்திவிட்டது போல் இருந்தது. ''இல்லை,'' என்று அவர் சொன்னார். ''அவன் இறந்துவிட்டான் என்பதற்காக வருந்துகிறேன்.''

இதை மிகுந்த அமைவடக்கத்துடனும், மிகுந்த வேதனையுடனும் அவர் சொன்னார். இதை அவர் வழக்கத்துக்கு மாறான அமைதியுடனும், அந்த மாபெரும் அமெரிக்கத் தீமை உங்களிடம் அதிகாரத்தோடு கோரியவிதத்திலும் அதைச் சொன்னார். 60களில் அமர்விடங்களில் இடம்பெற்றிருந்த அந்தப் படங்களை என்றேனும் நீ தீர்க்கமாகப் பார்த்திருக்கிறாயா? தீர்க்கமான, தீவிரமான ஒரு பார்வை? அந்த முகங்களை என்றேனும் நீ பார்த்திருக்கிறாயா? அந்த முகங்கள் கோபமாக இல்லை, துயரமாகவும் இல்லை, மகிழச்சியாகவுமில்லை. அவை எந்த உணர்வையும் காட்டிக்கொள்ளவில்லை. தங்களைத் துன்புறுத்துபவர்களைத் தாண்டி, நம்மைத்தாண்டி அவர்களுடைய பார்வை சென்றது. எனக்குத் தெரிந்திருந்த ஏதொன்றுக்கும் வெகுதூரம் அப்பால்,

ஏதோ ஒன்றின்மேல் அந்தப் பார்வை குவிந்திருந்தது. அவர்களு டைய கடவுளோடு அவர்கள் கட்டிப்போடப்பட்டிருக்கிறார்கள். அந்தக் கடவுள் என்னால் அறிந்துகொள்ள முடியாத, என்னால் நம்பிக்கை வைக்கமுடியாத ஒரு கடவுளாக இருக்கிறார். ஆனால், கடவுளோ இல்லையோ, அந்தக் கவசம் அவர்களை முழுமையாகப் போர்த்திருக்கிறது. அது உண்மையானதாக இருக்கிறது. ஒரு வேளை அது கவசமாக இல்லாமலும் இருக்கலாம். ஒருவேளை அது உயிர்வாழ்க்கையின் நீட்சியாக, இப்போது உங்கள் மீது குவியும் தாக்குதல்களை வாங்கிக்கொண்டு, பின்னர் அந்தக் கடனைத் திருப்பிச் செலுத்த அனுமதிக்கும் ஒருவகையான கடனுதவியாக இருக்கலாம். அது எப்படிப்பட்டதாக இருந்தபோதிலும், அந்தப் படங்களில் நான் பார்த்த மேன்மைவாய்ந்ததும், உள்ளீடற்றது மான அதே பார்வையை மேபிள் ஜோன்ஸிடமும் நான் பார்த் தேன். ஊற்றாக பெருகியதும், ஆனால், சிதறாததுமான அது அவருடைய கூர்மையான, பழுப்புநிறக்கண்களில் இருந்தது. ஏராளமான விஷயங்களை அவர் தன் கட்டுப்பாட்டின்கீழ் வைத் திருந்தார். தன்னுடைய ராக்கி சூறையாடப்பட்ட நாட்களி லிருந்தே, தனது வழித்தோன்றல் அபகரிக்கப்பட்டதிலிருந்தே குறைந்த மதிப்புடைய வேறு எதையும் அவர் வேண்டிப் பெறுபவ ராக இருக்கவில்லை என்பது எனக்கு உறுதியாகத் தெரிந்தது.

உதவிக்காக அவர் தன்னுடைய நாட்டைச் சார்ந்திருக்க முடிய வில்லை. அவருடைய மகனின் விஷயத்தில் டாக்டர் ஜோன்ஸின் நாடு தன்னால் முடிந்ததைச் செய்தது - அது அவனை மறந்து விட்டது. மறந்து போவது என்பது பழக்கமாக இப்போதும்கூட பெருங்கனவின் இன்றியமையாத இன்னொரு அங்கமாக இருக் கிறது. அடிமைமுறையினால் தங்களை வளப்படுத்திய திருட்டின் அளவை, ஒரு நூற்றாண்டுகாலம் வாக்குகளைக் களவாடுவதற்கு அவர்களை அனுமதித்த அச்சுறுத்தலை, அவர்களுடைய புறநகர் பகுதிகளை அவர்களுக்கு வழங்கிய இனரீதியாகப் பிரித்துவைக்கும் கொள்கையை அவர்கள் மறந்துவிட்டார்கள். அவர்கள் மறந்து விட்டார்கள், ஏனென்றால் அதை நினைவிற்குக் கொண்டுவருவது என்பது அந்த அழகிய பெருங்கனவிற்கு வெளியே அவர்களை உருட்டித் தள்ளிவிடும், கீழே நம்மோடு, கீழே இந்த உலகத்தில்

வாழும்படி அவர்களை நிர்ப்பந்திக்கும். பெருங்கனவு காண்ப வர்கள், குறைந்தபட்சம் இன்றைய நாளில் பெருங்கனவு காண் பவர்களாவது, சுதந்திரமாக வாழ்வதைவிடவும் அதிகமாக வெள்ளையராகவே வாழ்கிறார்கள். அந்தப் பெருங்கனவில் அவர்கள் பக் ரோஜர்ஸாக, பிரின்ஸ் அரகோர்னாக, ஸ்கைவாக்கர் களின் இனம் முழுவதையும் சேர்ந்தவர்களாக இருக்கிறார்கள். அவர்களை விழித்தெழச் செய்வது என்பது அவர்கள் மனித குலத்தைச் சேர்ந்த பேரரசாக இருக்கிறார்கள் என்றும், எல்லா மனிதகுலப் பேரரசுகளையும் போலவே அவர்களுடையதும் உடலை நிர்மூலமாக்கித்தான் கட்டியமைக்கப்பட்டிருக்கிறது என்றும் வெளிப்படுத்துவதாக இருக்கும். அது அவர்களது உயர் குடிப்பிறப்பைக் களங்கப்படுத்துவதாக, அவர்களை எளிதில் ஊறு படத்தக்க, எளிதில் தவறுசெய்யக்கூடிய, எளிதில் உடைந்துபோகக் கூடிய மனிதர்களாக ஆக்கிவிடக்கூடியதாக இருக்கும்.

தொலைபேசி ஒலித்தபோது, டாக்டர் ஜோன்ஸ் தூங்கிக் கொண்டிருந்தார். அப்போது காலை 5 மணி. தொலைபேசியில் ஒரு துப்பறிவாளர் அவரை வாஷிங்டனுக்கு வண்டியில் விரைந்து வர வேண்டும் என்று சொல்லிக் கொண்டிருந்தார். ராக்கி மருத்துவ மனையில் இருந்தான். ராக்கி சுடப்பட்டிருந்தான். தனது மகளுடன் அவர் வண்டியில் விரைந்தார். அவன் இன்னும் உயிரோடிருப்பான் என்று அவர் உறுதியாக இருந்தார். இதை விவரிக்கும்போது அவர் பலமுறை நிறுத்தி நிறுத்திப் பேசினார். அவர் நேராக அவசர சிகிச்சைப் பிரிவுக்குச் சென்றார். ராக்கி அங்கே இருக்கவில்லை. அதிகாரிகளாக இருக்கும் மனிதர்களின் குழு ஒன்று - ஒருவேளை அவர்கள், மருத்துவர்களாக, வழக்குரைஞர்களாக, துப்பறிவாளர் களாக இருக்கக்கூடும் - அவரை ஓர் அறைக்குள் இட்டுச்சென்று, அவன் இறந்துவிட்டான் என்று அவரிடம் சொன்னது. அவர் மீண்டும் பேசுவதை நிறுத்தினார். அவர் அழவில்லை. நிதானம் இப்போது மிகவும் முக்கியத்துவம் வாய்ந்ததாக இருந்தது.

‘‘இதற்கு முன்னால் நான் உணர்ந்தது எதையும்போல் அது இருக்கவில்லை,’’ என்று என்னிடம் அவர் சொன்னார். ‘‘அது உடல்ரீதியாக உச்சகட்ட அளவில் வேதனைமிக்கதாக இருந்தது. அதேபோல அவனைப் பற்றிய ஒரு எண்ணம் மனதில் தோன்றி யதும், என்னால் செய்ய முடிந்ததெல்லாம் பிரார்த்தனை

செய்வதும், கருணைகாட்டும்படி கேட்டுக்கொள்வதும்தான். நான் புத்தி சுவாதீனம் இழந்து பைத்தியமாகப் போகிறேன் என்று நினைத்தேன். நான் நோயுற்றதாக உணர்ந்தேன். நான் செத்துக் கொண்டிருப்பதைப்போல் உணர்ந்தேன்.''

பிரின்ஸைச் சுட்ட அந்த போலீஸ் அதிகாரி மீது குற்றச்சாட்டு பதியப்பட்டிருக்க வேண்டும் என்று எதிர்பார்த்தீர்களா என்று கேட்டேன். அவர் சொன்னார், ''ஆமாம்.'' அவரது குரல் பல விதமான உணர்வுகளின் கலவையாக இருந்தது. ஓர் அமெரிக் கரைப் போல், நியாயம் வழங்கப்பட வேண்டும் என்ற அதே எதிர் பார்ப்புகளுடன் அவர் பேசினார். அந்த நியாயம் காலங்கடந்த தாகவும், நிறைவளிக்காததாகவும் இருந்தபோதிலும்கூட. நியாயம் வழங்கப்பட வேண்டும் என்ற அந்த உணர்வு ஆண்டுகள் பல வற்றுக்கும் முன்னால், அவர் மருத்துவப் பள்ளிக்கு எடுத்துச் சென்ற உணர்வாக இருந்தது. திருத்தமான அந்த உணர்வுகளை அடி வெட்டியெறியும் முழு வேதனையுடனும் ஒரு கறுப்பினப் பெண் ணைப்போல் அவர் பேசினார்.

சமீபத்தில் திருமணம் செய்துகொண்ட அவருடைய மகள் குறித்து இப்போது நான் வியப்படைகிறேன். இந்த மகள் மற்றும் அவளுடைய புதிய கணவரின் படமொன்று அங்கு பார்வைக்கு வைக்கப்பட்டிருந்தது. டாக்டர் ஜோன்ஸ் நன்னம்பிக்கைவாதியாக இருக்கவில்லை. தன் மகள் அமெரிக்காவினுள் ஒரு மகனைப் புதிதாகக் கொண்டுவருவது குறித்து அவர் தீவிரமான கவலையில் இருந்தார். ஏனென்றால் அவனை அவரால் காப்பாற்ற முடியாது. தன் மகனின் மரணத்துக்குக் காரணமாக இருந்த சடங்குரீதியான வன்முறையிலிருந்து அவனது உடலைக் காப்பாற்ற முடியாது. அமெரிக்காவை அவர் ரோமுடன் ஒப்பிட்டார். இந்த நாட்டின் பெருமைமிக்க நாட்கள் நீண்டகாலத்துக்கு முன்னதாகவே கடந்து போய்விட்டன. அந்தப் பெருமைமிக்க நாட்களும்கூட களங்கப் பட்டவையாக இருந்தன: அவை மற்றவர்களின் உடல்களின் மீது கட்டியமைக்கப்பட்டவையாக இருந்தன என்று அவர் நினைத்த தாகச் சொன்னார். ''எங்களால் அந்தச் செய்தியைப் பெற முடிய வில்லை,'' என்று அவர் சொன்னார். ''எங்கள் சாவை நாங்கள் தழுவிக்கொண்டிருக்கிறோம் என்பதை நாங்கள் புரிந்துகொள்ள வில்லை.''

அவருடைய அம்மா இன்னும் உயிரோடிக்கிறாரா என்று டாக்டர் ஜோன்ஸிடம் நான் கேட்டேன். 2002இல், எண்பத் தொன்பது வயதில் தன் தாயார் காலமாகிவிட்டதாக அவர் சொன்னார். பிரின்ஸின் சாவை அவருடைய அம்மா எப்படி எடுத் துக்கொண்டார் என்று நான் கேட்டேன். அவருடைய குரல் ஏறத் தாழக் காதோடு பேசுவதாக உள்வாங்கியது. டாக்டர் ஜோன்ஸ் சொன்னார், "அவர் எப்படி எடுத்துக் கொண்டார் என்று எனக்குத் தெரியாது."

12 இயர்ஸ் எ ஸ் லேவ் - வைக் குறிப்பிட்டு அவர் மறை முகமாகப் பேசினார். "அவர் அங்கே இருந்தார்," என்று சாலமன் நார்த்அப் குறித்து அவர் சொன்னார். "அவருக்கு வசதி இருந்தது. அவருக்கு ஒரு குடும்பம் இருந்தது. ஒரு மனித உயிரி போல் அவர் வாழ்ந்து வந்தார். ஒரு இன வெறிச்செயல் அவரைத் திரும்ப எடுத்துக்கொண்டது. என் விஷயத்திலும் அதுவேதான் உண்மை. நீண்டகாலத் தொழில் ஒன்றை வளர்த்தெடுப்பதில் நான் வருடங் களைச் செலவிட்டேன். சொத்துகளை விலைக்கு வாங்கினேன். பொறுப்புகளை ஏற்றுக்கொண்டேன். ஓர் இன வெறிச்செயல். அது ஒன்றே எல்லாவற்றையும் எடுத்துக்கொண்டுவிட்டது." கொடிய வறுமையிலிருந்து தொடங்கிய நீண்ட பயணத்தில், மகத்தான விடாமுயற்சியினூடாகவும், இடையறாத உழைப்பினூடாகவும், தான் அடைந்தவை அனைத்தும் குறித்து அவர் மீண்டும் பேசத் தொடங்கினார். உயர்நிலைப்பள்ளியில் தன் மகள் ஷேக்ஸ் பியரைப் படித்தபோது, அவளை அவர் இங்கிலாந்துக்கு அழைத்துச் சென்றதாகச் சொன்னார். அவருடைய மகள் பதினாறு வயதில் ஓட்டுநர் உரிமம் பெற்றபோது, மாஸ்டா 626 முன்னால் காத் திருந்தது. கொடுப்பதற்கான இந்த விருப்பத்துக்கும், அவரது இளமைக் காலத்தின் கோரமான வறுமைக்கும், ஏதோ ஒரு தொடர்பு இருப்பதாக நான் உணர்ந்தேன். இவையெல்லாம் அவருக்கானவை யாக இருந்ததைப் போலவே அவருடைய குழந்தைகளுக்கானவை யாகவும் இருந்தன என்பதை நான் உணர்ந்தேன். பிரின்ஸ் ஜோன்ஸ் என்றுமே இயலுலகம் சார்ந்தவற்றை ஏற்றுக்கொண்டதில்லை என்று அவர் சொன்னார். அவன் படிப்பதை நேசித்தான். அவன் பயணம் செய்வதை நேசித்தான். அவனுக்கு இருபத்து மூன்று வயது ஆனபோது, அவனுக்கு ஒரு ஜீப்பை அவர் வாங்கிக்கொடுத்தார்.

அதன்மீது பொருத்துவதற்காக பெரிய செந்நீல வளையை வைத்திருந்தார். அவன் இங்கே இருப்பதையும், ஜீப்பைப் பார்த்துவிட்டு, ஆரவாரம் இல்லாமல் *நன்றி அம்மா* என்று சொல்வதையும் தன்னால் பார்க்க முடிவதாக அவர் சொன்னார். "அந்த ஜீப்பில் தான் அவன் கொல்லப்பட்டான்," என்று அவர் பேச்சை நிறுத்தாமல் சொன்னார்.

அங்கிருந்து அகன்றபின் நான் காரில் சில நிமிடங்கள் ஒன்றும் செய்யாமல் உட்கார்ந்திருந்தேன். பிரின்ஸின் அம்மா அவனிடம் முதலீடு செய்தவற்றையும், அவை அனைத்தையும் இழந்துபோனதையும் நான் நினைத்துப்பார்த்தேன், அவனை மெக்காவுக்கு அனுப்பிய அந்தத் தனிமையையும், மெக்காவால் அவனை எப்படிக் காப்பாற்ற முடியாமல் போனது என்பதையும், எங்களால் எப்படி அவனைக் காப்பாற்ற முடியாமல் போனது என்பதையும், ஒட்டு மொத்தமாக எங்களை நாங்களே எப்படிக் காப்பாற்றிக்கொள்ள முடியாமல் இருக்கிறது என்பதையும் நான் நினைத்துப்பார்த்தேன். எதிர்ப்புப்போராட்ட அமர்வுகளையும், வாழ்க்கையின் மோசமான விஷயங்களில் தங்கள் உடல்களை வேகமாக வீசியெறிந்ததற்காக ஒருகாலத்தில் என்னால் இழிவுபடுத்தப்பட்டவர்களான, துன்பநிலையிலும் தன்னடக்கம் காட்டுகிற முகங்களைக்கொண்ட போராட்டக்காரர்களின் முகங்களையும், நான் திரும்பவும் எண்ணிப்பார்த்தேன். ஒருவேளை அவர்கள் உலகத்தைப் பற்றி பயங்கரமான விஷயம் எதையாவது அறிந்திருக்கலாம். ஒருவேளை கறுப்பு உடலின் பாதுகாப்பிலிருந்தும், புனிதத்திலிருந்தும் மிகுந்த விருப்பத்தோடு நீங்கிச் சென்றிருக்கலாம். முதலாவதாக, பாதுகாப்பு மற்றும் புனிதத்தன்மை இரண்டுமே இங்கு இல்லாமல் இருப்பது அதற்குக் காரணமாக இருக்கலாம். குண்டாந்தடிகள் மற்றும் நாய்களின் முன்னிலையில் கறுப்பின மக்கள் நெடுஞ்சாண்கிடையாக விழுந்து கிடந்த, **1960**களைச் சேர்ந்த பழைய புகைப்படங்கள் யாவும், நான் பார்த்திருந்த திரைப்படங்கள் யாவும் சற்றும் அவமானத்துக்குரியவை அல்ல. மெய்யாகவே அவற்றில் அவமானப்படுவதற்கு ஏதுமில்லை - அவை முற்றிலும் உண்மையானவை. அமெரிக்காவின் பெரும்பான்மையினரான கொள்ளைக்காரர்களால் நாம் சிறைப்பிடிக்கப்பட்டோம், சகோதரா. இது நமக்கிருக்கும் ஒரே இருப்பிட, இங்குதான் நடைபெற்றிருக்கிறது.

அத்துடன் பயங்கரமான உண்மை என்னவென்றால், நமக்கு நாமே ஒரு தப்பித்தலை விரும்பிட முடியாது என்பதுதான். ஒருவேளை இதுவே இடம்பெயர்தலின் நம்பிக்கையாக இருந் திருக்கலாம், இப்போதுமிருக்கலாம். பெருங்கனவு காண்பவர் களை விழித்தெழச் செய்ய வேண்டும் என்பது, அவர்கள் வெள்ளை யர்களாக இருக்கவேண்டியதன் தேவை என்ன, வெள்ளையர் களாகப் பேசவேண்டியதன் தேவை என்ன, தாங்கள் வெள்ளை யராக இருக்கிறோம் என்று நினைக்கவேண்டியதன் தேவை என்ன என்பது குறித்த உண்மைகளை அவர்களுக்கு வெளிப்படுத்துவது என்பது, அவர்கள் இந்த உலகத்துக்கு இழைத்த மனிதகுல வடி வமைப்புக் குறைபாட்டுக்கு அப்பாற்பட்டவர்களாக அவர்கள் இருக்கிறார்கள் என்று எண்ணுவதாகவே இருக்கும்.

தவிரவும், பெருங்கனவு காண்பவர்களையும், அவர்கள் விழிப் புணர்வை எய்துவதற்கான சிறு வாய்ப்பையும் ஒட்டி, உங்கள் வாழ்க்கையை நீங்கள் ஒழுங்குப்படுத்திக்கொள்ள முடியாது. நமக் கான காலம் மிகவும் குறுகியது. நமது உடல்கள் பெருமதிப்பு வாய்ந்தவை. நீ இப்போது இங்கே இருக்கிறாய், நீ வாழ வேண்டும் - வாழ்வதற்கென்றே இங்கு ஏராளமான விஷயங்கள் இருக்கின்றன. வேறு யாரோ ஒருவரின் நாட்டில் அல்ல, மாறாக உன் சொந்த இருப்பிடத்தில் வாழ்வதற்கு. மெக்காவை நோக்கி என்னை ஈர்த்ததும், பிரின்ஸ் ஜோன்ஸை ஈர்த்ததுமான இருண்ட ஆற்றல்களின் கதகதப்பு, நமது தனிச்சிறப்பான உலகத்தின் கத கதப்பு மிகவும் அழகானது. அது எவ்வளவு சுருக்கமானதாகவும், உடைக்கப்படக்கூடியதாகவும் இருக்கிறது என்பது ஒரு பொருட் டல்ல.

வீடு திரும்புதலுக்கான எங்கள் பயணம் குறித்து நான் திரும் பவும் நினைத்துப்பார்க்கிறேன். நாங்கள் கால்பந்தாட்டம் நடந்த இடத்தில் இருந்தோம். எங்கள்மேல் கவிந்த கிளர்ச்சிமிக்க முழக் கங்களைத் திரும்பவும் நினைத்துப்பார்க்கிறேன். பந்தைத் தடுப் பதில் தடுமாறியது குறித்தோ முதல் பின்வாங்கல் குறித்தோ எந்தக் கவலையுமின்றி, எங்கள் பழைய நண்பர்களுடனும், அவர் களின் குழந்தைகளுடனும் நாங்கள் அரங்கின் திறந்தவெளிப் பலகை இருக்கைகளில் உட்கார்ந்திருந்தோம். கோல் கம்பங்களை நோக்கிப் பார்த்துக்கொண்டிருந்தோம். ஊக்குவிப்புக் குழுவைச்

சேர்ந்த பழைய மாணவர்கள் கூட்டமொன்று ஹோவார்ட் பல்கலைக்கழகத்தால் மிகவும் மனம் கவரப்பட்டு, சின்னங்களையும், அவர்களுக்குப் பொருந்தாதவிதத்தில் சிறியதாக இருந்த பழைய சீருடைகளையும் அணிந்திருந்ததைக் கவனித்துக்கொண்டிருந்தோம். அவர்கள் நடனமாடிக்கொண்டிருந்ததை நான் நினைவுபடுத்திக் கொள்கிறேன். அவர்கள் குலுங்கி ஆடினார்கள், உறைந்து நின் றார்கள், மீண்டும் குலுங்கி ஆடினார்கள். கூட்டம் ‘‘அடி! அடி! அடி..!’’ என்று உரக்கக் கத்தியபோது, எனக்கு இரண்டு வரிசைகள் முன்னாலிருந்த, மிகவும் இறுக்கமான ஜீன்ஸ் அணிந்த, கறுப் பினத்தைச் சேர்ந்த ஒரு பெண், தான் யாரோ ஒருவரின் அம்மா என்பதை மறந்துவிட்டதுபோலவும், கடந்த இருபது ஆண்டுகள் என்பது ஒருவார காலமாக மட்டுமே இருந்ததுபோலவும் எழுந்து நின்று குலுங்கி ஆடினார். நீயில்லாமல் பின்வாயில் கூட்டத்திடம் நான் நடந்து சென்றதை நினைவுபடுத்திக்கொள்கிறேன். உன்னை என்னால் கூட்டிப்போக முடியவில்லை. ஆனால், நான் பார்த்ததை உனக்குச் சொல்வதில் எந்தப் பிரச்சினையும் இல்லை - என்னைச் சுற்றிலுமிருந்தவர்கள் அனைவரும் புலம்பெயர்ந்தவர்கள் - ஆர வாரக்காரர்கள், வழக்குரைஞர்கள், கப்பாக்கள், குதிரை பழக்கு பவர்கள், மருத்துவர்கள், முடிதிருத்துபவர்கள், டெல்டாக்கள், குடி காரர்கள், சர்க்கஸ் கோமாளிகள், காலத்துக்கு ஒவ்வாத விருப்பப் பணிகளைச் செய்பவர்கள். விளையாட்டு குறித்துப் பேசுபவர் ஒலிவாங்கியில் உரக்கப் பேசினார். இளம் வயதினர் அவரை நோக்கி முண்டியடித்துச் சென்றனர். ஓர் இளைஞர் காக்நாக் மதுப் புட்டியொன்றை மூடியைத் திருகித் திறந்தார். அவரோடிருந்த ஓர் இளம்பெண் புன்னகைத்தாள், தலையைப் பின்னோக்கிச் சாய்த்தாள். குடித்தாள், சிரித்தாள். அவர்களுடைய உடல் களுக்குள் மறைந்துபோவதாக என்னை நானே உணர்ந்தேன். நீங்காப் பழிச்சொல்லின் பிறவி முத்திரை மங்கிப்போனது. என் கைகளின் பாரத்தை நான் உணர்ந்தேன். என் பெருமூச்சை நான் காதில் கேட்டேன். அப்போது நான் பேசிக்கொண்டிருக்கவில்லை. ஏனெனில் அதில் எந்த அர்த்தமும் இருக்கவில்லை.

அது ஒரு தருணம், மகிழ்ச்சியான தருணம். பெருங்கனவுக்கு அப்பால் - வாக்களிக்கும் உரிமைக்கான ஒரு புதிய சட்ட வரைவை விடவும் அதிகக் கவர்ச்சியூட்டும் ஓர் அதிகாரம் உள் நின்று

இயக்கும் ஒரு தருணமாக அது இருந்தது. இந்த அதிகாரம் இந்தக் கறுப்பு அதிகாரம் அமெரிக்க நட்சத்திர மண்டலத்திலிருந்து எடுக்கப் பட்ட இருண்ட, இன்றியமையாத கோள் ஒன்றின் பார்வையி லிருந்து பிறப்பெடுப்பதாக இருக்கிறது. கறுப்பு அதிகாரம் என்பது மாண்டிசெல்லோவின் பாதாளச்சிறை சார்ந்த பார்வையாகும் - சொல்லப்போனால் அது போராட்டத்திலிருந்து பெறப்பட்ட பார்வையாகும். அனைத்து நட்சத்திர மண்டலங்களையும் அவற் றின் உண்மையான நிறங்களில் ஒளிரச் செய்யும் ஒருவகையான புரிதலை கறுப்பு அதிகாரம் பிறப்பிக்கிறது. பெருங்கனவு காண் பவர்களேகூட - மகத்தான பகற்கனவில் தம்மை மறந்து - அதை உணர்கிறார்கள். ஏனெனில் துயரத்தின்போது அவர்கள் சென் றடைவது பில்லியை. துணிவின்போது அவர்கள் கத்துவது மோப் டீப்பை. காதலின்போது அவர்கள் வாய்திறவாமல் பாடுவது இஸ்லேவை. களிப்பின்போது அவர்கள் கூக்குரலிடுவது ட்ரியை. சாவதற்கு முன்னால் அவர்கள் கடைசியாகக் கேட்கும் சத்தம் அரித்தாவினுடையது. இங்கு நாம் ஏதோ ஒன்றை உருவாக்கி யிருக்கிறோம். பெருங்கனவு காண்பவர்களின் “ஒரு துளி ரத்தச் சட்டங்களை” எடுத்து அவற்றை நாம் புரட்டிப்போடுகிறோம். அவர்கள் நம்மை ஒரு இனமாக ஆக்கினார்கள். நாம் நம்மை மக்களாகக் ஆக்கிக்கொண்டோம். இங்கே மெக்காவில், தேர்வு செய்யப்படும் வேதனையின்கீழ் நாம் ஓர் இல்லத்தை உருவாக்கி னோம். ஊசிகள், சிறு குப்பிகள் மற்றும் சில்லுச் சதுரங்களால் அடையாளமிடப்பட்ட கோடைகாலத் தொகுப்புமனைகளை கறுப்பின மக்கள் கட்டியதைப்போல. வாடகை விருந்துகளில் கறுப்பின மக்கள் நடனமாடித் தீர்ப்பதைப் போல. கறுப்பின மக்களின் குடும்ப ஒன்றிணைதலின்போது, ஒரு பேரிடரிலிருந்து தப்பியவர்களாக நம்மைநாமே கருதியபோல. காக்னாக் மது வையும், ஜெர்மானிய பியர்களையும் நலம் பாராட்டிக் குடித்த வாறு, குட்டைச் சுருட்டுகளை கைக்குக் கை மாற்றிக் கொடுத்த படி, நாடாளுமன்ற உறுப்பினர்கள் குறித்து கறுப்பின மக்கள் விவாதித்துக்கொண்டிருந்ததைப்போல. இந்தக் கரைகளின் மீதான உயிர்வாழ்க்கைக்காக சாவினூடாகப் பயணம் மேற்கொண்ட நம் அனைவரையும்போல.

அந்தக் காதல் அதிகாரம்தான் பிரின்ஸ் ஜோன்ஸை ஈர்த்துக் கொண்டது. அந்த அதிகாரம் தெய்வீகத்தன்மை வாய்ந்தது அல்ல. மாறாக, அனைத்தும் - அந்தப் பெருங்கனவும்கூட, தனிச்சிறப் பான விதத்தில் அந்தப் பெருங்கனவேகூட - உண்மையிலேயே எவ்வளவு எளிதில் உடைந்து நொறுங்கிவிடக்கூடியது என்பது குறித்த ஓர் ஆழமான அறிவாக அந்த அதிகாரம் இருக்கிறது. காரில் அமர்ந்துகொண்டு தேசத்தின் அழிவு பற்றிய டாக்டர் ஜோன்ஸின் முன்னனுமானங்கள் குறித்து நான் நினைத்துப்பார்த் தேன். இத்தகைய முன்னனுமானங்களை மால்கமிலிருந்து தொடங்கி, அவருக்குப்பின் அவரைப் பின்பற்றியவர்கள் அனைவரிடமிருந்தும் என் வாழ்நாள் முழுக்கவும் கேட்டிருக்கிறேன். பெருங்கனவு காண்பவர்கள் தாங்கள் எதை விதைத்தார்களோ அதை அறுவடை செய்ய வேண்டும் என்று அவர்கள் உரக்கச் சொன்னார்கள். பழி வாங்கும் எண்ணம்கொண்ட மூதாதையர்களின் சுழற்காற்று ஒன்றில், பாதிப் பயணத்தில் செத்துப்போகாதவர்களின் படை யொன்றில் திரும்பிவரப்போவதாக வாக்களித்த மார்கஸ் கார்வேயின் வார்த்தைகளில் இதே முன்னனுமானத்தை நான் பார்த்தேன். இல்லை. இவையெல்லாம் மிகவும் எளிமையான முறையில் கூறப் பட்ட விமர்சனக் கருத்துகள் என்றும், பெருங்கனவு காண்ப வர்கள் தாங்கள் எதை விதைத்தார்களோ அதை அறுவடை செய்ய வேண்டும் என்றால் அவர்களோடு சேர்ந்து அதை நாமும் அறுவடை செய்தேதான் தீர வேண்டும் என்று அறிந்துகொண்டு, நான் மெக்காவை விட்டுவெளியே வந்தேன். சூறையாடல் என்பது பழக்கமாகவும், போதைக்கு அடிமையாதலாகவும் முதிர்ச்சியடைந் திருக்கிறது. கறுப்பர்களுக்கென ஒதுக்கப்பட்ட நமது மோசமான குடியிருப்புப் பகுதிகளில் நிகழும் இயந்திரமயமான சாவுக்கும், தனியார் சிறைச்சாலைகளில் பெரும் எண்ணிக்கையிலான வன் புணர்ச்சிக்கும் மூலகாரணமாக இருந்தவர்களும், பிறகு அது குறித்த தங்கள் சொந்த மறதியை ரகசியமாகத் திட்டமிட்டுச் செயல்படுத்தியவர்களுமான மக்கள், தவிர்க்க முடியாமல் சூறை யாடலில் மேன்மேலும் அதிக அளவில் ஈடுபடவேண்டியிருக்கிறது. இது தீர்க்கதரிசனத்தின் மீதான ஒரு நம்பிக்கை அல்ல, மாறாக மலிவான பெட்ரோலின் தவறு செய்யத்தூண்டும் ஆற்றலில்தான் அது இருக்கிறது.

ஒருகாலத்தில் பெருங்கனவு காண்பவர்களின் வரையறை அளவீடுகள் தொழில்நுட்பரீதியாகவும், குதிரைச்சக்தி மற்றும் காற்றின் வரம்புகளின் மூலமாகவும் அளவிடப்பட்டன. ஆனால், பெருங்கனவு காண்பவர்கள் தங்களைத் தாங்களே மேம்படுத்திக் கொண்டார்கள். மின்விசைக்காகக் கடல்களைத் தேக்கி நிறுத்து வதும், நிலக்கரியைத் தோண்டியெடுப்பதும், எண்ணெய்யை உணவாக மாற்றிக்கொள்வதும், அறியப்பட்ட முன்னுதாரணம் ஏதுமற்ற சூறையாடலின் விரிவாக்கம் ஒன்றைச் சாத்தியப்படுத் தியது. இந்தப் புரட்சி மனிதர்களின் உடல்களை மட்டுமின்றி இந்தப் பூமியின் உடலையே சூறையாடுவதற்குப் பெருங்கனவு காண்பவர்களைக் கட்டவிழ்த்துவிட்டிருக்கிறது. இந்தப் பூமி நமது படைப்பல்ல. அதற்கு நம்மீது எந்த மரியாதையும் இல்லை. அதனால் நமக்கு எந்தப் பயனும் இல்லை. அதன் பழிவாங்கல் நகரங்களில் உள்ள பெருநெருப்பு அல்ல, மாறாக வானத்தில் உள்ள பெருநெருப்பு. சுழற்காற்றில் சவாரி செய்துவரும் மார்கஸ் கார்வேயை விடவும் மிக மூர்க்கமான ஒன்று. கடல்களோடு உயர்ந்தெழும் நமது ஆப்பிரிக்க மூதாதையர்கள் அனைவரை விடவும் மோசமானது. இந்த விந்தை நிகழ்ச்சிகள் இரண்டுமே ஒன்றை ஒன்று அறிந்திருப்பவை. விலங்கிடப்பட்ட நமது கைகளி னூடாகக் கடந்துசென்ற பருத்திதான் இந்த யுகத்தைத் தொடங்கி வைத்தது. நம்மிடமிருந்து தப்பியோடுதல்தான் சிறு பகுதிகளாகப் பிரிக்கப்பட்ட காடுகளினுள் பரவுவதற்கு அவர்களை அனுப்பி வைத்தது. இந்தப் புதிய உட்பிரிவுகளுக்கிடையிலான இந்தப் பரவலின் ஒரு பக்கத்திலிருந்து மறுபக்கதிற்கான போக்குவரத்து வழிமுறைகளாகவும், பூமியின் கழுத்தில் இடப்பட்டதும், பெருங் கனவு காண்பவர்கள் இறுதியில் தங்களுக்குத் தாங்களே இட்டுக் கொண்டதுமான சுருக்காவும் மோட்டார் வாகனங்கள் இருந்தன.

இவற்றையெல்லாம் எண்ணிப்பார்த்துக்கொண்டே மேபிள் ஜோன்ஸின் வீட்டிலிருந்து காரில் கிளம்பினேன். எப்போதும் போல் உன்னை நினைத்தபடி காரை ஓட்டினேன். அவர்களை நம்மால் தடுத்து நிறுத்த முடியும் என்று நான் நம்பவில்லை, சமோரி. ஏனென்றால் முடிவில் அவர்கள்தான் தங்களைத் தாங் களே தடுத்து நிறுத்திக்கொள்ள வேண்டும். இருப்பினும் நான் உன்னைப் போராடும்படி விடாப்பிடியாக வற்புறுத்துகிறேன்.

உன் மூதாதையர்களை நினைவில்கொள்வதற்காகப் போராடு. மதிநுட்பத்திற்காகப் போராடு. மெக்காவின் கதகதப்பிற்காகப் போராடு. உன் தாத்தா பாட்டிக்காக, உன் பெயருக்காகப் போராடு. பெருங்கனவு காண்பவர்களுக்காகப் போராடாதே. அவர்கள்மீது நம்பிக்கை வை. நீ மிகவும் மனம் நெகிழ்ந்து விட்டால் அவர்களுக்காகப் பிரார்த்தனை செய். ஆனால், அவர் களின் உரையாடல்மீது உன் போராட்டத்தைப் பிணைத்து நிறுத்தாதே. பெருங்கனவு காண்பவர்கள் போராடுவதற்கு தாங்க ளாகவே கற்றுக்கொள்ள வேண்டும். தங்கள் பெருங்கனவிற்கான கனம், அவர்கள் தங்களுக்குத் தாங்களே வெள்ளையர்களாக எங்கே சாயம் பூசிக்கொண்டார்களோ அந்த மேடை, நம் எல் லோருடைய மரணப் படுக்கை என்பதைப் புரிந்துகொள்வதற்கு, பெருங்கனவு காண்பவர்கள் தாங்களே போராட வேண்டும் என்பதைக் கற்றுக்கொள்ளவேண்டியிருக்கிறது. பெருங்கனவின் இயல்பாக இருக்கும் அதே பழக்கம் இந்தப் பூமிக்கு அழிவை உண்டாக்கிறது. அதே பழக்கம் நமது உடல்களைச் சிறைகளிலும், நமக்கென ஒதுக்கப்பட்ட குடியிருப்புகளிலும் திணித்துவைத்துப் பார்க்கிறது. டாக்டர் ஜோன்ஸின் வீட்டிலிருந்து காரை ஓட்டிக் கொண்டு திரும்பி வந்தபோது கறுப்பர்களுக்கான இந்த மோசமான குடியிருப்புப் பகுதிகளை நான் பார்த்தேன். என் தாய் வளர்ந்துவந்த இடமான, என் தந்தை வளர்ந்துவந்த இடமான, பல ஆண்டுகளுக்கு முன்னால் சிக்காகோ நகரத்தில் நான் பார்த்த அதே மோசமான குடியிருப்புப் பகுதிகளாக அவை இருந்தன. அந்தக் குடியிருப்புப் பகுதிகளின் அடையாளத்தை நான் காற்றுத் தடுப்பினூடாகப் பார்த்தேன் - ஏராளமான அழகு சாதனக் கடைகள், தேவாலயங்கள், மதுபானக் கடைகள் மற்றும் இடிந்து விழுந்துகொண்டிருக்கும் வீடுகள் - அத்துடன் அந்தப் பழைய அச்சத்தை நான் உணர்ந்தேன். மழை தகடுகளாகக் கீழிறங்கி வருவதைப் காற்றுத் தடுப்பினூடாகப் பார்த்தேன்.

***